पुणे विद्यापीठाच्या द्वितीय वर्ष कला शाखेच्या (S. Y. B. A.) २०१४-१५च्या
सुधारित अभ्यासक्रमानुसार लिहिलेले क्रमिक पुस्तक
तसेच महाराष्ट्रातील इतर सर्व विद्यापीठांना उपयुक्त.

I0691478

आधुनिक बँक व्यवसाय

Modern Banking

डॉ. एस. व्ही. ढमढेरे

डॉ. अरविंद शेलार

डायमंड पब्लिकेशन्स

आधुनिक बँक व्यवसाय
डॉ. एस. व्ही. ढमढेरे, डॉ. अरविंद शेलार

Adhunik BankVyavsay
Dr. S. V. Dhamdhere, Dr. Arvind Shelar

अर्पणपत्रिका

माझे थोरले बंधू आबा
कै. विश्वनाथ ढमढेरे यांच्या स्मृतीस अर्पण
         – डॉ. एस. व्ही. ढमढेरे

प्रथम आवृती : जून २०१४

ISBN 978-81-8483-581-6

© डायमंड पब्लिकेशन्स

मुखपृष्ठ
शाम भालेकर

प्रकाशक
डायमंड पब्लिकेशन्स
२६४/३ शनिवार पेठ, ३०२ अनुग्रह अपार्टमेंट
ओंकारेश्वर मंदिराजवळ, पुणे–४११ ०३०
☎ ०२०–२४४५२३८७, २४४६६६४२
info@diamondbookspune.com
www.diamondbookspune.com

प्रमुख वितरक
डायमंड बुक डेपो
६६१ नारायण पेठ, अप्पा बळवंत चौक
पुणे–४११ ०३० ☎ ०२०–२४४८०६७७

डॉ. एस. व्ही. ढमढेरे

लेखक–परिचय

- एम.ए., एलएल. बी., एम.फिल., पीएच.डी. (अर्थशास्त्र)
- एस. पी. जे. कला व वाणिज्य महाविद्यालय, पाबळ, जि. पुणे येथे अर्थशास्त्र विभाग प्रमुख म्हणून कार्यरत.
- विविध महाविद्यालयांत २४ वर्षे अध्यापनाचा अनुभव; इंडियन इन्स्टिट्यूट ऑफ एज्युकेशनच्या महाराष्ट्र राज्यातील साधन केंद्राचे सहसंचालक.
- 'अर्थ' या त्रैमासिकाचे 'सहसंपादक'; प्रोग्रेसिव्ह रिसर्च संस्था, पुणे येथे सामाजिक–आर्थिक संशोधन प्रकल्पात संशोधन अधिकारी म्हणून काम. ९ संशोधन प्रकल्प पूर्ण केले.
- मराठी अर्थशास्त्र परिषद आणि इंडियन इकॉनॉमिक असोसिएशनचे आजीव सदस्य.
- विविध चर्चासत्रे व कार्यशाळांतून सहभाग, शोधनिबंध वाचन; पुणे विद्यापीठाच्या बहिःशाला शिक्षण मंडळाचे प्रमुख कार्यवाह; विद्यार्थी कल्याण मंडळाचे प्रमुख कार्यवाह; कमवा व शिका योजनेचे प्रमुख कार्यवाह; महाविद्यालय परिसर विकास विभागाचे प्रमुख, अनेक राज्य, राष्ट्रीय, आंतरराष्ट्रीय परिषदा, चर्चासत्रामध्ये शोधनिंबध सादर व शोध निबंध प्रसिद्ध.
- अर्थशास्त्रविषयक अनेक पुस्तकांचे लेखन.
- पीएच.डी.साठी मार्गदर्शक

डॉ. अरविंद शेलार

- अर्थशास्त्र विषयात एम.ए., सेट या परीक्षा उत्तीर्ण तसेच पीएच.डी. पदवी मिळवली.

- पीएच.डी.साठी आय.सी.एस.आर. (दिल्ली) ची फेलोशिप प्राप्त. पुणे विद्यापीठाच्या पीएच.डी.च्या विद्यार्थ्यांना मार्गदर्शनासाठी मान्यता.

- श्री सिद्धीविनायक महिला महाविद्यालयात व्यावसायिक अर्थशास्त्र विभागाचे प्रमुख. पदवी आणि पदव्युत्तर पातळीवरील अर्थशास्त्र विषयाच्या अध्यापनाचा प्रदीर्घ अनुभव.

- विविध संशोधनपत्रिकांत व नियतकालिकांत शोधनिबंध प्रकाशित.

- चर्चासत्रे, परिसंवाद यांमध्ये सक्रिय सहभाग.

- महाविद्यालयातील अध्यापनेतर अशा राष्ट्रीय सेवा योजना, प्रौढ व निरंतर शिक्षण कार्यक्रम, बहि:शाल शिक्षण मंडळ, जनशिक्षण निलयम, आय.क्यू.ए.सी. इत्यादी विविध उपक्रमांत कार्यक्रमाधिकारी म्हणून जबाबदारी.

- महाविद्यालयातील परीक्षा विभागाचे अधिकारी.

लेखक परिचय

- एम. ए., एलएल. बी., एम. फिल., पीएच. डी.(अर्थशास्त्र)
- एक. पी. जे. कला व वाणिज्य महाविद्यालय, पाबळ, जि. पुणे येथे अर्थशास्त्र विभाग प्रमुख म्हणून कार्यरत.
- विविध महाविद्यालयात २४ वर्षे अध्यापनाचा अनुभव; इंडियन इन्स्टिट्यूट ऑफ एज्युकेशनच्या महाराष्ट्र राज्यातील साधन केंद्राचे सहसंचालक.
- 'अर्थ' या त्रैमासिकाचे 'सहसंपादक'; प्रोग्रेसिव्ह रिसर्च संस्था, पुणे येथे सामाजिक-आर्थिक संशोधन प्रकल्पात संशोधन अधिकारी म्हणून काम.
- मराठी अर्थशास्त्र परिषद आणि इंडियन इकॉनॉमिक असोसिएशन्सचे आजीव सदस्य.
- विविध चर्चासत्रे व कार्यशाळांतून सहभाग, शोधनिबंध वाचन; पुणे विद्यापीठाच्या बहि:शाला शिक्षण मंडळाचे प्रमुख कार्यवाह; विद्यार्थी कल्याण मंडळाने प्रमुख कार्यवाह; कमवा व शिका योजनेचे प्रमुख कार्यवाह. महाविद्यालय परिसर विकास विभागाचे प्रमुख. अनेक राज्य,राष्ट्रीय, आंतरराष्ट्रीय परिषदा, चर्चासत्रामध्ये शोध निबंध सादर व शोधनिबंध प्रसिद्ध.
- अर्थशास्त्रविषयक अनेक पुस्तकांचे लेखन
- पीएच. डी.साठी मार्गदर्शक

माझे थोरले बंधू आबा
कै. विश्वनाथ ढमढेरे यांच्या स्मृतीस अर्पण

प्रस्तावना

अनुदान आयोगाच्या मार्गदर्शक तत्त्वांनुसार पुणे विद्यापीठाने जून **२०१४ पासून द्वितीय वर्ष कला या वर्गासाठी ' आधुनिक बँक व्यवसाय ' (G-2) हा पेपर** ठेवला असून या पेपरसाठी हे पुस्तक लिहिलेले आहे. जून २००९ मध्ये लिहिलेल्या 'बँक व्यवसाय व सहकार ' या पुस्तकाचे आपण सर्वांनी उत्स्फूर्त स्वागत केले त्याचप्रमाणे याही पुस्तकाचे उत्स्फूर्त स्वागत कराल अशी आशा आहे.

सदर पुस्तकात अभ्यासक्रमातील सर्व बाबींचा विचार केलेला आहे. तसेच मराठी भाषेतील अर्थशास्त्रीय संज्ञा बोजड होणार नाहीत आणि त्यांची तांत्रिक परिभाषा बिघडणार नाही याची काळजी घेतली आहे.

भारतीय अर्थव्यवस्थेत मुख्यत: बँक व्यवसायचे महत्त्व वाढले आहे. रिझर्व्ह बँकेची धोरणे तसेच भारतीय अर्थव्यवस्थेवरील बँक व्यवसायाच्या परिणामांचा अभ्यास करणे आवश्यक आहे. या पुस्तकातील पहिल्या प्रकरणात बँकेचा अर्थ, व्याख्या तसेच युरोप अमेरिका व आशियातील बँक व्यवसाय तसेच भारतीय बँक व्यवसायाची उत्क्रांती आणि रचना स्पष्ट केली आहे. दुसऱ्या प्रकरणात व्यापारी बँकांची कामे, पैसे पाठविण्याच्या पद्धती इ. चे सविस्तर विश्लेषण केले आहे. तिसऱ्या प्रकरणात रोखता, लाभता या तत्त्वांबरोबरच बहुविध पतनिर्मितीची प्रक्रिया, व्यापारी बँकांचा ताळेबंद इत्यादी विषयीचे विवेचन केले आहे. चवथ्या प्रकरणात बँकेत ठेव खाती उघडणे, खाती चालविणे, खाती बंद करणे, खातेदारांचे प्रकार इत्यादीबाबत सविस्तर चर्चा केली आहे. प्रकरण पाच मध्ये चलनक्षम पत्राचा अर्थ, वचनपत्र, विनिमयपत्र, धनादेश, धनादेशाचे प्रकार, रेखांकनाचे प्रकार, पृष्ठांकन इत्यादी बाबतचे सविस्तर विश्लेषण केले आहे. सहाव्या प्रकरणात बँक व्यवसायाची आधुनिक तंत्रज्ञाने ई-बँकिंग, यामध्ये स्वयंचलित टेलर यंत्र, क्रेडिट कार्ड, डेबिट कार्ड, टेली बँकिंग, नेट बँकिंग, स्विफ्ट, कोअर बँकिंग, इत्यादी बाबतचे विवेचन केले आहे. सातव्या प्रकरणात रिझर्व्ह बँकेची कार्ये, पैशाची मापने, चलन विषयक धोरण, पतनियंत्रणाची साधने इत्यादी विषयी उहापोह केलेला आहे. आठव्या प्रकरणात भारतातील

सहकारी बँकाची रचना, सहकार कायद्यातील ९७ वी घटनादुरुस्ती, तसेच नाबार्डची कार्ये, उद्दिष्टे या विषयी चर्चा करून सहकारी बँक व्यवसायासमोरील आव्हानांचे विश्लेषण केले आहे.

प्रकरणाच्या शेवटी प्रश्न दिले आहेत. तसेच पारिभाषिक शब्दावली दिली आहे. सदर पुस्तक पुणे विद्यापीठाच्या अभ्यासक्रमानुसार लिहिले असले तरी अन्य विद्यापीठांच्या विद्यार्थ्यांना संदर्भ ग्रंथ म्हणून उपयोगी पडणार आहे.

पुस्तक लिहिण्याची संधी उपलब्ध करून दिल्याबद्दल डायमंड पब्लिकेशन्सचे श्री दत्तात्रेय पाष्टेसाहेब यांच्या प्रोत्साहनपर सहकार्याबद्दल आम्ही सदैव ऋणी राहू.

तसेच आमच्या संस्थेचे अध्यक्ष, संचालक मंडळ, महाविद्यालयाचे प्राचार्य, सहकारी प्राध्यापक, ग्रंथपाल पुणे विद्यापीठाच्या अर्थशास्त्र अभ्यास मंडळाचे चेअरमन डॉ. सुहास आव्हाड मानसनीती व समाजविज्ञान विद्याशाखेचे अधिष्ठाता डॉ. गौतम भोंग यांनी दिलेल्या प्रोत्साहनाबद्दल हार्दिक आभार! त्याचप्रमाणे आमच्या कुटुंबातील सर्वांनी सहकार्य केले त्याबद्दल त्यांचे मन:पूर्वक धन्यवाद. डायमंड पब्लिकेशन्समधील श्रीमती दया साळगावकर व इतर कर्मचाऱ्यांनी केलेल्या सहकार्याबद्दल सर्वांचे मन:पूर्वक आभार!

प्रा. डॉ. एस. व्ही. ढमढेरे

प्रा. डॉ. अरविंद शेलार

अनुक्रम

प्रकरण १

आधुनिक बँक व्यवसायाची उत्क्रांती
(Evolution of Modern Banking)

१.१ प्रास्ताविक
१.२ बँकेचा अर्थ आणि व्याख्या
१.३ बँक व्यवसाय - युरोप, अमेरिका आणि आशिया
१.४ भारतातील बँक व्यवसायाची उत्क्रांती
१.५ भारतातील बँकांची रचना

१.१ प्रास्ताविक

बँक आधुनिक काळातील एक महत्त्वपूर्ण सामाजिक संस्था आहे. जगातील कोणत्याही देशाच्या प्रगतीत बँकांचा सिंहाचा वाटा आहे. मानवाच्या शरीरात सर्वच रक्त वाहिन्यांना जितके महत्त्व असते, तेवढेच महत्त्व विद्यमान स्थितीत अर्थव्यवस्थेत बँकांना प्राप्त झालेले आहे. युरोपीय हाऊसेसचा उदय, वाढता व्यापार, औद्योगिकीकरण व आंतरराष्ट्रीय व्यापारातील भारताचा वाढता सहभाग, यामुळे आधुनिक बँक व्यवसायाचा वेगाने विकास झाला.

इंग्लंडमध्ये बँकिंगचा विकास होत असताना जगातल्या विभिन्न देशांमध्येसुद्धा आधुनिक बँकांचा विकास झालेला दिसून येतो. भारतातील बँक व्यवसाय हा इंग्लडच्या बँकिंगच्या धर्तीवर प्रगत झाला आहे. बँका मध्यस्थाचे कार्य करून जलद आर्थिक विकासाला हातभार लावण्याचे कार्य करतात. बचतीला प्रोत्साहन देणे, गुंतवणूक वाढविणे, व्यवसाय कौशल्य व विकासाचा वेग वाढविणे इत्यादी महत्त्वाची कार्ये बँका करतात त्यामुळे अर्थव्यवस्थेत बँका महत्त्वाची भूमिका पार पडत आहेत.

१.२ बँक : अर्थ आणि व्याख्या (Meaning and Definition of Bank)

बँक :

सुरुवातीच्या काळात बँक या शब्दाचा अर्थ ज्या ठिकाणी पैसे ठेवले जातात व गरजेनुसार परत घेतले जातात असे ठिकाण असा घेतला जात असे.

प्राथमिक अर्थव्यवस्थेमध्ये बँक व्यवसायात लोकांकडून ठेवी स्वीकारून त्या गरजूंना उपलब्ध करून देणे हे कार्य महत्त्वाचे मानले जात होते. म्हणजेच ठेवी स्वीकारणे आणि कर्ज देणे ही दोनच कार्ये प्राथमिक अवस्थेतील बँका करत होत्या; परंतु अलीकडच्या काळात बँक या शब्दाची व्याप्ती वाढली. बँकांच्या कार्याच्या वाढीबरोबरच बँक या शब्दाचा अर्थही बदलत आहे. पतनिर्मिती करणे; कर्ज देणे, ठेवी स्वीकारणे व गरजेनुसार परत करणे, ग्राहकांची बिले देणे, ग्राहकांच्या पैशाची वसुली, धनादेशाद्वारे पैसे काढण्याची सुविधा इ. सारखी अनेक कार्ये बँका करीत आहेत. त्यामुळे बँक या शब्दाचा अर्थ आधुनिक काळात व्यापक अर्थाने घेतला जात आहे.

बँक : व्याख्या (Definition of Bank)

दैनंदिन व्यवहारात 'बँक' या शब्दाचा वापर मोठ्या प्रमाणात होतो. बँक हा शब्द एवढा प्रचलित झाला आहे की, बँक या शब्दाची व्याख्या करण्यापेक्षा त्याचे कार्य सहज समजते. 'बँक' या शब्दाची व्याख्या विविध तज्ज्ञांनी वेगवेगळ्या प्रकारे केलेली आहे.

१) ऑक्सफर्ड डिक्शनरी : 'बँक म्हणजे ग्राहकांचा पैसा सुरक्षित ठेवण्यासाठी केलेली व्यवस्था होय. ग्राहकांच्या या पैशावरील ड्राफ्ट / विकर्षानुसार पैसे देणे हे बँकेचे मूलभूत महत्त्वाचे कार्य असून ग्राहकांनी न वापरलेल्या पैशाचा वापर केल्याने बँकेला फायदा मिळत असतो.'

२) प्रा. एच. एल. हार्ट यांच्या मते, बँक म्हणजे अशी संस्था जी तिच्या व्यवसायात धनादेशाच्या साहाय्याने पैसे परत करण्याच्या अथवा पैसे स्वीकारण्याच्या अटीवर ठेवी स्वीकारते.

(A Bank is one who in the ordinary course of its business, receivers money which in repays by honouring cheques of persons from whom or on whose account it receives it.)

३) क्रौथर यांच्या मते, 'बँकर म्हणजे स्वत:च्या व दुसऱ्या लोकांच्या कर्जाचे व्यवहार करणारी व्यक्ती होय.'

४) भारतीय बँकिंग नियंत्रण कायदा १९४९ कलम (५) - बँकिंग व्यवसाय करणाऱ्या संस्था मागताक्षणी किंवा धनादेश, मागणीपत्र, आदेश किंवा इतर मार्गाने परत

देण्याच्या अटीवर कर्जाऊ रक्कम देण्याच्या उद्देशाने लोकांकडून पैशाच्या स्वरूपात ठेवी स्वीकारणे म्हणजे बँक व्यवसाय होय.

५) सर जॉन पॅगेट यांच्या मते, जी व्यक्ती किंवा संस्था लोकांकडून चालू खात्यावर ठेवी स्वीकारीत नाही. चेक देत नाही अथवा स्वीकारत नाही. त्याचप्रमाणे आपल्या खातेदारांसाठी कोणत्याही प्रकारच्या चेकचे पैसे गोळा करीत नाहीत त्या व्यक्तीला किंवा संस्थेला बँक म्हणता येणार नाही.

६) प्रा. सेयर्स यांच्या मते, ज्या संस्थांच्या कर्जाचा स्वीकार इतर लोकांकडून आपापसातील देण्या-घेण्याचे व्यवहार पूर्ण करण्यासाठी केला जातो अशा संस्था म्हणजे बँक होत.

७) प्रा. सी. एफ. डनबार यांच्या मते, कर्जाऊ रकमा देणे आणि ठेवी स्वीकारणे हा बँकेचा व्यवसाय असतो.

वरील व्याख्यांवरून बँकेची दोन मूलभूत कार्ये दिसून येतात. समाजातील बचत करणाऱ्या व्यक्तींच्या बचती गोळा करणे आणि ज्यांना गुंतवणुकीसाठी पैशाची आवश्यकता आहे अशांना बचतीच्या आधारे कर्जे देणे ही दोन कार्ये करून बँका बचत करणाऱ्या व्यक्ती आणि गुंतवणूक करणाऱ्या व्यक्ती यांच्यातील दुवा म्हणून कार्य करतात. त्यामुळे आधुनिक अर्थव्यवस्थेमध्ये बँक व्यवसायाचे महत्त्व अनन्यसाधारण आहे.

बँक हा शब्द इटालियन 'बँको' (Banco) या शब्दापासून निर्माण झाला असावा, असे मानले जाते. बेन्च किंवा बाकावर बसून पैशाची देवाण-घेवाण करणे हा त्याचा अर्थ आहे. आर्थिक व्यवहारासाठी इटली देशातील ज्यू सावकार मध्ययुगात बाकावर बसून नाण्यांची अदलाबदल करणे किंवा कर्ज देणे हा व्यवसाय करीत असत. यामुळे या व्यवसायाला बँक व्यवसाय म्हणून ओळखले जात होते.

काही अर्थतज्ज्ञांच्या मते इटालियन शब्द Monte (मॉंटे) या शब्दापासून बँक हा शब्द आला असावा. Monte अथवा Mound याचा अर्थ ढीग अथवा पैशाची रास असा होतो. म्हणजेच बँक हा शब्द बँको अथवा मॉंटे या शब्दापासून आला असावा.

बँक हा ग्रीक शब्द 'बेन्वो' या शब्दापासून निर्माण झाला असावा. 'बँक' या इंग्रजी शब्दाचा मराठी अर्थ 'अधिकोश' असा होतो.

१.३ बँक व्यवसाय - युरोप, अमेरिका आणि आशिया
(Banking in Europe, USA & Asia)

आधुनिक बँकिंगची सुरुवात पाश्चिमात्य देशात विशेषत: युरोपीय देश आणि अमेरिका येथे झाली. प्राचीन काळापासून बँकिंग सदृश्य व्यवहार चालू होते व त्यातूनच

आधुनिक बँक प्रणाली विकसित झाली. त्याचा आढावा पुढील प्रमाणे घेतला आहे.

अ) युरोपातील बँक व्यवसाय (Banking in Europe) :

युरोपातील अगदी प्राचीन काळीसुद्धा बँकिंगचे व्यवहार अस्तित्वात होते.

ग्रीस : ग्रीसमध्ये प्राचीनकाळी पैसे कर्जाऊ देणे आणि चलनांची अदलाबदल करणे हा व्यवसाय चालू होता. डेल्फी, इफेसस व ऑलिम्पिया येथील मंदिरामध्ये लोकांकडील शिल्लक निधी जमा केला जात असे. ती पैसे कर्जाऊ देण्याची प्रमुख केंद्रे होती. कर्जावर व्याज आकारले जात असे. तेथे खाजगी बँकर्सही होते त्यांनी जमा केलेल्या ठेवींवर व्याज द्यायला सुरुवात केल्यावर त्यांचा बँकिंगचा व्यवसाय भरभराटीला आला. ग्रीसची राजधानी अथेन्स हे शहर बँकिंग व्यवसायासाठी प्रसिद्ध होते.

रोमन साम्राज्य : रोममध्ये प्राचीन काळी खासगी बँकर्स (पेढी चालवणारे) कार्यरत होते ते लोकांकडून ठेवी स्वीकारून त्यावर व्याज द्यायचे तसेच पैसे कर्जाऊ देण्याचा व्यवसाय करायचे या बँकर्सना अर्जेंटरी (Argentary), मेन्सारी (Mensary) अथवा कोलिबिसो (Collybisto) व बँकांना ताबेर्नो अर्जेंटरीओ (Taberno Arjentario) असे संबोधले जायचे. काही बँका तेथील शासनाने कर गोळा करण्यासाठी प्रतिनिधी म्हणून नेमलेल्या असायच्या तर इतर बँका स्वत:चा खासगी बँकिंग व्यवसाय करीत असत. रोममध्ये काही कर्ज बँका (Loan Banks) सुद्धा होत्या.

त्या गरीब लोकांना कोणतेही व्याज न आकारता जमिनीच्या तारणावर कर्जे देत असत.

तसेच तेथे एकमेकांची देणी भागविण्यासाठी तसेच बँकेचे कर्ज, हप्ते देण्यासाठी धनादेश व विपत्त (Drafts) आणि वर्ग आदेश (Transfer orders) यांचा वापर करत असे याचाही उल्लेख दिसून येतो. सम्राट जस्टीनाईनच्या निधनानंतर बँकिंगच्या विकासात अडथळे आणि समस्या निर्माण झाल्या.

मध्ययुगीन काळात बँकिंग व्यवसायाचा भरभराट झाला. ज्यू लोक बँकिंग व्यवसायाचे निर्माते संबोधले जात असे.

इटली : ज्यू लोकांनी त्यांचा व्यवसाय प्रथमत: इटलीमध्ये सुरू केला. लोबांर्डी या इटलीच्या उत्तरेकडील प्रांतात अकराव्या आणि बाराव्या शतकात अनेक खाजगी बँक व्यवसाय करीत होते. बँक ऑफ व्हेनिस ही जगातील पहिली सार्वजनिक बँक इ. स. ११५७ मध्ये व्हेनिस शहरात स्थापन झाली. फ्लॉरेन्स हे शहर चौदाव्या शतकात प्रसिद्धीस आले. तेथे ठेवी स्वीकारून गरजूंना व व्यावसायिकांना कर्जे देणारे अनेक बँकर्स कार्यरत होते. तेथील काही बँकर्स इटलीतच नव्हे तर संपूर्ण युरोपात प्रसिद्ध होते. चौदाव्या शतकात अनेक बँकर्सनी इटलीतून इंग्लंडला स्थलांतर केले. लंडनमध्ये एक रस्ता बांधून तेथे

बँकिंग व्यवसाय सुरू केला आहे. तो रस्ता 'लोंबार्डी स्ट्रीट' म्हणून प्रसिद्ध आहे.

इटलीतील दुसरी सार्वजनिक बँक 'बँक ऑफ जिनोआ (Genoa)' ही इ. स. १४०७ मध्ये स्थापन करण्यात आली. तर बांको दे रेआल्तो (Banco de Realto) ही रिअल इस्टेट एजंट बँक, तिसरी सार्वजनिक बँक व्हेनिसमध्ये स्थापन करण्यात आली.

आधुनिक काळात श्री. लुइझाटी (Luzzatti) यांनी १८६६ मध्ये मिलान येथे पहिली सहकारी बँक स्थापन केली. त्यातूनच बँकांच्या स्थापनेची साखळी निर्माण झाली. आजही या बँका सर्व देशभर यशस्वीपणे कार्य करीत आहेत. १८८३ मध्ये वूलनबर्ग यानी लोरेगिया या खेडेगावात पहिली ग्रामीण बँक स्थापन केली. सभासदांना अत्यंत कमी व्याजदराने कर्जपुरवठा करण्यात येते असे. या बँकानी छोट्या भागांची पद्धती हळूहळू सुरू केली. या बँकांना फार मोठे यश मिळाले.

इंग्लंड : इंग्लंडमधील मध्ययुगीन बँकिंग व्यवसाय मुख्यत: ज्यू व्यापारी आणि सराफ (सोनार) यांच्याशी निगडित आहे. इ. स. १०६६ ते १०९४ या काळात ज्यू व्यापाऱ्यांना बँकर्स म्हणून नेमलेले होते. ते जमिनीच्या तारणावर अधिक व्याजदराने कर्ज पुरवठा करीत असत. चलनाची अदलाबदल, उद्योगासाठी अर्थसाहाय्य ही बँकिंगची इतर कार्येही करत. ते शासनाचे बँकर्स असल्याने सरकारला कर्जे देत दुर्दैवाने राजा एडवर्ड (तिसरा) याने ज्यू व्यापाऱ्यांकडून घेतलेली कर्जे परत करण्यास नकार दिल्याने तेथील बँकीग व्यवसायावर त्याचा विपरीत परिणाम झाला. तर सराफांना (सोनारांना) तेथील आधुनिक बँकिंगचे उद्गाते मानले जाते. ते लोकांचे सोने व इतर मौल्यवान वस्तू सुरक्षिततेसाठी स्वीकारत असत व त्या बदल्यात त्या ठेवीदारांना ठेव पावत्या पुरावा म्हणून देत असत. या ठेव पावत्या आधुनिक बँक नोट्सप्रमाणे हस्तांतरणीय होत्या. सराफ लोकांनी जमा झालेल्या ठेवी गरजू लोकांना व्याजावर निधी आकर्षित करण्यासाठी ठेवींवर व्याज देण्यास सुरुवात केली. सोनारांच्या ठेव पावत्या ह्या व्यावसायिक देणी-घेणी भागविण्यासाठी वापरण्यात येऊ लागल्याने सराफ (सोनार) हे तेथील लोकप्रिय बँकर्स बनले.

आधुनिक काळात इंग्लंडमध्ये इ. स. १६७२ मध्ये इंग्लंडचा राजा चार्लूस (दुसरा) याने सराफांकडून (सोनाराकडून) घेतलेले कर्ज परत करण्यास नकार दिला. परिणामत: संभाव्य बुडीत टाळण्यासाठी ठेवीदारांनी सुद्धा आपल्या ठेवी सराफांकडून परत घेण्यास सुरुवात केली. या घटनेचा तेथील बँकिंग व्यवसायावर विपरीत परिणाम झाला. त्यामुळे लोकांच्याकडून अशी मागणी येऊ लागली की, बँकिंग व्यवसाय हा खासगी बँकर्सच्या हातात न ठेवता, ठेवींच्या सुरक्षिततेसाठी व व्याजावर नियंत्रण ठेवण्यासाठी बँकिंग-कंपन्या स्थापन करण्यात याव्यात त्यामुळे व्हेनिस, ॲमस्टरडॅम येथील बँकाच्या धर्तीवर इंग्लंडमध्ये इ. स. १६९४ मध्ये 'बँक ऑफ इंग्लंड' ही देशातील पहिली सार्वजनिक

क्षेत्रातील बँक स्थापन करण्यात आली. या बँकेस १७०८ मध्ये चलनी नोटा छापण्याचा अधिकार देण्यात आला. या बँकेने ग्राहकांना इतर अनुषंगिक सेवा देण्यास सुरुवात केली. १८२३ पासून संयुक्त भांडवली बँका स्थापनास सुरुवात झाला. १८३६ मध्ये बँकिंग कायदा इंग्लंडमध्ये समंत करण्यात आला आणि शासनाने नवीन कंपनी स्वरूपात बँका स्थापनास परवानगी दिली. १८५८ पासून निश्चित अशा कार्य करणाऱ्या संयुक्त भांडवली बँका स्थापन झाल्या. त्यामुळे इंग्लंडमधील बँकिंग व्यवसायाला स्थैर्य प्राप्त झाले व बँकिंग व्यवसायाने सातत्य व प्रगती साधली.

स्पेन : इ. स. १३४९ मध्ये बँकिंग व्यवसायात स्पेनमधील कापडविक्रेते (Draperes) गुंतलेले असल्याचा उल्लेख दिसून येतो. कायदेशीर पूर्तता आणि पुरेसे तारण व सुरक्षा या अटींवर त्यांना बँकिंग व्यवसाय सुरू करण्यास परवानगी देण्यात आली होती. इ. स. १४०१ मध्ये बार्सिलोना येथे 'बँक ऑफ बार्सिलोना' ही बँक स्थापन करण्यात आली. ही बँक व्यापार व्यवसायाच्या वृद्धीसाठी आणि सरकारच्या मदतीसाठी स्थापन करण्यात आली. ही बँक ठेवी स्वीकारणे, हुंड्या वटविणे तसेच चलनाची अदलाबदल करणे ही महत्त्वाची कार्ये करीत होती.

स्वीडन : इ. स. १५५६ मध्ये युरोपात 'बँक ऑफ स्वीडन' या नावाने सार्वजनिक क्षेत्रातील बँक स्थापन झाली.

नेदरलँड्स : ॲमस्टरडॅम या शहरात इ. स. १६०९ मध्ये व्यापाऱ्यांच्या गरजा भागविण्यासाठी 'बँक ऑफ ॲमस्टरडॅम' ही बँक स्थापन करण्यात आली. ही बँक एका व्यक्तीच्या खात्यातून दुसऱ्या व्यक्तीच्या खात्यात वर्ग होऊ शकणाऱ्या मागी ठेवी (Demand Deposits) स्वीकारीत असे तसेच सहा महिने मुदतीनंतर काढता येऊ शकणाऱ्या मुदत ठेवी (Time Deposits) ही बँक स्वीकारीत असे; या मुदतठेवींबद्दल आधुनिक धनादेशाप्रमाणे एक मुदत ठेव प्रमाणपत्र (Fixed Deposit Receipt) ठेवीदाराला देत असे. युरोपात सध्या अस्तित्वात असलेल्या अनेक बँका स्थापन होण्यामागे बँक ऑफ ॲमस्टरडॅम ही आदर्शवत ठरली आहे.

फ्रान्स : फ्रान्समध्ये इ. स. १७१६ मध्ये 'बँक जनरल' या बँकेची स्थापना झाली. ही बँक नोटांची छपाई करणे आणि ठेवी स्वीकारणे यासाठी स्थापन झाली. इ. स. १७७६ मध्ये दुसरी बँक 'काइसे दे एस्कोम्प्ले' (Caisse De Escomple) ही स्थापण्यात आली. परंतु १७९३ मध्ये सरकारने घेतलेले कर्ज परत केल्याने ती बंद पडली. इ. स. १८०० मध्ये बांकू दे फ्रान्स (Banque De France) ची स्थापना झाली. १८६० मध्ये क्रेडिट मोबीलियर (Credit Mobilier) ही नव्या पिढीतील बँक स्थापन झाली. उद्योग व पायाभूत घटकांसाठी ही बँक दीर्घ मुदतीचे निधी पुरवत असे. परंतु तिला गुंतवणुकीची परवानगी

नव्हती. इ. स. १८८० मध्ये ठेव बँका आणि भांडवली बँका या नव्या बँकिंग पद्धतीनुसार स्थापन झाल्या. १९ व्या शतकाच्या उत्तरार्धात संयुक्त भांडवली बँका स्थापण्यात आल्या. त्यांनी शाखा उघडल्या आणि धनादेशाचा वापर करण्यास प्रारंभ केला. पॅरिस शहरात राष्ट्रीयीकृत बँका, मोठ्या प्रादेशिक खाजगी बँका तसेच ठेव बँका कार्यरत होत्या. १९ व्या शतकाच्या शेवटी शेती कर्जपुरवठा करण्यासाठी सहकारी बँका स्थापन करण्यात आल्या.

जर्मनी : १४५८ ते १५६० या काळात विशेषत: कौटुंबिक बँक व्यवसाय दक्षिण जर्मनीत दिसून येत होता. बर्नबर्ग (Berenberg) ही सर्वांत जुनी खाजगी बँक १५९० मध्ये स्थापन झाली.

इ. स. १८३४ मध्ये भावेरिया येथे चलनी नोटांच्या निर्मितीसाठी जर्मनीत पहिली बँक स्थापन करण्यात आली. १८४८ नंतर मोठ्या संयुक्त भांडवली बँका स्थापन करण्यात आल्या. फ्रान्समध्ये जरी यश मिळाले नसले तरी जर्मनीत सुरुवातीच्या बँकानी गुंतवणूक बँकिंगचा यशस्वीपणे विस्तार केला. त्यांनी त्यांचा कर्जपुरवठा रेल्वेकंपन्यांकडून औद्योगिक घटकांकडे वळविल्याने देशाच्या औद्योगिक विकासात त्यांची मदत झाली. इ. स. १८७० नंतर औद्योगिक विकासाबरोबर बँकिंग व्यवसायाची प्रगती झाली. सहकारी पतपुरवठा चळवळीचा उगम जर्मनीमध्ये झाला. श्री. हरमन शुल्झ यांनी १८५० मध्ये पहिली पतसंस्था स्थापन केली. त्याद्वारे निधी उभारून सभासदांना कर्जपुरवठा सुरू केला. सन १८८३ पर्यंत जर्मनीमध्ये १९२६ (सहकारी) बँका कार्यरत होत्या. राईफेईसेन (Raiffeisen) यांनी इ. स. १८५४ मध्ये बेनिफिशियन्ट सोसायटी या नावाने सहकारी पतसंस्था स्थापन केली. त्याद्वारे धनिक लोकांकडून व्याजावर ठेवी स्वीकारत सन १८७७ मध्ये सर्व ग्रामीण सहकारी पतसंस्थाचा महासंघ स्थापन करण्यात आला.

पहिल्या महायुद्धामुळे भांडवलाचा तुटवडा निर्माण होऊन १९१९ मध्ये जर्मनीतील बँका कोसळल्या. दुसऱ्या महायुद्धानंतर सन १९४५ मध्ये जर्मनीचे पूर्व व पश्चिम असे दोन भाग झाल्याने त्याचासुद्धा बँक व्यवसायावर विपरीत परिणाम झाला.

ब) अमेरिकेतील बँक व्यवसाय (Banking in USA) :

अमेरिकन संयुक्त संस्थानामध्ये अठराव्या शतकात बँकिंग व्यवसाय फारसा विकसित झालेला नव्हता. फक्त वसाहत वादी सरकार, वसाहतवादी लोकांच्या कंपन्या आणि व्यापारी यांच्यापुरता मर्यादित होता. इ. स. १७८२ मध्ये 'दी बँक ऑफ अमेरिका' ही पहिली आधुनिक बँक फिलाडेल्फिया येथे स्थापन झाली. या बँकेने छापलेल्या कागदी नोटा या सोने व चांदीमध्ये परिवर्तनीय होत्या या बँकेच्या उत्कृष्ट कामगिरीमुळे सन १८०० पर्यंत सुमारे ३० नव्या व्यापारी बँका स्थापन होण्यास मदत झाली.

१७९१ मध्ये अलेक्झांडर हॅमिल्टन यांनी 'फर्स्ट बँक ऑफ दि युनायटेड स्टेट्स'

स्थापन केली. तिचे मुख्यालय फिलाडेल्फिया येथे होते. १८११ मध्ये 'सेकंड बँक ऑफ दि युनायटेड स्टेट्स' स्थापन झाली. अमेरिकेत राज्याच्या परवानगीने स्थापन होणाऱ्या बँका आणि संघराज्यांच्या परवानगीने निघणाऱ्या बँका अशा दोन प्रकारच्या बँका अस्तित्वात होत्या. मात्र दोन्हींमध्ये स्पष्टता नव्हती. १८३७ च्या सर्वोच्च न्यायालयाच्या आदेशामुळे राज्य सरकारांना बँका स्थापन करण्यास प्रोत्साहन दिले. त्यामुळे बँकांची संख्या ७०० पर्यंत वाढली. या बँका रस्ते, पूल, रेल्वे, धरणे इत्यादींच्या बांधकामासाठीसुद्धा वित्तपुरवठा करीत असत. बँक बंद पडल्याने होणारे नुकसान टाळण्यासाठी न्यूयॉर्क राज्यात सन १८२९ मध्ये सुरक्षितता निधी कायदा संमत करण्यात आला. तसेच मिशिगनमध्ये सन १८३३ मध्ये 'नियंत्रण मुक्त बँकिंग कायदा' पास करण्यात आला. तसाच तो इतर राज्यांतही पास करण्यात आला. या कायद्यामुळे ठेवी स्वीकारणे व बँकनोट्स काढणे यासाठी अधिकाधिक बँका स्थापन होण्यास मदत झाली. इ. स. १९१३ मध्ये फेडरल रिझर्व्ह बँकेची स्थापना झाली. इतर बँकांचे पर्यवेक्षण व नियंत्रण करण्यासाठी देशाची मध्यवर्ती बँक म्हणून या बँकेची स्थापन झाली. सर्व राष्ट्रीयीकृत व खाजगी बँकांनी काढलेल्या नोटांच्या ऐवजी फेडरल रिझर्व्ह बँकेने काढलेल्या नोटा वापरण्यात येऊ लागल्या. अमेरिकेमध्ये एकल बँकिंग (Unit Banking) समूह बँकिंग (Group Banking) साखळी बँकींग (Chain Banking) व शाखा बँकिंग (Branch Banking) अशा चार प्रकारच्या बँका कार्यरत होत्या. अमेरिकन बँका कर्जांच्याद्वारे ठेवींची निर्मिती करीत असत; कारण कर्जदाराला कर्जरकमेतील ठराविक रक्कम ठेव म्हणून बँकेत ठेवण्याची सक्ती होती. अमेरिकेत बँकिंगमध्ये कागदपत्रांना जास्त महत्त्व होते तसे इंग्लंडमध्ये लवचिक धोरण होते. अमेरिकेत अल्प आणि दीर्घ मुदतीची कर्जे दिल्याचे दिसून येते. अमेरिकेत व्यक्तिस्वातंत्र्य आणि बँकाना मुक्तपणे व्यवसाय करण्याचे स्वातंत्र्य होते त्यामुळे त्यांचे बँक खातेदारांशी जवळचे संबंध निर्माण झाले.

क) आशियातील बँक व्यवसाय (Banking in Asia) :

प्राचीन काळापासून पश्चिमेकडील काही देशात बँकिंगचे व्यवहार चालू होते आधुनिक बँक व्यवसायाची प्रारंभिक अवस्था त्यातून दिसून येते.

बॅबिलोन (सध्याचे इराक) : फ्रेंच लेखक डेव्हिल यांच्या मते, इसवीसनापूर्वी ६०० वर्षे बॅबिलोनमध्ये बँका व बँक चलानी नोटा अस्तित्वात होत्या. पैशाच्या देवघेवीचे व्यवहार जेरूसलेम येथे मंदिरात होत असल्याचे ऐतिहासिक दाखले आढळतात. बॅबिलोन येथील लोक प्रवासाला अथवा दूरवर जाताना आपले पैसे व मौल्यवान वस्तू गावातील मंदिरातील पुजाऱ्यांकडे सुरक्षिततेसाठी ठेवीत असत. दरम्यान त्या पुजाऱ्यांनी आपल्याकडे जमा झालेला निधी गरजू लोकांना व्याज आकारून कर्जाऊ देण्यास सुरुवात केली. मॅकोलेड

या अर्थशास्त्राच्या मते, ग्रीस व रोममध्ये बँकिंग व्यवस्थेचा विकास होण्यापूर्वी आसग्रीया, फोएनेसिया व इजिफमध्ये पतपुरवठा पद्धतीचा विकास झालेला होता. बॅबिलोन व इजिप्तमध्ये इ.स.पूर्वी २००० वर्षे बँकिंग अस्तित्वात असल्याचे उल्लेख आढळतात.

चीन : प्राचीन चीनमध्ये किन (Qin) कालखंडात (इ.स.पूर्वी २२१ ते २०६) चिनी चलनाचा विकास झाला. तेथे प्रमाणित नाण्यांचा वापर करण्यात येऊ लागला. त्यामुळे सर्व देशभर व्यापार प्रक्रियेत सुलभता आली. त्यातून पतपत्रांच्या विकासाला चालना मिळाली. ही पतपत्रे अशा व्यापाऱ्यांकडून देण्यात येत असत की, जे बँकिंग सदृश्य कार्यही पार पाडत असत.

इस्लामिक बँकिंग (पश्चिम आशिया) : इस्लामिक भांडवलशाहीचा उदय पश्चिम आशिया खंडातील अनेक देशात इसवीसनाच्या आठव्या ते बाराव्या शतका दरम्यान झाला. सुवर्ण दिनार या चलनाचा सर्वत्र वापर वाढल्याने त्या सर्व प्रदेशात या चलनावर आधारित नाणे अर्थव्यवस्था उदयाला येऊन ते सर्व प्रदेश एकत्र बांधले गेले. इस्लामिक बँकिंग याचा अर्थ 'शरीयत' तत्त्वांवर आधारित बँकिंग व्यवसाय आणि इस्लामिक अर्थव्यवस्थांच्या विकासाद्वारे त्याचे प्रात्यक्षिक उपयोजन होय. प्राचीन इस्लामिक बँकिंगमध्ये हुंड्या, भागीदारी, भांडवलसंचय, वचन चिठ्ठी, धनादेश, कर्जे, खतावण्या इ. संकल्पनांचा वापर अस्तित्वात होता.

मध्ययुगीन इस्लामिक जगतात खाजगी व्यवसायसंस्था व अभिकर्ता संस्था अस्तित्वात होत्या. अशा अनेक जुन्या भांडवलशाही संकल्पनांचा वापर मध्ययुगीन काळात १३ व्या शतकापासून सुरू झाला व पुढे त्याचा विकास झाला. कर्जावर व्याज आकारणे तसेच वस्तू व सेवा पुरविणाऱ्या व्यवसायात गुंतवणूक करणे इस्लामिक कायद्याने निषिद्ध आहे. परंतु ऐतिहासिक इस्लामिक अर्थ व्यवस्थांमध्ये इस्लामिक पद्धती अभावी ते सर्रास चालू होते. तथापि २० व्या शतकाचा अखेरीस खऱ्या अर्थाने इस्लामिक तत्त्वाचा वापर करणाऱ्या खाजगी, अर्ध खाजगी बँकिंग संस्थांचा मुस्लिम देशांमध्ये उदय झाला. मलेशियामध्ये १९८३ मध्ये जगातील पहिली इस्लामिक बँक स्थापन झाली.

जपान : प्रारंभीच्या काळात जपानमध्ये व्यापाऱ्यांच्या देव-घेवीसाठी बँक व्यवसायाचा उगम झाल्याचे दिसून येते. १८७२ मध्ये नॅशनल बँक कायदा पास झाला. त्यामुळे अनेक बँकाची जपानमध्ये स्थापना झाली. त्यात १८७२ मध्ये दाई-इची बँक, १८७६ मध्ये मित्सुई बँक, १८८० मध्ये योकोहामा स्पेशी बँक, १८८२ मध्ये बँक ऑफ जपान, १८९५ मध्ये मित्सुबिशी बँक, १८९९ मध्ये हायपॉथेक बँक ऑफ जपान आणि १९०२ मध्ये इंडस्ट्रिअल बँक ऑफ जपान यांचा समावेश होतो. मात्र १९२० च्या दशकात अनेक बँका बुडाल्या. अनेक बँकाचे विलीनीकरण केले गेले. १९२७ च्या दरम्यान बँक

ऑफ जपानने अनेक बँकाना सावरण्याचा प्रयत्न केला. विसाव्या शतकाच्या सुरुवातीस 'चेन गट' स्थापन झाला.

विसाव्या शतकाच्या मध्यानंतर जपानमध्ये बँक ऑफ जपान आणि जपानचे अर्थमत्रांलय बँका व इतर वित्तीयसंस्थावर नियंत्रण ठेवण्याचे कार्य करीत आहेत. आज अनेक देशात जपानमधील बँका कार्यरत असल्याचे दिसून येते.

भारत : प्राचीन भारतात वैदिक कालखंडात (इसवी सनापूर्वी १७५० पासून) बँकिंग व्यवसाय विशेषत: कर्जव्यवहार होत असल्याचे पुरावे मिळतात. त्यानंतर सम्राट चंद्रगुप्त मौर्य (इ. स.पूर्वी ३२१ ते १८५) याच्या साम्राज्यात 'आदेश' या नावाचा दस्तऐवजी वापरला जात असे तो सध्याच्या काळातील हुंडी सदृश म्हणता येईल कारण त्यामध्ये विशिष्ट व्यक्तीला 'एक ठराविक रक्कम द्यावी' असा आदेश बँकर (सावकाराला) देण्यात येत असे. त्यानंतरच्या बौद्ध कालखंडात हुंडी, वचन चिट्ठी अशा प्रकारच्या दस्तऐवजाचा दैनंदिन व्यवहारात मोठा वापर होत असल्याचे ऐतिहासिक नोंदीवरून आढळते. त्या काळी मोठ्या शहरातील व्यापारी लोक हे त्यांच्या सोयीसाठी एकमेकांना पतपत्रे देत असत. ९३७ पूर्वी भारतीय खंडात म्हणजे भारत, पाकिस्तान, बांगलादेश, श्रीलंका, म्यानमार, नेपाळ या देशात बँक व्यवसायाच्या घडामोडी घडत होत्या. त्या दृष्टीने भारतीय व्यवसाय महत्त्वाचा मानला जातो. भारतातील बँक व्यवसायाची माहिति पुढील भारतातील बँक व्यवसायाच्या उत्क्रांतीत दिलेली आहे.

आशियामध्ये १९९५-९६ च्या दरम्यान व्याजाचे अधिकदर, ठेवींचे प्रमाण कमी, रोखता कमी, आर्थिक आणि राजकीय अस्थैर्य आणि चलनाचे घसरते मूल्य अशी स्थिती दिसून येत होती. त्याबरोबरच डॉलरवर आधारित वित्तीय स्थिती दिसून येत होती.

तर १९९० च्या मध्यास मध्य आशिया भागात आर्थिक शिस्त आणि आर्थिक स्थैर्य दिसून येत होते. वित्तीय धोरणात धोरणात्मक आणि संस्थात्मक सुधारणा झाल्या. रशियाच्या १९९८ च्या आर्थिक संकटामुळे स्थानिक चलनाचे अवमूल्यन करण्याची वेळ आली.

१.४ भारतातील बँक व्यवसायाची उत्क्रांती : (Evolution of Banking in India)

अ) स्वातंत्र्यपूर्व काळातील बँक व्यवसायाची उत्क्रांती

प्राचीन काळापासून भारतात बँक व्यवसाय आढळून येतो. भारतातील बँक व्यवसायाचे स्वरूप भिन्न होते. कौटिल्याचे अर्थशास्त्र, मनुस्मृतीमध्येही उल्लेख आढळतो. ऋग्वेद काळात सोन्याच्या नाण्यांचा चलन म्हणून वापर होत असे. कौटिल्य या अर्थतज्ज्ञाने कर्जे व गहाण यासंबंधी नियम सांगितले, तसेच व्याजदर, आर्थिक व्यवहार चलनपद्धती

इ. बाबत ऊहापोह केला तर मनुस्मृतीमध्ये कर्जे देण्याविषयी व व्याजआकारणी संबंधित नियम सांगितले आहेत. बृहस्पती व गौतम या ऋषींनी कर्जे व व्याजदरासंबंधी विश्लेषण केले आहे. वेदकाळात पैशांच्या देव-घेवींच्या व्यवहारांचे उल्लेख आढळतात. म्हणजेच बँक व्यवसायाची उत्क्रांती मानवी उत्क्रांतीच्या इतिहासाशी जोडलेली आहे. भारतातील बँक व्यवसायाच्या उत्क्रांतीच्या अवस्था पुढीलप्रमाणे सांगता येतात.

१) सावकारी पेढ्या अथवा एतद्देशीय बँका : प्राचीन काळापासून भारतात सावकार व सावकारी पेढ्या अस्तित्वात होत्या. या सावकारी पेढ्या अथवा सराफी पेढ्या यांनाच 'एतद्देशीय बँका (Indigenous Banks)' म्हणतात.

ज्या वेळेस मानव शेती करू लागला, त्या वेळेस मानवाला पैशाची गरज निर्माण झाली. शेतीसाठी शेतकरी बी कर्जाऊ घेऊ लागला. पेरणीसाठी बियाणे घेतल्यानंतर पीक आल्यानंतर घेतलेल्या बियाण्यांच्या दुप्पट-तिप्पट बी परत करत असे. म्हणजेच जास्त बियाणे परत करावे लागत असे. यातूनच बँक व्यवसायाची निर्मिती झाली. श्रीमंत शेतकऱ्यांनी असा व्यवसाय सुरू केला. त्यानंतर पैसा हा विनिमयाचे माध्यम म्हणून अस्तित्वात आला. एखाद्या व्यक्तीला गरजेसाठी दिलेला पैसा परत घेताना त्याचा मोबदला घेतला जात असे. हा व्यवसाय त्या काळी सावकार, सराफ यांच्याकडून केला जात असे. या सावकारी पेढ्यांचे स्वरूप खूप जुने व स्वतंत्र होते. त्यांची कार्यपद्धती, व्याजदर भिन्न होते. गाव, शहर हे त्यांचे कार्यक्षेत्र होते. त्यानंतर या पेढ्यांचा विस्तार होऊन शेती, व्यापार, उद्योग तसेच राजे, सरदार यांनासुद्धा सावकारी पेढ्या कर्जे देऊ लागल्या. यांनाच एतद्देशीय बँका असे म्हटले जात असे. बँक व्यवसायात सावकारी पेढ्यांना महत्त्व आहे. या सावकारी पेढ्यांचा बँक व्यवसाय कार्य कालखंड खूप मोठा आहे. इंग्रज भारतात येऊन स्थिर होईपर्यंत याच पेढ्या काम करीत होत्या. आजही सावकारी पेढ्या ग्रामीण व शहरी भागात टिकून आहेत. भारतामध्ये इंग्रज येईपर्यंत या सावकारी पेढ्यांची बँक व्यवसायात मक्तेदारी होती. सावकारी पेढ्यांचा व्यवसाय हुंड्यामार्फत केला जात असे (प्रांत भिन्नत्वानुसार हे सावकार वेगवेगळ्या नावांनी ओळखले जात. सराफ, श्रॉफ, चेट्टी, श्रेष्ठी, शेठ, सावकार, महाजन, खत्री, खोत, मालगुजार, गुजर, कोठीवाले इ. नावांनी हे सावकार ओळखले जात. यांनाच एतद्देशीय बँका असे म्हटले जाते. आधुनिक काळातील बँका जी कामे करतात त्यातील अनेक कामे हे सावकार किंवा पेढीवाले करीत असत. उदा. सावकार हुंड्यांचे व्यवहार करीत आणि काही हुंड्या भारतात सर्व ठिकाणी स्वीकारल्या जात.)

२) व्यापारी हुंड्या : भारतात बाराव्या शतकात व्यापारी हुंड्यांचा वापर सुरू झाला. त्या काळापासून जैन लोक सावकारी व्यवसायात स्थिरावले. सतराव्या शतकात भारताल जवळपास प्रत्येक खेड्यात सराफ लोक बँक सदृश्य करीत होते. त्या काळी

परदेशी व्यापाराची सुद्धा भरभराट झाली होती. सुतर शहरावर काढलेल्या हुंड्या तेव्हा वापरात होत्या. महाजन, सावकार, सराफ मोठ्या गावात आणि शहरात कर्जे देणे, हुंड्या लिहिणे, तसेच त्या स्वीकारणे, वढविणे अशी कामे करीत. त्या हुंड्या परदेशात सुद्दा वापरल्या जात असे.

३) निधी व चिटफंड्स : दक्षिण भारतात निधी व चिटफंड्स हे बँकिंगचे आद्य प्रकार विशेष लोकप्रिय होते निधीचाच अर्थ एकमेकांना कर्ज देणाऱ्या संस्था होय; तर चिटफंड म्हणजे ग्रामीण भागात लोकांकडून बचती गोळा करणाऱ्या संस्था होय.

४) राजांचा कर्ज पुरवठा : सावकारांकडून राजे लोक युद्ध खर्चासाठी कर्ज घेत असत. शिवाजी महाराजांची सोन्याची नाणी 'होन' या नावाने ओळखली जात. एका राज्याचे चलन दुसऱ्या राज्यात चालत नसे त्यामुळे सावकार या एका चलनाच्या बदलात दुसरे चलन देत असत व त्या व्यवहारांत कमिशन मिळवित असत. इ. स. १८३५ मध्ये ब्रिटिश सरकारने सर्वदेशभर एकच चलन वापरण्याचा कायदा करेपर्यंत सावकारांचा हा चलनबदलीचा व्यवसाय चालू होता.

५) पाश्चात्त्य बँक व्यवसाय : भारतात इंग्रजांचे आगमन झाल्यावर त्यांना पाश्चात्त्य पद्धतीच्या बँकांची गरज भासू लागली. भारतात इंग्रज प्रथम व्यापाराच्या हेतूने आले. व्यापारासाठी बँकांची आवश्यकता निर्माण झाली. त्या वेळी भारतात सावकारी पेढ्यांची कार्यपद्धती स्वतंत्र होती व व्याजआकारणी अधिक असे. व्यापारासाठी भांडवलाची गरज भागविण्यासाठी त्यांनी पाश्चात्त्य पद्धतीच्या बँका भारतात सुरू केल्या. ब्रिटिशांनी प्रथम एजन्सी गृहे स्थापन केली व त्याद्वारे बँकांची कार्ये सुरू केली.

६) एजन्सी गृहे (Agency Houses) : अठराव्या शतकाच्या उत्तरार्धात कोलकाता व मुंबई येथील ब्रिटिश एजन्सी गृहांनी बँक व्यवसायास सुरुवात केली. हा त्यांचा जोडव्यवसाय होता. ही एजन्सी गृहे ईस्ट इंडिया कंपनीला भांडवल पुरवठा करीत असत. त्यानंतर त्यांनी शेतमालाची वाहतूक आणि विक्रीसाठी कर्जे देण्यास सुरुवात केली. तसेच स्वत:च्या कागदी चलनाची निर्मितीसुद्धा त्यांनी केली. अलेक्झांडर आणि कंपनी या एजन्सी गृहाशी संबंध असलेली हिंदुस्थान बँक इ. स. १७७० मध्ये कोलकाता येथे स्थापन झाली. ही भारतातील पहिली युरोपियन बँक होय; परंतु इ. स. १८३२ मध्ये ही बँक करण्यात आली. १८१३-१४ या काळात एजन्सी गृहाशी संबंधित अनेक बँका स्थापन करण्यात आल्या. मात्र यापैकी अनेक बँका सट्टेबाजी, सदोष व्यवस्थापन, पैशाचा गैरवापर इत्यादीमुळे १९२९-३३ च्या आर्थिक मंदीच्या काळात बंद पडल्या.

७) सहकारी बँक : बडोदा येथे १८८९ मध्ये 'अन्योन्य सहकारी मंडळी' ही पहिली नागरी सहकारी पतसंस्था स्थापन झाली. १९०४ मध्ये सहकारी कायदा संमत

झाला. त्याचवर्षी कांजीवरम् येथे पहिली सहकारी बँक स्थापन झाली. नंतर धारवाड, बेंगलोर येथे सहकारी बँका स्थापन झाल्या. उत्तर प्रदेशात १९०६ आणि अजमेर येथे १९१० मध्ये जिल्हामध्यवर्ती बँका स्थापन झाल्या. १९२० साली भांग पंजाब येथे पहिली भूविकास बँक स्थापन झाली. १९२५ मध्ये प्रांतिक सरकारांनी सहकारी कायदे पास केले.

८) इलाखा बँकांची स्थापना (The Presidency Banks) : स्वत:च्या इलाख्यात अथवा कार्यक्षेत्रामध्ये कर्जाचा पुरवठा करण्यासाठी या बँका स्थापन करण्यात आल्या. इ. स. १८०६ मध्ये कोलकत्याला 'बँक ऑफ कोलकात्ता' ही पहिली इलाखा किंवा प्रेसिडेन्सी बँक स्थापन झाली. तिला १८२३ मध्ये कागदी चलन काढण्याचा परवाना मिळाला आणि इ. स. १८३९ मध्ये शाखा काढण्याचा परवाना मिळाला. ईस्ट इंडिया कंपनीच्या आश्रयामुळे या बँकेला भारतातील बँकांमध्ये महत्त्वाचे स्थान मिळाले. त्यानंतर मुंबईला सन १८४० मध्ये 'दि बँक ऑफ बॉम्बे' आणि १८४३ मध्ये मद्रासला 'दि बँक ऑफ मद्रास' या दोन इलाखा बँकांची स्थापना करण्यात आली. इलाखा बँका व्यापारी बँकांची कामे करीत. तसेच सरकारची बँकविषयक कामे करण्याची परवानगी मिळाली होती. इ.स. १८६२ पर्यंत त्यांना कागदी चलन काढण्याचा परवाना होता. तो १८६२ मध्ये काढून घेण्यात आला. इ. स. १८६६ मध्ये बँक ऑफ बॉम्बेचे दिवाळे वाजले व इ. स. १८६८ मध्ये त्याच नावाची व दर्जाची नवी बँक स्थापन करण्यात आली. इ. स. १९०२ मध्ये तिन्ही इलाखा बँकांचे विलीनीकरण करून 'इंपीरिअल बँक ऑफ इंडिया' स्थापन करण्यात आली. हीच इंपीरिअल बँक १९५५ मध्ये 'स्टेट बँक' झाली.

९) विदेशी बँका : मुंबई येथे १८४२ मध्ये 'दी ओरिएंटल बँकिंग कार्पोरेशन ही देशांतर्गत पहिली विदेशी बँक स्थापन झाली. मात्र ती १८८४ मध्ये बंद झाली. १८५३ मध्ये चार्टड बँक ऑफ इंडिया, ऑस्ट्रेलिया अ‍ॅण्ड चायना स्थापन झाल्या. १९५० साली आलेल ब्रिटिश बँक ऑफ, मिडलईस्ट' अजूनही कार्यरत आहे.

१०) संयुक्त भांडवली बँकांची स्थापना व औद्योगिक बँका : भारतात इ. स. १८८१ मध्ये 'औंध कमर्शिअल बँक' ही पहिली संयुक्त भांडवली बँक स्थापन झाली. सन १८६० मध्ये भारतात कंपनी कायदा केल्यानंतर बँक व्यवसायासाठी कंपनी किंवा संयुक्त भांडवल या तत्त्वाच्या आधारे अनेक लोक एकत्र येऊन भांडवल जमा करणे व जबाबदारी विभागून काम करणे शक्य झाले. १८७४ साली अलायन्स बँक ऑफ सिमला, इ. स. १८९४ मध्ये लाला हरकिशन लाल यांच्या प्रयत्नांमुळे 'पंजाब नॅशनल बँक' आणि १९०१ मध्ये 'पीपल्स बँक' स्थापन झाल्या.

१९०६ ते १९११ या काळात बँक ऑफ इंडिया, सेंट्रल बँक ऑफ इंडिया, बँक ऑफ बरोडा, बँक ऑफ म्हैसूर या बँका नावारूपास आल्या. त्यानंतर मात्र इ. स. १९१३ ते

१९१७ या काळात ८७ बँका बुडाल्या. १९१७ नंतर बँकांच्या वाढीसाठी पोषक वातावरण निर्माण झाले. इ. स. १९१८ मध्ये 'टाटा इंडस्ट्रिअल बँक' ही औद्योगिक बँक स्थापन झाली. तिचे व्यवस्थापन युरोपियनांकडे होते. ही बँक अडचणीत आल्यानंतर इ. स. १९२३ मध्ये सेंट्रल बँक ऑफ इंडियामध्ये तिचे विलीनीकरण करण्यात आले. इ. स. १९४२ पर्यंत बँकांच्या विकासाचा वेग मंदच राहिला. त्यानंतर बँकांची संख्या वाढू लागली.

११) रिझर्व्ह बँकेची स्थापना : इ. स. १९३३ मध्ये मध्यवर्ती कायदे मंडळात रिझर्व्ह बँकेच्या स्थापनेबाबत मसुदा संमत करण्यात आला व १ एप्रिल १९३५ रोजी 'रिझर्व्ह बँक ऑफ इंडिया'ची स्थापना झाली. १ जानेवारी १९४९ रोजी रिझर्व्ह बँकेचे राष्ट्रीयीकरण करण्यात आले.

ब) स्वातंत्र्योत्तर काळातील बँक व्यवसाय

स्वातंत्र्योत्तर काळात भारतीय बँक व्यवसायाची उत्क्रांती अथवा विकास पुढीलप्रमाणे सांगता येतो. भारतीय बँकिंग व्यवस्थेत विविध प्रकारच्या बँकिंग संस्था, सेवा आणि कार्यपद्धती समाविष्ट आहेत. भारतातील बँकिंग व्यवसायाचा विस्तार हा भारताच्या आर्थिक विकासाचे द्योतक आहे.

बँक व्यवसायाची सुयोग्य वाढ होण्यासाठी बँकांच्या कार्यावर नियंत्रण ठेवण्यासाठी भारत सरकारने १९४९ मध्ये बँक नियमन कायदा केला. सर्व बँका रिझर्व्ह बँक ऑफ इंडियाच्या नियंत्रणाखाली आणल्या. त्यामुळे बँक व्यवसायाची योग्य प्रकारे वाढ होण्यास मदत झाली. १९५० मध्ये भारतात ५६८ व्यापारी बँका होत्या. या व्यापारी बँकांत काही दोष होते, ते दूर करण्यासाठी व बँकांची सुयोग्य व संघटित वाढ होण्यासाठी बँक नियमन कायदा १९४९ मध्ये संमत करण्यात आला. कर्जे, बँका ठेवी इ. संबंधी नियम करण्यात आले.

१४ डिसेंबर १९६७ रोजी व्यापारी बँकांवर सामाजिक नियंत्रण लादण्याचा केंद्र सरकारने निर्णय घेतला.

व्यापारी बँकांचे राष्ट्रीयीकरण - बँकांमधील दोष दूर करून देशाच्या विकासास मदत व्हावी यासाठी प्रयत्न करण्यात आले. १९ जुलै १९६९ रोजी १४ व्यापारी बँकांचे राष्ट्रीयीकरण करण्यात आले आणि त्यानंतर १५ एप्रिल १९८० मध्ये आणखी सहा व्यापारी बँकांचे राष्ट्रीयीकरण करण्यात आले.

क्षेत्रीय ग्रामीण बँका - क्षेत्रीय ग्रामीण बँकांची स्थापना १९७६ मध्ये केंद्र सरकारने संमत केलेल्या कायद्यानुसार केली. या बँकांचा उद्देश म्हणजे छोट्या उद्योजकांच्या तसेच शेतकरी, शेतमजूर, ग्रामीण कारागीर आणि छोट्या उद्योजकांच्या गरजा पुरविणे हा आहे. ग्रामीण भागांचा समन्वित विकास करणे हे ग्रामीण बँकांचे मुख्य कर्तव्य आहे. त्यांच्यावर केंद्र सरकारची मालकी असल्याने या बँका केंद्राचे

अंगीकृत उपक्रम आहेत; म्हणून क्षेत्रीय ग्रामीण बँका या व्यापारी बँका असूनही त्यांचे कार्यक्षेत्र मात्र एका ठराविक मर्यादेपर्यंतच म्हणजे एखाद्या जिल्ह्यापुरते अथवा ग्रामीण भागापुरते मर्यादित असते.

१९९१ नंतरच्या आर्थिक सुधारणा व उदारीकरण - भारत सरकारने १९९१ मध्ये खासगीकरण, उदारीकरण आणि जागतिकीकरण या धोरणाचा स्वीकार केला. पुन्हा बँका खासगी करण्यावर भर देण्यात आला. वसुलीचा प्रश्न, बँकांची वाढलेली निष्क्रिय मालमत्ता, बँकांची व कर्मचाऱ्यांची अकार्यक्षमता, बँकांची वेळकाढूपणाची धोरणे इ. मुळे खासगीकरण करणे आवश्यक झाले. खासगीकरणामुळे बँका नफा वाढविण्याचा प्रयत्न करू लागल्या. तसेच परकीय बँकांना मुक्त प्रवेश देण्यात आला. भारत सरकारने अनेक राष्ट्रीयीकृत बँकांमधून आपले भांडवल काढून घेतले. त्यामुळे बँकांचा कारभार अधिक व्यावसायिक पद्धतीने करणे आवश्यक झाले.

बँकिंग प्रणालीच्या नियंत्रणासाठी मध्यवर्ती बँक म्हणून भारतीय रिझर्व्ह बँक काम पाहत आहे. भारतीय बँकिंग क्षेत्रावर सार्वजनिक क्षेत्रातील बँकांचे प्रभुत्व आहे. त्याबरोबरच खासगी आणि परदेशी बँकांनीही आपले व्यावसायिक अस्तित्व दाखविण्यास सुरुवात केली आहे. तसेच सहकारी आणि क्षेत्रीय ग्रामीण बँकाही या बँकरचनेत आपले काम करत आहेत. त्याबरोबर अर्थव्यवस्थेतील विशिष्ट क्षेत्रांशी संबंधित अशा विकास बँकाही काम करत आहेत.

आधुनिक तंत्रज्ञान आणि स्पर्धा : माहिती तंत्रज्ञानातील क्रांतीचा भारतीय बँकिंग पद्धतीवर अनुकूल परिणाम झाला. संगणकाचा वापर ऑनलाईन बँकिंग, कोअर बॅंकिंग, ए.टी.एम. सुविधा, डेबिट व क्रेडीट कार्ड्स, आर. टी. जी. एस. व स्वीफ्ट सुविधा याद्वारे भारतीय बँका ग्राहक सेवेत सुधारणा करीत आहेत. बहुराष्ट्रीय बँका भारतात शाखा उघडत आहेत. परकीय गुंतवणुकीचा ओघ भारतीय बँकामध्ये वाढत आहे. बँकांनी विमा व्यवसायात प्रवेश केला असून त्या ग्राहकांना बँक इन्शुरन्स सेवा देत आहेत. खाजगी कंपन्यांना स्वत:च्या बँका स्थापण्यास परवानगी देण्यात आली आहे. जागतिक दर्जाच्या ३ते ४ बँकाच भारतात असण्यासाठी तसेच नजीकच्या काळात बँकांच्या एकत्रिकरणावर भर दिला जाण्याची शक्यता आहे.

१.५ भारतातील बँकांची रचना (Structure of Indian Banking) :

भारतातील बँक व्यवसायाचे वर्गीकरण असंघटित आणि संघटित बँक व्यवसाय असे केले जाते.

असंघटित बँक क्षेत्र : यामध्ये एतद्देशीय बँका, सावकार आणि सराफी पेढीवाले, व्यापारी इत्यादींचा समावेश होतो. पूर्वी भारतात सराफ, सेठ, शेट्टी, महाजन इत्यादी

कर्जाचे व्यवहार करत होते.

संघटित क्षेत्र : संघटित भारतीय बँक क्षेत्र हे रिझर्व्ह बँक ऑफ इंडियाच्या नियंत्रणाखाली असून त्यात व्यापारी बँका, सहकारी बँका, प्रादेशिक ग्रामीण बँका तसेच परकीय बँकांचा समावेश होतो.

भारतीय बँकांची रचना पुढील प्रमाणे सांगता येते.

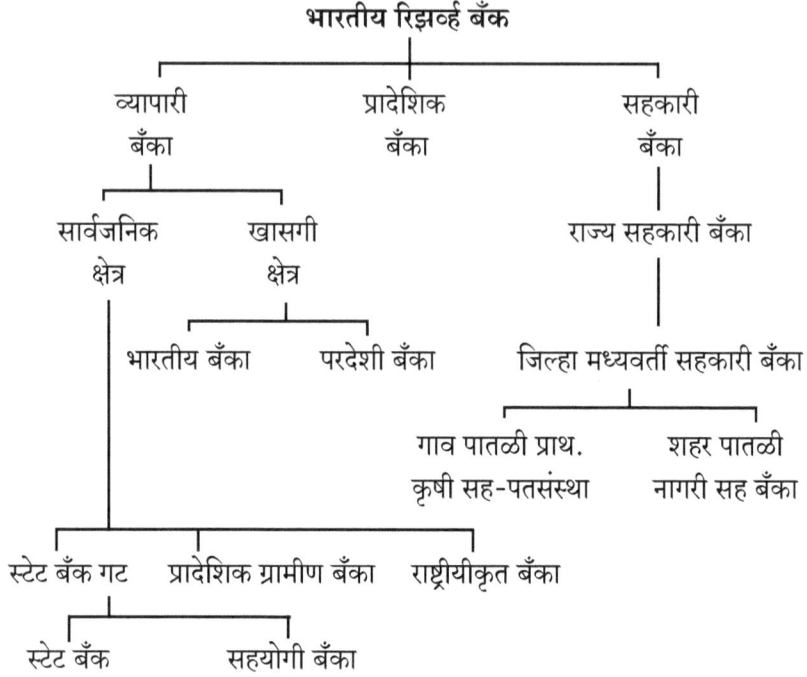

१) भारतीय रिझर्व्ह बँक : भारतीय रिझर्व्ह बँक ही मध्यवर्ती शिखर बँक असून ती भारतातील सर्व बँक क्षेत्रावर नियंत्रण ठेवते. भारतीय रिझर्व्ह बँकेची स्थापना १९३५ मध्ये झाली. तिचे मुख्य कार्यालय मुंबई येथे आहे. रिझर्व्ह बँक देशातील बँकांना विविध सेवा उपलब्ध करून देते. बँक व्यवसायाच्या प्रगतीसाठी रिझर्व्ह बँक सतत प्रयत्नशील असते. देशाची मध्यवर्ती बँक असल्याने विविध कार्ये रिझर्व्ह बँकेला करावी लागतात.

२) सूचित बँका : भारतीय रिझर्व्ह बँक कायदा १९३४ च्या कलम ६ (अ) अनुसार या कायद्याच्या सूची क्र. २ मध्ये ज्या बँकाची नावे समाविष्ट केली जातात. त्यांना सूचित बँका म्हणतात.

१६ । **आधुनिक बँक व्यवसाय**

३) अनुसूचित बँका : सूचित बँका सोडून इतर बँकांना असूचित बँका असे म्हणतात. १९६० मध्ये ३३५ असूचित बँक होत्या. २००७ मध्ये ४ असूचित बँका राहिल्या.

४) व्यापारी बँका : व्यापारी बँका लोकांकडून ठेवी स्वीकारून त्याच ठेवीतून गरजू लोकांना पैसे देण्याचे कार्य करतात. व्यापारी बँकांचे सार्वजनिक क्षेत्रातील (राष्ट्रीयीकृत) बँका आणि खाजगी क्षेत्रातील बँका असे वर्गीकरण केले जाते.

अ) सार्वजनिक क्षेत्रातील बँका : सार्वजनिक क्षेत्रातील बँकांमध्ये (१) स्टेट बँक ऑफ इंडिया आणि त्यांच्या सहयोगी बँका पूर्वी सहयोगी बँकाची संख्या सात होती २०१० साली ती ५ झाली (स्टेट बँक ऑफ बिकानेर ॲन्ड जयपूर, हैदराबाद, त्रावणकोर, म्हैसूर व पतियाळा (२) राष्ट्रीयीकरण झालेल्या बँकांची संख्या २० आहे.

ब) खासगी क्षेत्रातील बँका : यामध्ये भारतीय खासगी बँका आणि परकीय खासगी बँका यांचा समावेश होतो.

१) भारतातील खासगी बँका : १९६९ पूर्वी स्थापन झालेल्या खासगी बँका सध्या कार्य करीत आहेत. त्यातील काही बँका म्हणजे फेडरल बँक मर्यादित, वैश्य बँक मर्यादित, कर्नाटक बँक मर्यादित, फेब्रुवारी २०१३ मध्ये भारतात १५ जुन्या खाजगी बँका होत्या; तर खासगी नव्या बँकाची संख्या फेब्रुवारी २०१३ मध्ये ७ एवढी होती. तसेच स्थानिक क्षेत्रिय बँका ऑगस्ट १९९६ मध्ये स्थापन करण्यासंदर्भात सूचना केली त्यानुसार फेब्रुवारी २०१३ पर्यंत चार स्थानिक क्षेत्रीय बँका कार्यरत होत्या.

२) परकीय व्यापारी बँका : भारतात ब्रिटिश काळापासून परकीय बँका कार्य करत होत्या. फेब्रुवारी २०१३ पर्यंत २४ देशातील ३४ परकीय बँका ३१५ शाखांसह कार्य करीत होत्या. सर्वात जास्त शाखा स्टँडर्ड चाटर्ड या इंग्लंडच्या बँकेच्या आहेत. त्यानंतर HSBC आणि सिटी बँकेचा क्रमांक लागतो.

३) प्रादेशिक ग्रामीण बँका : १९७६ मध्ये केंद्र सरकारने संमत केलेल्या कायद्यानुसार क्षेत्रीय ग्रामीण बँकांची स्थापना झाली आहे (प्रादेशिक ग्रामीण बँका कायदा, १९७६) या बँका छोट्या उद्योगांच्या तसेच शेतकरी, शेतमजूर, ग्रामीण कारागीर आणि छोट्या उद्योजकांच्या गरजा पूर्ण करतात. क्षेत्रीय ग्रामीण बँका या व्यापारी बँका असूनही त्यांचे कार्यक्षेत्र एखाद्या ठराविक मर्यादेपर्यंतच म्हणजेच एखाद्या जिल्ह्यापुरते अथवा ग्रामीण भागापुरते मर्यादित असते.

२ ऑक्टो. १९७५ रोजी पहिल्या पाच प्रादेशिक बँका स्थापन झाल्या. मोरादाबाद, गोरखपूर, भिवानी, जयपूर, माल्डा या अनुक्रमे सिंडीकेट बँक, भारतीय स्टेट बँक, पंजाब

नॅशनल बँक, युकोबँक आणि युनायटेड बँक ऑफ इंडिया या सार्वजनिक बँकांनी पुरस्कृत केल्या. २००५ पासून प्रादेशिक ग्रामीण बँकांच्या विलीनीकरणाला सुरुवात झाली विलीनीकरणानंतर फेब्रुवारी २०१३ पर्यंत संख्या ८२ पर्यंत आली. प्रादेशिक ग्रामीण बँका देशातील २६ राज्यात व पुदुचेरी या केंद्र प्रदेशातील ६२० जिल्ह्यांमध्ये १६००१ शाखांसह कार्य करीत आहेत. उत्तरप्रदेशात सर्वाधिक म्हणजे १० आहेत.

४) सहकारी बँका : भारतातील सहकारी बँकांची रचना त्रिस्तरीय आहे.

पातळी	स्तर
राज्य पातळी	राज्य सहकारी बँका
जिल्हा पातळी	जिल्हास्तरीय मध्यवर्ती सहकारी बँक
गाव पातळी	प्राथमिक सहकारी कृषी पतसंस्था / सोसायटी

ग्रामीण भागातील लोकांना बचतीची सवय लागावी म्हणून प्राथमिक कृषी सहकारी पतसंस्थांची स्थापना ग्रामीण भागात गावपातळीवर करण्यात येते. भारतीय शेतीला आवश्यक असणाऱ्या कर्जाची मुदत विचारात घेऊन ग्रामीण सहकारी पतसंस्था अल्प, मध्यम व दीर्घ मुदतीचा कर्जपुरवठा करतात. भारतातील शेतकऱ्यांना अल्प व मध्यम मुदतीचा कर्जपुरवठा करण्यासाठी गाव किंवा खेडे पातळीवर प्राथमिक शेती, सहकारी पतसंस्था किंवा विविध कार्यकारी सहकारी पतसंस्था प्रत्येक जिल्हा पातळीवर जिल्हा मध्यवर्ती सहकारी बँका आणि राज्य पातळीवर राज्य सहकारी बँका स्थापन करण्यात आल्या आहेत. राज्य सहकारी बँका जिल्हा मध्यवर्ती सहकारी बँकांना व जिल्हा मध्यवर्ती सहकारी बँका प्राथमिक शेती सहकारी पतसंस्थांना कर्जपुरवठा करतात व प्राथमिक सहकारी पतसंस्था / सोसायटी प्रत्यक्ष शेतकऱ्यांना कर्जपुरवठा करतात. रिझर्व्ह बँकेचा शेती क्षेत्राकरिता आरक्षित असलेला निधी हा प्राथमिक सहकारी संस्थांना या बँकांच्या माध्यमातून दिला जातो. जिल्हा सहकारी बँका, राज्य सहकारी बँका व प्राथमिक कृषी सहकारी संस्थेतील दुवा असतात.

दीर्घ मुदतीचा कर्जपुरवठा शेतकऱ्यांना व्हावा यासाठी भू-विकास बँका अस्तित्वात आल्या.

तसेच बिगर कृषी या संस्था शहरी भागात पसरलेल्या आहेत. शहरी भागातील नागरिक, कामगार, व्यावसायिक, पगारदार, उद्योजक, महिला आदींना कर्जपुरवठा व्हावा म्हणून विविध प्रकारच्या नागरी सहकारी बँका व सहकारी पतसंस्थांची स्थापना करण्यात आलेली आहे.

भारतात मार्च २०१० मध्ये ३१ राज्य सहकारी बँका होत्या. त्यांच्या ९८६ शाखा

होत्या. महाराष्ट्रात महाराष्ट्र राज्य सहकारी बँक ही शिखर बँक म्हणून कार्य करते.

भारतात मार्च २०१० मध्ये ३७० जिल्हा मध्यवर्ती सहकारी बँका होत्या. तसेच भारतात मार्च २०१० मध्ये विविध राज्यांमध्ये एकूण ९५,६३३ प्राथमिक कृषी सह. संस्था कार्यरत होत्या. तर महाराष्ट्रात २३९२ एवढी संख्या होती. देशात मार्च २०१० मध्ये २० राज्य भूविकास बँका होत्या. तर ६९७ प्राथमिक भूविकास बँका होत्या.

अ) विकास बँका - भारतीय रिझर्व्ह बँकेने आणि केंद्र सरकारने अर्थव्यवस्थेच्या विशिष्ट क्षेत्राच्या कार्यासाठी स्थापन झालेल्या या बँका आहेत. एखाद्या क्षेत्राचा योजनाबद्ध विकास करण्यासाठी या बँकांची स्थापना झाली आहे.

उदाहरणार्थ -

क्षेत्र	संस्था	स्थापनेचे वर्ष
(१) शेती क्षेत्र	बँक (नाबार्ड)	१९८२
(२) औद्योगिक क्षेत्र	शेती व ग्रामीण विकास बँक	१९६४
(३) गृह क्षेत्र	राष्ट्रीय गृहनिर्माण बँक	१९८५

तसेच आयात-निर्यात बँक; (एक्झिम बँक) लघुउद्योग विकास बँक, आय. सी. आय. सी. आय., आय. एफ. सी. आय. इत्यादी विशिष्ट क्षेत्राच्या विकासासाठी स्थापन केलेल्या बँका आहेत.

संघटित बँकिंग पद्धतीमध्ये बँकिंग विनिमय कायद्यांतर्गत बँकांना नियंत्रित केले जाते आणि त्यांच्या कार्यावर भारतीय रिझर्व्ह बँकेचे नियंत्रण असते.

शेती क्षेत्राच्या विकासासाठी जुलै १९८२ मध्ये रिझर्व्ह बँकेने राष्ट्रीय कृषी व ग्रामीण विकास बँक स्थापन केली. कृषी आणि ग्रामीण विकासासाठी या बँकेला शिखर बँक म्हणूनही ओळखले जाते. देशातील उद्योगांच्या विकासासाठी अल्प, मध्यम आणि दीर्घ मुदतीच्या कर्जासाठी विशेषत: दीर्घ मुदतीच्या कर्जासाठी जुलै १९६४ मध्ये भारतीय औद्योगिक विकास बँकेची (IDBI) स्थापना झाली. ही बँक मोठ्या, मध्यम उद्योगांना कर्ज पुरवठा करते.

लघुउद्योगांच्या विकासासाठी एप्रिल १९९० मध्ये भारतीय लघुउद्योग विकास बँकेची स्थापना झाली. लघुउद्योग क्षेत्रात ती शिखर बँक म्हणून कार्य करते.

गृह क्षेत्रात वित्त पुरवठा करण्यासाठी १९८८ मध्ये राष्ट्रीय गृह निर्माण बँक स्थापन झाली. गृहवित्त पुरवठा करणाऱ्या संस्थांना ही बँक सर्व प्रकारची मदत करते.

प्रश्न :

प्र. १. खालील प्रश्नांची प्रत्येकी १०० शब्दांत उत्तरे लिहा.

   १) बँक शब्दाची उत्क्रांती स्पष्ट करा.

   २) बँक व्यवसायाची उत्क्रांती थोडक्यात सांगा.

   ३) प्रादेशिक ग्रामीण बँक विषयी माहिती द्या.

   ४) विकास बँके विषयी माहिती सांगा.

   ५) भारतीय रिझर्व्ह बँकेची माहिती स्पष्ट करा.

प्र. २. खालील प्रश्नांची प्रत्येकी २०० शब्दांत उत्तरे लिहा.

   १) युरोपातील बँक व्यवसायातील माहिती स्पष्ट करा.

   २) आशियातील बँक व्यवसायाची माहिती सांगा.

   ३) भारतातील बँक व्यवसायाची उत्क्रांती स्पष्ट करा.

   ४) भारतातील बँकेची रचना थोडक्यता सांगा.

प्र. ३. खालील प्रश्नांची ४०० शब्दांत उत्तरे लिहा.

   १) बँक या संज्ञेचा अर्थ सांगून भारतातील बँक व्यवसायाची उत्क्रांती स्पष्ट करा.

   २) भारतातील बँकांची रचना सविस्तर स्पष्ट करा.

   ३) युरोप, अमेरिका आणि आशियातील बँक व्यवसायाचे विवेचन करा.

प्र. ४. टीपा लिहा.

   १) 'बँक' शब्दाची उत्पत्ती

   २) युरोपातील बँका

   ३) एजन्सी गृहे

   ४) सहकारी बँका

   ५) असंघटित विभाग

   ६) आशियातील बँक व्यवसाय

   ७) अमेरिकेतील बँक व्यवसाय

प्रकरण २

व्यापारी बँकांची कार्ये

(Functions of Commercial Banks)

२.१ प्रास्ताविक

२.२ व्यापारी बँका

अ) व्याख्या

२.३ व्यापारी बँकांची कार्ये

२.३.१ प्राथमिक कार्ये

२.४ पैसे पाठविण्याच्या पद्धती

२.१ प्रास्ताविक

बँकाच्या रचनेमध्ये व्यापारी बँकांचा स्वतंत्र प्रकार असतो हे स्पष्ट झाले. अलीकडच्या काळात बँकांचे स्वरूप वेगवेगळे आढळते आणि त्यांची कार्येही अनेकविध असल्याचे दिसून येते. त्यामुळे बँकेची एकच एक रचना करणे कठीण आहे. व्यापारी बँका लोकांकडून ठेवी स्वीकारून त्याच ठेवीतून गरजू लोकांना कर्जे देतात. व्यापक सामाजिक हित आणि उद्दिष्ट यांचा विचार करून बँकांचे राष्ट्रीयीकरण करण्यात आले तसेच आधुनिक सुधारणा काळामध्ये बँक व्यवसायात मोठ्या प्रमाणात सुधारणा घडवून आणल्या. आधुनिक व्यवस्थेत व्यापारी बँकांची कार्ये आणि पैसे पाठविण्याच्या पद्धतींचा या प्रकरणात अभ्यास केला आहे.

२.२ व्यापारी बँका (Commercial Banks)

व्यापारी बँका ही संज्ञा त्यांचे सर्वाथाने वर्णन करण्यास अपुरी पडते. व्यापारी बँकांचे नेमके काम काय आहे, हे सर्व जर व्याख्येत समाविष्ट करण्याचा प्रयत्न केला

तर त्यात खूपच व्याप्ती एकत्रित दाखविली गेली, असा दोष निर्माण होतो. व्यापारी बँका या इतर आर्थिक/वित्त संस्थांपेक्षा वेगळे काम करतात; कारण या बँका पतनिर्मिती करतात ही पतनिर्मिती त्यांच्या कर्जवितरणाच्या कार्यातून निर्माण झाल्याचे दिसते.

अ) व्याख्या (Definition) - फ्रेडरिक ब्रँडफोर्ड यांच्या मते, समाजातील तात्पुरता जादा अथवा अतिरिक्त (Surplus) निधी एकत्र आणणे, त्याचा कर्जवाटपासाठी अथवा गुंतवणुकीसाठी विनियोग करणे ही प्रक्रिया व्यापारी बँकांची कार्यपद्धती दर्शविते. त्याचबरोबर या कार्याशी संबंधित अशा पूरक आणि या प्रक्रियेला आवश्यक असे कामही त्यांच्याकडून होत असते.

ए. के. बासू यांच्या मते, व्यापारी बँका या काही कालावधीकरिता ठेवीचा स्वीकार करतात. या ठेवीचा वापर कर्जवितरण आणि गुंतवणुकीसाठी केला जातो; जेणेकरून त्यांना निधी हे काही परताव्यासह अल्पावधीत परत मिळतात. थोडक्यात व्यापारी बँका या अल्पावधीसाठी व्यापार आणि व्यवसायांसाठी कर्ज देतात. त्या प्रक्रियेतून नफा मिळावा हे त्यांचे मूलभूत उद्दिष्ट असते.

व्यापारी बँकांच्या दोन कार्यपद्धती आहेत. त्या म्हणजे 'एकान्वयी बँक पद्धत' आणि 'शाखा बँक पद्धत'. याशिवाय बँका मिश्र बँकिंग पद्धतीवरही संघटित झाल्या आहेत. भारतामध्ये शाखा बँक पद्धत प्रचलित आहे.

स्वातंत्र्यानंतर व्यापारी बँकांच्या प्रगतीची कल्पना येते. १९६९ मध्ये १४ बँकांचे आणि १९८० मध्ये सहा बँकांचे राष्ट्रीयीकरण करण्यात आले. 'राष्ट्रीयीकरण' म्हणजे बँक व्यवसायाचे संघटन व्यवस्थापन, नियंत्रण व मालकी हे खासगी व्यावसायिकांकडून शासनाने आपल्या ताब्यात घेणे होय. आजच्या जागतिकीकरणाच्या प्रक्रियेत व्यापारी बँकांची भूमिका महत्त्वाची ठरणार आहे.

२.३ व्यापारी बँकांची कार्ये (Functions of Commercial Banks)

देशाची जसजशी प्रगती होत जाते, तसतसे बँक व्यवसायाला अधिकाधिक महत्त्व प्राप्त होत असल्याचे दिसून येते. देश जेवढा प्रगत तेवढा बँक व्यवसाय प्रगत आणि देश जेवढा अप्रगत तेवढा त्या देशातील बँक व्यवसाय अप्रगत अशी स्थिती असल्याचे आढळते. त्याचप्रमाणे आर्थिक वृद्धीबरोबरच बँक व्यवसायाची कार्ये वाढत असल्याचे दिसते. सध्या व्यापारी बँकांच्या कार्याची व्याप्ती वाढली आहे. व्यापाराबरोबरच शेती व उद्योग व्यवसायासाठीसुद्धा बँका कर्जे देत आहेत. त्याचप्रमाणे अल्प मुदतीबरोबरच मध्यम व दीर्घ मुदतीचा कर्जपुरवठा करत आहेत. व्यापारी बँका करीत असलेल्या प्रमुख कार्याचे विश्लेषण पुढीलप्रमाणे करता येते.

२.३.१ प्राथमिक / मूलभूत कार्ये (Primary Functions)

ठेवी स्वीकारणे आणि कर्जे देणे ही व्यापारी बँकांची प्राथमिक कार्ये समजली जातात. कारण ही दोन्हीही कार्ये महत्त्वाची असून त्यांच्या शिवाय बँक बनूच शकत नाही.

(१) ठेवी स्वीकारणे (Accepting Deposits) : व्यक्तीकडून आणि संस्थांकडून येणाऱ्या ठेवी स्वीकारणे. हे बँकेचे अत्यंत महत्त्वाचे कार्य होय. बँकांकडे येणाऱ्या ठेवींचे वेगवेगळे प्रकार आहेत. त्यातील प्रमुख प्रकार पुढीलप्रमाणे :

अ) चालू खात्यातील ठेवी (Current Deposits) : व्यक्ती आणि संस्थांकडून चालू खात्यात ठेवलेल्या ठेवीमधून कितीही वेळेला पैसा काढता येतो. त्यासाठी बँकेला पूर्वसूचना द्यावी लागत नाही. म्हणून या खात्यास चालू खाते म्हणतात. व्यावसायिक, व्यापारी, उद्योजक यांच्या दृष्टीने हे खाते उपयुक्त ठरते. चालू खात्यातील ठेवीवर बँकेला दीर्घकाळासाठी गुंतवणूक करून त्यावर नफा मिळविता येत नाही. चालू खात्यावरील पैसा बँकेला अल्प मुदतीकरताच गुंतविता येणे शक्य असते. अशा प्रकारच्या गुंतवणुकीवर मिळणारा मोबदलासुद्धा अल्प असतो. त्यामुळे चालू खात्यातील ठेवीवर दिल्या जाणाऱ्या मोबदल्याचा दर बचत ठेवीवरील आणि मुदत बंद ठेवीवरील व्याजदराच्या मानाने कमी राहतो.

ब) बचत खात्यातील ठेवी (Saving Deposits) : व्यक्ती आणि संस्थांकडून बचत खात्यात ठेवली जाणारी रक्कम आठवड्यातून ठराविक वेळीच काढता येते. तसेच सामान्यपणे बचत खात्यात ठेवल्या जाणाऱ्या रकमेवर काही मर्यादा घातल्या जातात. मध्यमवर्गाला अल्प बचत करता यावी म्हणून बँका बचत खाते सुरू करतात. गरीब, नोकरदार आणि मध्यमवर्ग यांना या खात्याचा लाभ होतो. लोकांनी पैशाची काटकसर करून अल्पबचत करावी, या दृष्टीने बचत खात्याचा उपयोग होतो. बचत खात्यात ठेवल्या जाणाऱ्या या ठेवीवर चालू खात्यातील ठेवीवरील व्याजदरापेक्षा अधिक, पण मुदतबंद ठेवीवरील व्याजदरापेक्षा कमी व्याज दिले जाते.

क) मुदतबंद ठेवी (Fixed Deposits) : काही विशिष्ट कालखंडासाठी उदाहरणार्थ १, २, ३, ४, ५, ७, १० वर्षांकरिता ठेवल्या जाणाऱ्या ठेवींना 'मुदत बंद' ठेवी म्हणतात. विशिष्ट मुदतीसाठी ठेवलेला पैसा ती विशिष्ट मुदत संपण्यापूर्वी सर्वसाधारणपणे काढता येत नाही. म्हणून व्यक्तींनी आणि संस्थांनी ठेवलेल्या मुदतबंद ठेवीवरील पैसा बँकांना सापेक्षतेने अधिक काळासाठी वापरावयास मिळत असल्याने, बँकेला अशा रकमेची अत्यंत किफायतशीररीत्या दीर्घकाळासाठी गुंतवणूक करणे शक्य होते. अर्थातच बचत आणि चालू खात्यावरील ठेवीवरील व्याजदरापेक्षा मुदतबंद ठेवीवर, अधिक दराने व्याज मिळते.

ड) **सवलतीचे खाते (No frill Account) :** सवलतीचे खाते हा बँकामधील नव्याने सुरू करण्यात आलेला एक बचत ठेव प्रकार आहे. खात्यातील किमान शिल्लक रकमेबाबत त्या खात्याला सवलत देण्यात येते. नेहमीच्या बचत ठेव खात्यात प्रत्येक खातेदाराला त्याच्या खात्यात किमान शिल्लक रुपये ५००/- किंवा १०००/- अशी ठेवावी लागते मात्र सवलतीच्या खात्यात किमान शिल्लक शून्य रुपये अथवा फारच कमी शिल्लक असते या अर्थाने ते सवलतीचे खाते ठरते.

रिझर्व्ह बँक ऑफ इंडियाने सन २००५-०६ च्या वार्षिक योजना पत्रकात सर्व भारतीय बँकांना सवलतीच्या खात्याची रचना करण्याच व ते सुरू करण्याचे आवाहन केले होते.

फायदे – (१) काटकसरीतून वाचलेले पैसे जतन करण्यासाठी उपयुक्त. (२) सवलतीच्या खात्या आधारे कर्ज मिळल्यास सुलभ. (३) सवलती खात्यांचे नेहमीच्या बचत खात्यात रुपांतर करता येते. (४) सवलतीचे खाते हे आर्थिक समावेशन (Finanical Inclusion0 सशक्तीकरण विकास यांचे माध्यम आहे. महत्त्वाचे वैशिष्ट्य म्हणजे या खात्यातील सुविधा प्रत्येक बँके गणिक भिन्न असतात. काही बँका मोफत मागणी धनाकर्ष (Demand Draft) ए. टी. एम. इ. सुविधा पुरवितात. तर काही बँका त्या पुरवित नाहीत.

(इ) पुनरावर्ती किंवा आवर्ती ठेवी (Recurring Deposits) : ठेवीदार दर महिन्याला किंवा विशिष्ट काळाने विशिष्ट रक्कम खात्यात जमा करतो. मुदत संपल्यानंतर बँक खात्यात जमा झालेली रक्कम व्याजासह ठेवीदाराला परत केली जाते. ही मुदत एक वर्षे, दोन वर्षे, तीन वर्षे अशी असते. ठेव रक्कम दर महिन्याला वाढत जाते. तसेच ठेवीवर बचत खात्यापेक्षा जास्त परंतु मुदतठेवी पेक्षा कमीदराने व्याज मिळते. तसेच बँका संचित ठेवी, रोख प्रमाणपत्रे इ. माध्यमातून ठेवी जमा करतात.

(ई) स्वंय प्रवाहित ठेव खतो (Flexi Deposit Auto Sweeps) : स्वयं प्रवाहित ठेव खाते हा अगदी अलिकडचा प्रकार आहे. मागणी ठेव खाते आणि मुदत ठेव खाते या दोन्ही खात्यांचे फायदे या प्रकारच्या ठेव खात्यामध्ये देण्याचा प्रयत्न केला जातो. या सुविधे अंतर्गत खातेदाराला एकाच वेळी रोखता आणि लाभता असा केला जाते. दुहेरी फायदा मिळतो. बचत चालू ठेव खाते व मुदत खाते यामधील जादाची रक्कम परस्पर गरजेनुसार एका खात्यातून दुसऱ्या खात्यात वर्ग केली जाते. बचत ठेव खात्यात किमान शिल्लक ठेवून आवश्यक तेवढी रक्कम काढता येते तर मुदत ठेव खात्यात कमी पडणारी रक्कम बचत चालू ठेव खात्यातून घेऊन त्यावर मिळणाऱ्या जादा व्याजदराचा फायदे घेता येतो.

२) कर्ज पुरवठा करणे आणि आगाऊ रक्कम देणे/अग्रिम देणे (Granting Loans & Advances) :

व्यक्तींनी आणि संस्थांनी बँकेकडे ठेवलेल्या पैशाच्या आधारावर बँका निरनिराळ्या प्रकारच्या गरजू लोकांना निरनिराळ्या प्रकारची कर्जे देतात. बँका कर्ज देताना कर्जदारांकडून काही तारण घेत असतात. बँका निरनिराळ्या प्रकारच्या कर्जावर निरनिराळ्या दरांनी व्याजाची आकारणी करतात.

बँका कर्जाऊ रकमा घेताना कमी व्याजदराने घेतात आणि जास्त व्याज दराने रकमा देतात. दोन्ही व्याज दरातील फरक म्हणजेच बँकेचा फायदा असतो. स्थावर मालमत्ता, सोने, कर्ज रोखे, शेअर्स इ. वस्तूंच्या तारणावर कर्ज देताना बँक जागरूक राहात असते. बँकाचे कर्ज पुरवठा करण्याचे प्रकार पुढीलप्रमाणे सांगता येतात.

अ) रोख कर्जे : व्यक्ती आणि संस्थांना बँकेच्या नियमात असणाऱ्या प्रकारचे तारण घेऊन बँका कर्ज मंजूर करतात. या पद्धतीने कर्ज देताना कर्जदाराच्या नावे बँकेत खाते उघडले जाते. त्या खात्यावर मंजूर रक्कम जमा केली जाते. कर्जाऊ रकमेएवढ्या पैशाची नोंद कर्जदाराच्या पासबुकात दाखवली जाते. तसेच त्याला एक चेकबुक दिले जाते. चेकच्या साहाय्याने कर्जदार हवी असणारी रक्कम काढू शकतो. कर्जाची रक्कम निश्चित केलेली असते. ही पद्धत बँका आणि कर्जदार दोघांनाही सोईस्कर आहे.

ब) मुदत कर्जे (Term Loan) : व्यापारी बँका अल्प, मध्यम मुदतीची कर्जे देतात. दीर्घ मुदतीची कर्जे ३ ते ५ वर्षापर्यंत देतात परंतु त्यासाठी त्या फारसा इच्छुक नसतात. मुदत संपल्या नंतर कर्जे परत करावी लागतात. त्यासाठी अधिक व्याजदर आकारतात.

क) अधिकर्ष सवलत किंवा जादाउचल सवलत (Overdraft Facility) : ठेवीदाराला त्याच्या खात्यात असणाऱ्या रकमेपेक्षा जास्त रक्कम काढण्याची परवानगी दिली जाते. अशा प्रकारे चालू खात्यात जमा असलेल्या रकमेपेक्षा ठेवीदाराला दिली जाणारी जादा रक्कम म्हणजे अधिकर्ष सवलतीच्या मार्गाने दिले जाणारे कर्जच होय. अधिकर्ष सवलत कर्जरोखे, शेअर्स, विमा पॉलिसी इत्यादी मालमत्तेच्या तारणावर दिली जाते. ही सवलत बँकेच्या ठेवीदारांनाच मिळते. उदा. शिवलाल हे बँकेचे ठेवीदार आहेत. त्यांच्या खात्यात २५,००० रुपये आहेत. त्यांना आणखी ५०,००० रुपयांची गरज आहे. श्री. शिवलाल हे आणखी ५०,००० रुपये मिळण्याची विनंती बँकेला करतात. बँक त्यांना ५०,००० रुपये जास्त काढण्याची सवलत देते. त्याच वेळी बँक ठराविक दिवसांची मर्यादा निश्चित करून देते. श्री. शिवलाल यांनी जेवढी रक्कम खात्यातून उचलली असेल, तेवढ्यावरच व्याज आकारले जाते. या सवलतीला अधिकर्ष किंवा जादाउचल

सवलत म्हणतात.

ड) हुंडी वटविणे (Discounting Bill) : आधुनिक काळात अनेक व्यवहार उधारीवर चालतात. त्यातून निर्माण होणारी बिले अथवा हुंडी वटविण्याचे काम बँका करतात. हुंडी म्हणजे विशिष्ट रक्कम ऋणकोने धनकोला सर्वसाधारणपणे तीन महिने मुदतीनंतर विशिष्ट दिवशी परत देण्यासंबंधी दिलेले लेखी वचन होय. उदा., समजा 'अ' या घाऊक व्यापाराने 'ब' या किरकोळ व्यापाऱ्याला आज रोजी १००० रु. किमतीचा माल विकला. या मालाच्या खरेदीची किंमत म्हणून १००० रुपये ताबडतोब रोख देणे 'ब' ला शक्य नसल्याने 'अ' हा 'ब' वर तीन महिने मुदतीची हुंडी काढतो आणि त्यावर सही करून व ती हुंडी स्वीकारतो. मालाची किमत १००० रुपये अधिक १००० रुपयांवरील ३ महिने मुदतीचे व्याज (समजा रु. ५०/-) अशा रीतीने 'अ' १०५० रुपयाची हुंडी 'ब' वर काढतो. 'ब' ने सही केल्यानंतर ही हुंडी 'अ' कडे परत येते. या तीन महिन्यांत 'अ' ला पैशाची निकड न भासल्यास तो तीन महिन्यानंतर 'ब' ला हुंडी परत करून त्याच्याकडून १०५० रु. वसूल करील; पण समजा तीन महिने पूर्ण होण्यापूर्वीच 'अ' ला पैशाची निकड भासू लागल्यास 'अ' ने काय करावे? मुदत पूर्ण होण्यापूर्वी कायदेशीर रीतीने 'अ' ला 'ब' कडे पैशाची मागणी करता येणार नाही. म्हणून अशा स्थितीत 'अ' ती हुंडी बँकेत नेऊन 'वटवून' घेतो. याचाच अर्थ तो ती हुंडी बँकेला विकतो आणि अशा रीतीने रोख पैसा ताबडतोब मिळवू शकतो. मुदत पूर्ण न झालेल्या अशा हुंडीवर लिहिलेली १०५० रु. ही रक्कम 'अ' ला मिळणार नाही, हे स्पष्टच आहे. बँक हुंडीच्या किमतीतून म्हणजे १०५० रु. तून किती कसर कापून घेईल, हे चालू व्याजदरावर आणि हुंडीची मुदत भरण्यास अद्याप किती दिवस आहेत, या दोहोंवर अवलंबून राहील. अशा रीतीने मुदत भरण्यापूर्वीच हुंडी बँकेला विकून रक्कम मिळविण्याच्या व्यवहाराला 'हुंडी वटविणे' असे म्हणतात.

थोडक्यात घाऊक व्यापाऱ्याने किरकोळ व्यापाऱ्याला उधारीवर माल विकला असेल तर घाऊक व्यापारी हुंडी लिहून त्यावर किरकोळ व्यापाऱ्याची स्वीकृती घेऊन ती स्वत:कडे ठेवतो घाऊक व्यापाऱ्याला जेव्हा मुदतीपूर्वी रोख रक्कमेची गरज भासते. तेव्हा तो ती हुंडी त्याच्या बँकेकडे पाठवितो बँक काही कसर (Discount) कापून हुंडीची उर्वरित रक्कम घाऊन व्यापाऱ्याला देतो हुंडीची मुदत संपल्यावर बँक किरकोळ व्यापाऱ्याकडून हुंडीची पूर्ण रक्कम वसुल करते. या हुंडीच्या व्यवहारामुळे किरकोळ व्यापाऱ्याला उधारीवर माल खरेदी करता येऊन त्याला त्याचा व्यवसाय करून उत्पन्न मिळविता येते. घाऊक व्यापाऱ्याला विकलेल्या मालाची रक्कम लगेच मिळते. तर बँकेला Discount च्या स्वरूपात उत्पन्न मिळते. हुंड्याचा व्यापार उदिमाला पर्यायाने अर्थव्यवस्थेला गती देतात. दरम्यानच्या काळात बँक स्वत: सुद्धा गरज असेल तर वढविलेल्या हुंड्या मध्यवर्ती बँकेकडे पुनर्वतणूक

करून त्या तारणावर कर्ज घेऊ शकतात.

अशा रीतीने ठेवी स्वीकारणे व कर्जे देणे ही बँकेची दोन महत्त्वाची कार्ये मानली जातात. ही दोन्ही कार्ये सर्वच बँका करतात. त्यांना बँकेची प्राथमिक कार्ये असे म्हणतात. आधुनिक बँका या दोन प्राथमिक कार्यांबरोबरच बँकेचे ठेवीदार आणि खातेदारांसाठी इतर अनेक प्रकारची कार्येसुद्धा करतात.

इ) आगाऊ कर्जे (Advances) : मुदत ठेवींच्या पावत्यांच्या तारणावर बँका ठेवीदारास आगाऊ कर्जे देऊ शकते. भारतीय रिझर्व्ह बँकेच्या आदेशानुसार मुदत ठेवीवर कर्ज देताना बँकेने ठेवीवर द्यावयाच्या व्याजदरापेक्षा निदान २% जादा व्याजदर या ठेवीवरील कर्जावर आकारावा.

ई) पैसे देण्याची हमी घेणे (Guarantee of Loans) : खरेदी व्यवहार करणाऱ्या दोन व्यक्ती अनोळखी असल्यास त्यांना ओळखणारी बँक ही मध्यस्थ म्हणून कार्य करते. खरेदीदाराच्या वतीने त्याच्या पैशाची हमी बँक विक्रेत्याला देते. अशी हमी देताना बँका काही फी घेत असतात. अशी फी हा बँकेच्या उत्पन्नाचा भाग असतो.

थोडक्यात अधिकर्ष सवलत, हुंडी वटविणे, पैसे देण्याची हमी घेणे इत्यादी विविध प्रकारच्या कर्जाचा अगाऊ रक्कम देणे अथवा अग्रिमे असा एकत्रित उल्लेख होय. प्रत्येक प्रकारच्या अग्रिमाला आपण कर्ज म्हणतो परंतु व्यवहारात दोन्ही शब्द एकाच अर्थाने वापरले जातात.

२.३.२ दुय्यम / अनुषंगिक कार्ये (Secondary Functions) :

बँकांच्या या दुय्यम कार्याला सर्वसाधारण सेवा कार्य असेही म्हटले जाते. ग्राहकांचा प्रतिनिधी म्हणून त्यांच्या सूचनेनुसार केल्या जाणाऱ्या कार्याला प्रतिनिधित कार्ये म्हटले जाते. पैशाची दुय्यम कार्ये पुढील प्रमाणे सांगता येतात.

१) खातेदारांचा हस्तक अथवा प्रतिनिधी म्हणून कार्ये करणे (Agency Services) :

आधुनिक काळात बँक खातेदारांचा हस्तक अथवा प्रतिनिधी म्हणून आपल्या ग्राहकाच्या वतीने सेवा करीत असते.

अ) पैशांची वसुली आणि परतफेड : ठेवीदारांच्या वतीने बँका चेक (धनादेश), हुंड्या, व्यापारपत्र जमा करणे आणि त्याचप्रमाणे वचन चिठ्ठ्यांची रक्कम जमा करणे आणि ठेवीदारांच्या विम्याचे हप्ते भरण्याची व्यवस्था करतात. बँक ठेवीदारांसाठी वरील कार्य करताना कार्याचा मोबदला घेते. या कार्यामुळे ग्राहकांचा बराच त्रास वाचतो आणि अर्थव्यवस्थेचे दैनंदिन काम सुरळीतपणे चालू राहण्यास मदत होते.

ब) खरेदी-विक्री : व्यापारी बँका आपल्या ठेवीदारांच्या वतीने शेअर्स, कर्ज, रोखे, सोने, चांदी यांसारख्या मौल्यवान वस्तूंची खरेदी-विक्री करतात. खातेदारांना याबाबत फारसे ज्ञान नसल्याने बँक ठेवीदारांच्या/ग्राहकांच्या वतीने त्यांची प्रतिनिधी म्हणून कार्य करते.

क) पैसे पाठविणे : व्यापारी व व्यावसायिकांच्या मोठ्या रकमा बँका आपले खातेदार आणि ठेवीदारांसाठी चेक आणि ड्राफ्टद्वारे पाठवितात. त्याचा खर्च कमी येतो. ठेवीदारांच्या अथवा ग्राहकांच्या वतीने ड्राफ्ट, मेल ट्रान्सफर, टेलिग्राफिक ट्रान्स्फर इत्यादी सोई बँक उपलब्ध करून देते. मेल ट्रान्स्फरच्या साहाय्याने एक बँक आपल्या दुसऱ्या शाखेत पैसे पाठविते. तसेच अत्यंत कमी वेळेत पैसे पाठवावयाचे असतील तर तारेच्या साहाय्याने (टेलिग्राफिक ट्रान्स्फर) पैसे पाठविता येतात.

ड) विश्वस्त व प्रतिनिधी म्हणून कार्य करणे : विश्वस्त म्हणून बँका खातेदारांचे काम पाहतात. लोकांच्या मौल्यवान वस्तूंचा सांभाळ करणे, विश्वस्त व पालक म्हणून जबाबदारी स्वीकारणे आणि खातेदारांच्या काही आर्थिक व्यवहारात बँका प्रतिनिधित्व करतात. आपल्या मालमत्तेची गैरव्यवस्था होऊ नये तसेच आपली मालमत्ता इतरांच्या ताब्यात जाऊ नये, ती आपल्या वारसांना मिळावी व मालमत्तेचा योग्य वापर व्हावा म्हणून खातेदार विश्वस्त म्हणून बँकेला नेमतात.

इ) पैशाचे व्यवहार करणे : ग्राहकाच्या सूचनेवरून एका व्यक्तीकडून दुसऱ्या व्यक्तीला पैसे देण्याचे काम करतात. पैसे पोचवण्याची व्यवस्था केली जाते. कोणाला आणि कोठे पैसे द्यावयाचे याची सूचना ग्राहकांनी द्यावयाची असते.

ई) प्रतिनिधी म्हणून काम करणे : बँका खातेदाराचे प्रतिनिधी म्हणून संपत्तीकर भरणे, आयात-निर्यात कर भरणे इत्यादी कामे करतात.

उ) कायम सूचनांचे पालन : खातेदार आपल्या खात्यातून विशिष्ट व्यक्तीला पैसे देण्याबाबत कायम स्वरूपी सूचना देऊ शकतो. पैसे देण्याबरोबर पैसे घेण्याचे सुद्धा कार्य बँका करतात. टेलिफोन बिल भरणे, व्याज जमा करून घेणे, बाहेरगावच्या व्यक्तीच्या खात्यावर पैसे हस्तांतरित करणे इ. कामे बँका कायमस्वरूपी सूचनांचे पालन करून करतात. विश्वस्त म्हणून बँका आपल्या खातेदाराची कामे करतात.

२) सर्वसामान्य लोकोपयोगी सेवा (General Utility Functions) :

ग्राहकांच्या वतीने बँका सेवा करीत असतात, आधुनिक काळात प्रतिनिधी म्हणून तसेच सर्वसामान्य उपयोगाच्या अनेक सेवा उपलब्ध करून देतात. सेवांची संख्या आणि व्याप्ती अलिकडच्या काळात वाढत चाललेली आहे. वाढत्या स्पर्धेमुळे ग्राहकांना आकर्षित

करण्यासाठी सेवांचे प्रलोभन बँका दाखवताना दिसून येतात.

ग्राहकांच्या सोईसाठी बँका पुढील निरनिराळ्या सोई उपलब्ध करून देतात.

अ) मौल्यवान वस्तू सुरक्षित ठेवणे : व्यापारी बँका लोकांच्या मौल्यवान वस्तूंचा सांभाळ करतात. सोने व चांदीचे दागिने, शेअर्स, कर्जरोखे, दुर्मीळ व मौल्यवान वस्तू सीलबंद पेटीत बँकेच्या लॉकर्समध्ये ठेवून बँक लॉकर्सचे भाडे आकारते.

ब) प्रवासी चेक देणे : व्यापारी बँका ग्राहकांना प्रवासी चेक उपलब्ध करून देतात. हे चेक साध्या चेकपेक्षा वेगळे असतात. प्रवासात मोठी रक्कम जवळ बाळगणे धोक्याचे असते, धोका टाळण्यासाठी बँका आपल्या खातेदारांना प्रवासी चेक देतात.

क) परकीय व्यवहार अथवा सेवा : परकीय हुंड्या स्वीकारणे किंवा त्या संबंधीचे व्यवहार करणे, आंतरराष्ट्रीय व्यापाराकरिता आवश्यक असणाऱ्या वित्तीय सोई उपलब्ध करून देणे, व्यक्तीकरिता अथवा संस्थाकरिता परकीय चलनाचे व्यवहार करणे.

ड) हमीपत्र घेणे : खातेदारांच्या वतीने कंपन्या आणि महामंडळे यांच्याकडून उभारल्या जाणाऱ्या कर्जाची हमी घेणे.

इ) सांख्यिकीय माहिती गोळा करणे : बँका आपल्या खातेदारांसाठी उद्योगधंदे, शेती, व्यापार इत्यादीसंबंधीची आकडेवारी आणि माहिती गोळा करून ती प्रसिद्ध करते. अनेक व्यापारी बँका आर्थिक क्षेत्रांतील निरनिराळ्या समस्यांची माहिती व आकडेवारी मिळवून व त्यांचे विश्लेषण करून हे संशोधन आपल्या गिऱ्हाईकांना शिक्षण देण्याच्या व माहिती पुरविण्याच्या उद्देशाने आपापल्या नियतकालिकांद्वारे प्रसिद्ध करतात.

ई) वेतन, निवृत्ती वेतन देणे : अनेक शासकीय कर्मचाऱ्यांची / अधिकाऱ्यांची पगारी बिले बँकेमध्ये असतात. बँका त्यांच्या वतीने कोषागाराला देतात. तसेच पेन्शन धारक सेवानिवृत्त लोक आपले निवृत्तीवेतन कोशागारातून मिळविण्याचा अधिकार बँकांना देतात. तसेच ग्राहकाच्या सूचनेनुसार शेअर्स आणि कर्ज रोख्यांचे खरेदी विक्रीचे व्यवहार करतात.

उ) बँकांची क्रेडिट कार्डे : वस्तू व सेवा खरेदीसाठी पतपुरवठा करण्याचे साधन म्हणून बँकांनी क्रेडिट कार्डे प्रचारात आणली आहेत. ज्यांच्या उत्पन्नाची खात्री आहे तसेच एका मर्यादेच्या खाली उत्पन्न येणार नाही. याची खात्री असते अशाच ग्राहकांना क्रेडिट कार्ड दिले जाते. भारतातील प्रमुख बँकाची क्रेडिट कार्डे प्रचलित आहेत. क्रेडिट कार्ड हे नफा मिळविण्याचे बँकेचे एक साधन असते. क्रेडिट कार्डमुळे ग्राहकांना सोयीसुविधा उपलब्ध होत असल्या तरी उपभोगवादाला चालना मिळते. देशपातळीवर विचार करता भांडवल निर्मिती आणि बचतीला अडथळा ठरतो.

ऊ) परकीय चलनाचे रूपांतर करून देणे : आंतरराष्ट्रीय व्यापारात वेगवेगळ्या देशांच्या चलना संदर्भात परकीय चलनाचे रूपांतर देशी चलनात करून देण्याचे काम बँका करतात उदा. भारतीय व्यापाऱ्याने अमेरिकेच्या व्यापाऱ्याकडून माल खरेदी केल्यास त्याला डॉलरमध्येच पैसे द्यावे लागतील. त्यासाठी रूपयाचे डॉलरमध्ये रूपांतर करून पैसे द्यावे लागतील. हे रूपांतर करण्याचे काम बँका करतात.

ए) स्टॉक इन्व्हेस्ट : स्टॉक इन्व्हेस्ट वित्तीय साधन म्हणून अधिकृतपणे मान्य झालेले आहे. स्टॅक इन्व्हेस्टची योजना वैयक्तिक गुंतवणूकदार आणि म्युच्युअल फंड या पुरतीच मर्यादित आहे. समभाग अथवा कर्ज रोख्यांसाठी गुंतवणूक करणारे प्रथम समभागाची मागणी करतात. त्या कर्जाबरोबर धनादेश जोडावा लागतो तो पूर्ण किंमतीचा अथवा निम्म्या किंमतीचा जोडावा लागतो. रोखे विक्रीची मुदत संपल्यानंतर कर्जदाराला किती रोखे मंजूर करावयाचे हा निर्णय झाल्यानंतर राहिलेल्या रकमेची मागणी गुंतवणूकदार व्यक्तीकडे केली जाते. त्याला तीन ते सहा महिने लागतात. गुंतवणूकदारांचे पैसे अडकून राहतात त्यासाठी स्टॉक इन्व्हेस्ट या साधनाचा उपयोग केला जातो समभागाचे मंजुरीचे पत्र आल्यानंतर त्या कंपनीच्या बँकेकडून सदर स्टॉक इन्व्हेस्ट गुंतवणूकदाराच्या बँकेकडे वटावणीसाठी येतो. विशिष्ट संख्येचे समभाग मंजूर झाले तरच तसे पत्र मिळाल्यानंतर गुंतवणुकदाराच्या खात्यातून पैसे काढले जातात. समभागासाठी कर्जासोबत मूळ स्टॉक इन्व्हेस्ट जोडावा लागतो.

२.४ पैसे पाठविण्याच्या पद्धती (Methods of Remittance) :

बँका खातेदारांच्या वतीने एका ठिकाणाहून दुसऱ्या ठिकाणी पैसे पाठविण्याचे महत्त्वाचे कार्य करीत असतात. ग्राहकांच्या वतीने बँक पैशाचे स्थलांतर करण्याची जबाबदारी घेते तेव्हा बँक कमी खर्चात सेवा देण्याची हमी देते, तसेच सेवा सुरक्षितपणे आणि तत्परतेने देण्याची हमी देते. कोणतीही व्यक्तीला, आप्तसंबंधित व्यक्तीला, मित्रांना पैसे पाठवावयाचे असतात. शिक्षण घेणाऱ्या विद्यार्थ्यांसाठी व शैक्षणिक कामासाठी मोठ्या प्रमाणात पैसे पाठवावे लागतात. म्हणूनच अलीकडच्या काळात बँकांमार्फत पैसे पाठविण्याचे प्रमाण वाढलेले दिसून येते. फार दूरचा प्रवास करणाऱ्या लोकांना स्वत:बरोबर फार मोठी रक्कम प्रवासासाठी नेणे धोक्याचे वाटते. अशा व्यक्तींना प्रवासी धनादेश देऊन (ट्रॅव्हलर चेक) साहाय्य केले जाते. अलीकडच्या काळात पैशाचे स्थलांतर सुलभ होण्यासाठी पतपत्रे (क्रेडिट कार्ड्स) सुरू केली आहेत.

पूर्वी पोस्ट खात्याद्वारे मनीऑर्डर पाठविणे शक्य होते परंतु मोठ्या रकमेसाठी ही पद्धत खर्चिक ठरू लागली. त्यामुळे पैसे पाठविण्यासाठी बँकेच्या या कार्यात महत्त्व प्राप्त झाले. बाजारपेठाचे स्वरूप बदलल्यामुळे पैसे पाठविणारी सुरक्षित आणि विश्वासपात्र यंत्रणा आवश्यक ठरली. आर्थिक व्यवहारांची व्याप्ती वाढली, एका ठिकाणाहून दुसऱ्या

ठिकाणी रकमा घेऊन जाणे जोखमीचे, खर्चिक आणि वेळखाऊ असल्याने पैशाच्या पाठवणीला महत्त्व आले. शिक्षण, व्यवसायासाठी पैसे पाठविण्याचे प्रमाण वाढले, आर्थिक व्यवहार मोठ्या रकमेत होऊ लागले त्यामुळे अशा वेगवेगळ्या कारणामुळे पैसे पाठविण्याच्या कार्याला महत्त्व प्राप्त झाले. पैसे पाठविण्याच्या पद्धती अथवा साधने पुढीलप्रमाणे आहेत.

अ) मागणी पत्र किंवा धनाकर्ष (Demand Draft) : बँकेच्या साहाय्याने पैसे एका ठिकाणाहून दुसऱ्या ठिकाणी पाठविण्याचे साधन म्हणजे मागणी धनाकर्ष होय. मागणी धनाकर्ष (डिमांड ड्राफ्ट) म्हणजे बँकेच्या एका शाखेने दुसऱ्या शाखेवर विशिष्ट व्यक्तीला किंवा संस्थेला पैसे देण्यासंबंधी काढलेला आदेश होय. मागणीपत्र किंवा डिमांड ड्राफ्ट म्हणजे बँकेने बँकेला दिलेला आदेश आहे. डिमांड ड्राफ्ट संबंधिताच्या खात्यातच जमा करावा लागतो. मागणीपत्र अथवा डिमांड ड्राफ्टमध्ये द्यावयाच्या पैशाची रक्कम, मागणीपत्र काढल्याचा दिनांक, पैसे घेणाऱ्या व्यक्तीचे नाव यांचा निर्देश केलेला असतो. असे मागणीपत्र साध्या टपालाने अथवा रजिस्टर्ड टपालाने पाठविता येते. ज्या व्यक्तीला डिमांड ड्राफ्ट मिळतो. त्यास त्याच्या राहण्याच्या ठिकाणी स्थानिक शाखेकडून पैसे मिळतात किंवा त्या शाखेत त्याच्या खात्यावर मागणीपत्राची रक्कम जमा होते. म्हणजेच ज्या व्यक्तीला मागणीपत्र दिले आहे त्या व्यक्तीच्या खात्यात लगेच पैसे जमा होतात.

डिमांड ड्राफ्ट हा रेखांकित असल्याने पैशाचे स्थलांतर करण्यास फार सुरक्षित आहे. डिमांड ड्राफ्टची रक्कम आगोदरच भरलेली असते त्यामुळे पैसे मिळणाऱ्या व्यक्तीला संबंधित बँकेच्या शाखेत जमा केल्यास ताबडतोब पैसे मिळतात. डिमांड ड्राफ्ट कमी खर्चिक असल्यामुळे मोठ्या रकमेची ताबडतोब पाठवणी करता येते. सर्वसामान्य व्यक्तीसुद्धा डिमांड ड्राफ्ट काढू शकते. डिमांड ड्राफ्ट काढण्याला सोपा आहे.

ब) बँकेचा धनादेश (Banker's Cheque) : ग्राहकाने स्वत:च्या बँकेला पैसे देण्यासंबंधी दिलेला आदेश म्हणजे धनादेश किंवा चेक होय. जेव्हा एखादी व्यक्ती दुसऱ्या व्यक्तीला १०,००० रुपयांचा धनादेश देते त्या वेळेस धनादेश स्वीकारणारी व्यक्ती ग्राहकाच्या बँकेमधून त्या पैशाचा स्वीकार करते. म्हणजेच बँकेला ग्राहकाने पैसे देण्याचा दिलेला आदेशच असतो. संबंधित ग्राहकाने दिलेला धनादेश बँकेकडे दिल्यास ज्या व्यक्तीस धनादेश दिलेला असतो, त्याला बँक संबंधित धनादेशाची रक्कम देते; जर धनादेश क्रॉस केलेला असेल, रेखांकित केलेला असेल तर संबंधित व्यक्तीला धनादेश खात्यात भरावा लागतो. दूरवरच्या शहरातील बँकेतून धनादेशाचे पैसे मिळण्यास विलंब लागत असे मात्र RTGS, NEFT मुळे अलीकडे असा विलंब लागत नाही. शहरात एकमेकांना पैसे देण्यासाठी धनादेशाचा वापर मोठ्या प्रमाणात केला जातो.वेळीच पैसे प्राप्त करण्याचा तसेच वेळेचा अपव्यय टाकण्यासाठी धनादेशाचा मार्ग महत्त्वाचा ठरतो.

व्यापारी बँकांची कार्ये । ३१

क) टपालाने हस्तांतर (Mail Transfer) : टपालाने हस्तांतरण हा पैसे एका ठिकाणाहून दुसऱ्या ठिकाणी पाठविण्याचा आणखी एक मार्ग आहे.

ज्या वेळेस बँक ग्राहकाकडून रोख अथवा खात्यातील रक्कम त्याने दिलेल्या व्यक्तीच्या नावाने दुसऱ्या शाखेत टपालाने किंवा पोस्टाने पाठविते तेव्हा त्यास टपालाने हस्तांतरण किंवा पैसे पाठविणे असे म्हणतात. टपाल हस्तांतरणाद्वारे बँक ग्राहकाचे पैसे स्वत: टपालाने पाठविते व त्यानुसार संबंधित बँकेतून पैसे मिळतात.

टपाल हस्तांतरणात एकाच बँकेच्या दोन शाखांत दोन ठिकाणी एका व्यक्तीच्या खात्यावर देयता व दुसऱ्या व्यक्तीच्या खात्यावर जमा दाखविली जाते; म्हणून टपाल हस्तांतरण पैसा पाठविणाऱ्या व्यक्तीला व पैसे घेणाऱ्या व्यक्तीला अशा दोन्हींनाही फार सोईस्कर असते; कारण अनेक प्रकारच्या औपचारिकता व पैसे घेणाऱ्या व्यक्तीच्या परिचयाची खाती यासारख्या गोष्टी या पद्धतीत टाळल्या जातात.

टपालाने निधी हस्तांतरण करण्यासाठी बराच वेळ लागतो. टपालाने हस्तांतरण करण्याची जबाबदारी बँकेची असते. सुरक्षितपणे दूर अंतरावर पैसे पाठविण्यासाठी टपाल निधी हस्तांतरण पद्धतीचा मोठ्या प्रमाणात वापर केला जातो.

पैसे पाठविण्याची ही स्वस्त पद्धत आहे. एका बँक शाखेतून दुसऱ्या बँक शाखेतील खात्यात पैसे जमा होत असल्याने सुरक्षितता प्राप्त होते शिवाय फसवेगिरीचा धोका नसतो. तसेच पैसे घेणाऱ्या व्यक्तीच्या परिचयाची खात्री करण्याची गरज भासत नाही.

ड) तारेद्वारे हस्तांतर (Telegraphic Transfer) : सामान्य लोकांना अनेक वेळा आकस्मिक आजारासाठी अथवा अनपेक्षित अशा परदेशप्रवासासाठी तत्काळ पैशाचे हस्तांतरण करण्याची गरज पडते. तेव्हा ही पद्धत उपयुक्त ठरते. ग्राहकाचे पैसे किंवा रक्कम बँक तारेद्वारे दुसऱ्या शाखेत किंवा बँकेत पाठविते तारेद्वारे निधी हस्तांतरण असे म्हणतात.

या पद्धतीत ग्राहकांकडून तारयंत्राद्वारे किंवा तारेद्वारे पाठविण्याचा अर्ज किंवा पावती, संबंधित रक्कम आणि कमिशन घेतल्यानंतर बँक ग्राहकाने नमूद केलेली रक्कम तारेने संबंधित रक्कम देण्याची सूचना दुसऱ्या शहरातील बँकेस देते. ज्या व्यक्तींसाठी रक्कम पाठविली आहे, त्या व्यक्तीने ओळख दिल्यानंतर रक्कम त्या व्यक्तीला मिळते. एका शहरातून दुसऱ्या शहरातील बँकेत जलद पैसे पाठविण्यासाठी या पद्धतीचा वापर केला जातो.

बँकेच्या पैसे घेणाऱ्या शाखेत पैसे घेणाऱ्या व्यक्तीचे खाते असेल तरच ही पद्धत स्वीकारता येते. या पद्धतीत फसवणुकीची शक्यता नसते. तारेसाठी कमिशन आकारले जाते त्यामुळे बँकेचा हा एक उत्पन्नाचा मार्ग होता. ही पद्धत पूर्वी अस्वित्त्वात होती.

इ) इलेक्ट्रॉनिक साधनांच्या साहाय्याने निधी हस्तांतर (Electronic Fund Transfer) : जेव्हा विद्युतभारित साधनांच्या साहाय्याने ग्राहकांच्या सूचनेनुसार एका बँकेतून दुसऱ्या बँकेत किंवा एका शाखेतून दुसऱ्या शाखेत पैसे किंवा रक्कम हस्तांतरित केली जाते तेव्हा त्यास इलेक्ट्रॉनिक साधनांच्या साहाय्याने निधी हस्तांतरण असे म्हणतात. यामध्ये मुख्यत: संगणकाचा वापर केला जातो. इंटरनेटच्या माध्यमातून एका शाखेतील पैसे दुसऱ्या शाखेत किंवा बँकेत तात्काळ हस्तांतरित केले जातात.

जेव्हा रकमेचे हस्तांतरण हे इलेक्ट्रॉनिक टर्मिनल, दूरध्वनी, संगणक अथवा चुंबकीय पट्टी अशा इलेक्ट्रॉनिक व दूरसंदेशवहनीय साधनाद्वारे केले जाते. तेव्हा त्यास इलेक्ट्रॉनिक निधी पाठवण अथवा प्रेषण असे म्हणतात. इलेक्ट्रॉनिक निधी पाठविण्यामध्ये खालील बाबींचा समावेश होतो.

(अ) ए. टी. एम. चे व्यवहार (ब) टेली बँकिंग (क) निरसन केंद्रातून आलेल्या इलेक्ट्रॉनिक संदेशानुसार खातेदारांची खाती जमा अथवा नावे करणे. (ड) संदेशवहन जाळ्याच्या साहाय्याने केलेली पाठवण / प्रेषण (इ) डेबिट कार्ड व क्रेडिट कार्ड द्वारे हस्तांतरण (ई) आर. टी. जी. एस. (उ) एन. इ. एफ. टी. (ऊ) स्वीफ्ट इ.

मोठ्या कंपन्या अथवा बँका दरवर्षी मोठ्या प्रमाणात अनेक सभासदांना व्याज अथवा लाभांश वाटतात. त्यासाठी धनादेश तयार करून पाठविण्यास खर्च व मोठा कालावधी लागतो. इलेक्ट्रॉनिक अथवा विद्युतभारित साधनांच्या साहाय्याने अतिशय कमी वेळेत व कमी खर्चात रक्कम एका ठिकाणाहून दुसऱ्या ठिकाणी पाठविता येते. यासाठी दोन्ही बँकांचे संगणकीकरण झालेले पाहिजे. दोन्ही बँका ऑनलाईन इंटरनेटच्या साहाय्याने जोडलेल्या असल्या पाहिजेत. याला इलेक्ट्रॉनिक निरसन सेवा असे म्हणतात.

बँकिंग क्षेत्रात संगणकाच्या साहाय्याने घरबसल्या बँक व्यवहार, टॅली बँकिंग या संकल्पना उदयाला आल्या.

आर. टी. जी. एस. (सर्वकाल स्थूल समाशोधन)
(Real Time Gross Settlement) :

या प्रकारच्या हस्तांतरणामध्ये रकमेचे एका बँकेतील खात्यातून दुसऱ्या बँकेत इ-स्थानांतर वास्तव वेळेत आणि ढोबळ समेट पद्धतीने होते. भारतीय बँकिंग प्रवाहातून होणाऱ्या आंतरबँक रक्कम स्थानांतर सुविधांपैकी ही सर्वांत वेगवान अशी पद्धती आहे. या पद्धतीतून किमान रु. २ लाख व कमाल कितीही रक्कम पाठविता येते. सामान्य परिस्थितीत प्रेषक बँकेने पाठविलेली रक्कम प्राप्त कर्त्या बँकेला अगदी वास्तव वेळेला पैशांचे स्थानांतर होते. वास्तव वेळेत याचा अर्थ प्रदान व्यवहाराला कोणताही प्रतिक्षा कालावधी नसतो. थोडक्यात मोठ्या रक्कमेचे स्थानांतर इलेक्ट्रॉनिक पद्धतीने कमी वेळात देशाच्या कोणत्याही भागात करता येणारी ग्राहकाधिक्कारी आंतर बँक प्रेषण पाठवणी पद्धती आहे.

एन. ई. एफ. टी. (राष्ट्रीय इलेक्ट्रॉनिक निधी स्थानांतरण)
(National electronic Funds Trasfer - NEFT) :

एका बँकेच्या खात्यामधून देशातील दुसऱ्या बँकेच्या विशिष्ट खात्यात सांगितलेली रक्कम इलेक्ट्रॉनिक पद्धतीने पाठविण्याची ही सुविधा आहे. व्यक्ती संस्था, कंपन्या ज्यांचे बँकेत खाते आहे त्या NEFT द्वारा कितीही रक्कम पाठवतात.

जागतिक पातळीवरील आंतर बँक दूर संपर्क संघटना (The Society for the worldwide inter bank financial Telecommunication SWIFT) : ही जगातील अचूक आणि झटपट सेवा पुरविणारी नामवंत संस्था आहे. स्विफ्टने २०० देशात हस्तांतरणाचे काम केले आहे करत आहे. वित्तीय संस्थांच्या समस्या दूर करण्यासाठी आंतरराष्ट्रीय पातळीवर सदस्य बँकांना मदत करते. त्यामुळे चलनमुक्त अशी वाटचाल सुरू झाल्याचे दिसून येते. संगणकाचा उपयोग करून आंतरराष्ट्रीय पातळीवर मागणीप्रमाणे आणि गरजेप्रमाणे निधी पाठविण्याचे काम बँका इलेक्ट्रॉनिक माध्यमातून करतात. म्हणजेच बँका आपल्या खातेदारांचे पैसे एका देशातून दुसऱ्या देशात पाठवू शकतात.

संगणक प्रणालीद्वारे बँकिंग प्रणालीच्या साहाय्याने निधीचे हस्तांतरण करता येते. एखाद्याने बँकेच्या कोणत्याही शाखेत खाते उघडले तर तो त्या शाखेबरोबरच बँकेचा ग्राहक बनतो. उदा. बेंगलोर येथील बँकेच्या शाखेत एखाद्याने खाते उघडले तर तो खातेदार पुण्यातून त्या खात्यावर व्यवहार करू शकतो अशा रीतीने आंतरबँक वित्तीय दूरसंपर्क संघटनेमुळे बँक व्यवसायात प्रगती झाल्याचे दिसून येते. पैसे पाठविणे, पैसे काढणे, पैशाचे व्यवहार करणे या प्रणालीमुळे सोपे झाले.

पैसे पाठविण्याच्या इतर पद्धती पुढील प्रमाणे -

बक्षीस / आहेर धनादेश (Gift Cheque) : वास्तविक हा पैसे पाठविण्याचा प्रकार नाही परंतु कोणत्याही व्यक्तीला बक्षीस अथवा आहेर देऊन पैशाचे हस्तांतरण होत असते त्यामुळे पैशाचे एका व्यक्तीकडून दुसऱ्या व्यक्तीकडे हस्तांतरण होते असे धनादेश रंगीबेरंगी असतात त्यावर एक्कावन्न, एकशे एक या रकमा छापलेल्या असतात, धनादेश खरेदी करतानाच त्याची रक्कम बँकेत जमा करावी लागते. तसेच ज्याला तो धनादेश देणार त्याचे नाव त्यावर लिहिले जाते. धनादेश घेणारा त्या बँकेचा खातेदार असावा. अशा रीतीने पैसा संक्रमणाचा हा एक प्रकार मानला जातो.

प्रवासी धनादेश (Traveller's Cheque) : प्रवासी धनादेश देणाऱ्या बँकेच्या कोणत्याही शाखेत परिवर्तित करता येतो. पैसे देणारी बँक त्या व्यक्तीची स्वाक्षरी घेते व धनादेशावर असणारी स्वाक्षरी त्या व्यक्तीचीच आहे का ? याची खात्री करून घेते. प्रवासी धनादेश हा वहनीयता सुलभ असल्याने मोठ्या रकमांचे हस्तांतरण सहज होते. तसेच

धनादेशाची चोरी होत नाही; कारण धनादेशावर निर्देश केलेल्या व्यक्तीशिवाय तो नष्ट करता येत नाही. सध्या दूरचे प्रवास तसेच मोठी रक्कम जवळ बाळगण्याचा धोका त्यामुळे प्रवासी धनादेश महत्त्वाचा ठरतो.

प्रवासी कर्जपत्र (Travellers Letter of credit) : निधी पाठविण्यासाठी प्रवासी कर्ज पत्रांचा उपयोग होतो. ज्या व्यक्ती वेगवेगळ्या देशात फिरतात तसेच वेगवेगळ्या देशात व्यापार करणारे लोक यांना या कर्जपत्राचा अधिक फायदा होतो. प्रवासी कर्जपत्रे प्रवास सुरू होण्याअगोदर बँकेकडून खरेदी करावी लागतात अथवा रक्कम त्याच्या खाती नावे टाकून वसूल करण्याची व्यवस्था केली जाते. या पत्राद्वारे देशातील बँक, परदेशातील बँक अथवा तिच्या अधिकृत एजंटांना प्रवाशाच्या नावाने काढलेला ड्राफ्ट्स अथवा हुंड्या वटविण्याची विनंती केलेली असते.

तसेच प्रवासी कर्ज पत्रामध्ये हमी कर्जे हा सुद्धा प्रकार येतो. या हमी कर्जप्रकारात परकीय बँक कर्ज पत्राचे पैसे रोख न देता दुसरे हमीपत्र देते. त्यामुळे परकीय बँक जसे की, देशातील बँकेच्या हमीपत्राला पुन्हा एकदा हमी देते.

वरील प्रकारामध्ये परकीय बँकेच्या प्रमाणपत्रात प्रवाशाचे नाव, ठिकाण, पैसे मिळण्याचे ठिकाण, रक्कम इत्यादींचा समावेश असतो. या पत्रावर देशातील बँकेच्या अधिकाऱ्याची सही असते. पैसे घेताना परदेशात प्रवाशाला नमुन्याबरहुकूम सही केल्याशिवाय पैसे मिळत नाहीत.

अशा रीतीने जगात परिवर्तन जसे होत आहे त्याप्रमाणे आर्थिक सुविधा निर्माण होत आहेत. सध्या चेक्सचा उपयोग चलनी नाण्याप्रमाणे होतो तसेच क्रेडिट कार्डचा सुद्धा आपल्याला उपयोग होतो. परकीय चलनामध्ये मिळणारे प्रवासी चेक मोठ्या परकीय बँका आजसुद्धा विक्री करतात. तसेच व्हिसा कार्डचासुद्धा आंतरराष्ट्रीय क्रेडिट कार्डच्या माध्यमातून उपयोग करण्यास सुरुवात केलेली आहे. म्हणजेच जगामध्ये पैसे पाठविण्याच्या पद्धतीत कालमानानुसार बदल होताना दिसून येतो.

प्रश्न :

प्र. १. खालील प्रश्नांची प्रत्येकी १०० शब्दांत उत्तरे लिहा.

१) व्यापारी बँका म्हणजे काय ? थोडक्यात सांगा.

२) हुंडी वटविणे म्हणजे काय ते स्पष्ट करा.

३) अधिकर्ष सवलत म्हणजे काय ?

४) मागणी धनाकर्षाचे विवेचन करा.

५) इलेक्ट्रॉनिक साधनाच्या साहाय्याने निधीचे हस्तांतरण म्हणजे काय ?

प्र. २. खालील प्रश्नांची प्रत्येकी २०० शब्दांत उत्तरे लिहा.

१) व्यापारी बँकेची व्याख्या सांगून व्यापारी बँकेची कार्ये सांगा.

२) पैसे पाठविण्याच्या पद्धती सविस्तर लिहा.

३) इलेक्ट्रॉनिक साधनांच्या साहाय्याने निधीचे हस्तांतरण स्पष्ट करा.

प्र. ३. खालील प्रश्नांची ४०० शब्दांत उत्तरे लिहा.

१) व्यापारी बँकेची प्राथमिक आणि दुय्यम कार्ये स्पष्ट करा.

२) पैसे पाठविण्याच्या विविध पद्धतींचे सविस्तर विश्लेषण करा.

प्र. ४. टीपा लिहा.

१) व्यापारी बँकांची प्राथमिक कार्ये

२) पैसे पाठविण्याच्या पद्धती

३) एन. ई. एफ. टी.

४) आर. टी. जी. एस.

प्रकरण ३

व्यापारी बँकेची तत्त्वे

(Principles of Commercial Bank)

३.१ प्रास्ताविक

३.४ व्यापारी बँकेच्या ताळेबंदातील घटक

३.१ प्रास्ताविक :

अलीकडच्या काळात बँकाचे स्वरूप वेगवेगळे आढळते आणि त्यांची कार्ये ही अनेक विध असल्याचे दिसून येते. त्यामुळे बँकाची एकच एक रचना करणे कठीण आहे. बँकाचे विविध प्रकार संभवतात. व्यापारी बँक हा त्यातील एक प्रकार आहे. व्यापारी बँकाच्या दोन कार्यपद्धती आहेत त्या म्हणजे एकान्वयी बँक पद्धत आणि शाखा बँक पद्धत याशिवाय मिश्र बँक पद्धत भारतामध्ये शाखा बँक पद्धत प्रचलित आहे. स्वातंत्र्यानंतर व्यापारी बँकाच्या प्रगतीवरून कल्पना आपल्याला येते. कर्जे देणे आणि गुंतवणूक करणे ही व्यापारी बँकाची अत्यंत महत्त्वाची कार्ये आहेत. दिलेली कर्जे आणि गुंतवणुका योग्य त्या मोबदल्या शिवाय बँकेला परत मिळणे आवश्यक असते ठेवीदारांनी अत्यंत विश्वासाने बँकेकडे सुरक्षित राहण्यासाठी ठेवी दिलेल्या असतात. त्या ठेवी तशाच पडून राहणे बँकेच्या दृष्टीने तोट्याचे असते त्यासाठी बँकाना कर्ज धोरण व गुंतवणूक धोरण निश्चित करावे लागते. जास्तीत जास्त उत्पन्न मिळविण्यासाठी अणि मुद्दल सुरक्षित राहिल यादृष्टीने

बँकेला आपले भांडवल निधी व ठेवीची रक्कम कर्जासाठी व गुंतवणुकीसाठी वापरावी लागते. व्यापारी बँका बहुविध पतनिर्मिती करतात हे करत असताना बँकांना बँक व्यवसायाची मूलतत्त्वे सांभाळावी लागतात.

३.२ बँक व्यवसायाची मूलतत्त्वे - रोखता, लाभता व सुरक्षितता
(Principles of Banking Liquidity, Profitability & Safety) :

अ) रोखता (Liquidity) : बँकेजवळ ठेवल्या जाणाऱ्या ठेवींपैकी काही रक्कम ठेवीदारांच्या किंवा ग्राहकांच्या मागणीनुसार रोख पैशाच्या स्वरूपात देण्याची बँकेची कुवत म्हणजे 'रोखता' होय. बँका ठेवीदारांकडून ठेवी स्वीकारतात. तेव्हा ठेवीदारांच्या ठेवी मागणीप्रमाणे परत करणे आवश्यक असते. तसेच त्यांच्या ठेवी सुरक्षित राहणे आवश्यक असतात. मागणीप्रमाणे ठेवी परत करण्याचे आश्वासन बँकांनी दिलेले असते. त्यासाठी बँकांना रोख रक्कम स्वत:जवळ ठेवावी लागते. ठेवीदारांच्या बचत आणि चालू खात्यातील रकमा मागणीनुसार ताबडतोब रोख स्वरूपात देण्यास बँक समर्थ नसल्याचे दिसून आल्यास लोकांचा बँकेवरील विश्वास उडून आपले सर्व व्यवहार स्थगित करण्याची पाळी बँकेवर येते. व्यापारी बँक खासगी क्षेत्रात काम करत असल्यास वरील परिस्थितीत बँकेचे दिवाळे वाजले किंवा बँक बुडीत गेली असे समजले जाते.

काही कालावधी दिला गेल्यास बँक आपल्याजवळील निरनिराळ्या जिंदगीचे (मालमत्तेचे) रोख स्वरूपात रूपांतर करून रोख रकमेसाठी असलेली ठेवीदारांची मागणी पूर्ण करू शकेल. मात्र, जिंदगीचे (मालमत्तेचे) योग्य रोख रकमेत रूपांतर ताबडतोब करता येते की नाही व त्याद्वारे रोख रकमेसाठी असलेली मागणी ताबडतोब भागविता येते किंवा नाही हाच रोखतेसंबंधीचा महत्त्वाचा प्रश्न आहे. यावरून असे दिसून येते की, एखाद्या बँकेजवळ योग्य प्रकारची जिंदगी (मालमत्ता) असूनही ती बँक बुडीत जाण्याची शक्यता असते. ठेवीदारांची रोख रकमेसाठी असलेली मागणी ताबडतोब भागविणे हे बँक व्यवसायाचे प्रथम तत्त्व असल्याने आपल्याजवळील रक्कम गुंतविताना आवश्यक तेवढी रोख रक्कम म्हणजेच रोखता आपल्याजवळ नेहमी राहील, याची सतत काळजी बँकेला घ्यावी लागते.

थोडक्यात रोखता म्हणजे बँकेची चालू देणी अथवा देणी रोख रकमेत तात्काळ भागविण्याची क्षमता होय. त्यासाठी आवश्यक असेल तेवढी रोख रक्कम बँकेकडे कायम उपलब्ध असावी लागते.

ब) लाभता किंवा लाभप्रदता (Profitability) : बँकेला केवळ रोखतेकडे लक्ष देऊन भागत नाही तर लाभप्रदतेकडे लक्ष देणे तितकेच महत्त्वाचे आहे. त्यासाठी जिंदगी खरेदी करताना त्यापासून योग्य तेवढा नफा मिळत राहील, याविषयी बँकेला

नेहमी जागरूक राहावे लागते. बँकेने आपली संपत्ती अशा पद्धतीने गुंतविली पाहिजे की, त्या गुंतवणुकीपासून बँकेला जास्तीत जास्त नफा मिळू शकेल. लाभता म्हणजे नफा मिळविणे.

संपत्तीच्या खरेदीचे व्यवहार ठेवीदारांनाही बँकेत ठेवलेल्या पैशाच्या आधारावरच केले जातात. नफा मिळविण्यासाठी उद्योग व व्यवसायाला कर्ज देणे, भागभांडवल खरेदी करणे, कर्जरोखे खरेदी करणे, हुंड्या वटविणे इ. स्थावर मालमत्ता खरेदी करण्यासाठी राहिलेली रक्कम वापरतात, त्यासाठी ठेवीदारांचा बँकेवर पूर्ण विश्वास असणे आवश्यक असते. त्यासाठी रोक रकमेसाठी असणारी मागणी पूर्ण करण्याच्या दृष्टीने बँकेला ज्याप्रमाणे योग्य तेवढी रक्कम म्हणजेच रोखता जवळ बाळगावी लागते. त्याचप्रमाणे बँकेला आपल्या मालमत्तेपासून योग्य तो लाभ मिळत राहील याचीसुद्धा काळजी घेणे आवश्यक असते.

क) सुरक्षितता (Safety) : नवीन व्यवसाय व उद्योजक यांना कर्ज देताना त्यात धोका असतो. म्हणून मिळणाऱ्या लाभाचे प्रमाण मोठे असते. म्हणजेच कोणत्या प्रकारची गुंतवणूक फायदेशीर असते, याचा विचार बँक व्यवस्थापकाला करावा लागतो. वेगवेगळ्या प्रकारांनी गुंतवणूक करून बँका रोखता व लाभता या तत्त्वाचा स्वीकार करतात. रोखता व लाभता यात समतोल साधता आल्यास सुरक्षित बँकेला राखता येते.

सुरक्षितता म्हणजे बँकेने जी मालमत्ता किंवा जिंदगी मिळविलेली असते त्या मालमत्तेची कायदेशीर बाजू संशयतीत किंवा सुरक्षित असली पाहिजे. सुरक्षिततेच्या तत्त्वाकडे आणखी एका दृष्टीने पाहता येते. बँकेने केलेली गुंतवणूक धोकादायक उद्योग-व्यवसायात आहे किंवा कसे, या बाबतीत बँकेला अत्यंत सावध असावे लागते. अशा उद्योग, व्यवसायाच्या शेअरमध्ये केलेली गुंतवणूक सट्टेबाजीच्या स्वरूपाची असण्याची शक्यता असल्याने ती धोकादायक ठरू शकते. दिलेली कर्जे सुरक्षित राहावीत म्हणून बँकेने तारण स्वीकारले पाहिजे. कर्जे देताना एका व्यक्ती अथवा संस्थेला न देता ती अनेकांना व वेगवेगळ्या उद्योग-व्यवसायांना दिली पाहिजेत. त्यामुळे एखाद्या व्यक्ती, उद्योग, व्यवसायाला दिलेले कर्ज वसूल झाले नाही तर इतर उद्योग-व्यवसायातून मिळालेल्या नफ्यातून ते नुकसान कमी करता येईल. गुंतवणूक केलेली रक्कम बुडणार नाही, याची काळजी बँकेने घेतली पाहिजे. म्हणजेच बँकेने सुरक्षिततेची हमी घेतली पाहिजे. त्यालाच सुरक्षिततेचे तत्त्व म्हणतात.

रोखता व लाभता यातील परस्परविरोध / विरोधाभास / द्वंद्व (Conflict Between Liquidity and Profitability)

रोखता आणि लाभता ही बँक व्यवसायविषयक दोन तत्त्वे सर्वसाधारणपणे परस्परविरुद्ध असतात. उदा. रोख रकमेत 'रोखता' भरपूर असते; पण अशी रोख रक्कम

जवळ बाळगल्यास बँकेला केवळ या रोकडीतून काहीही नफा मिळत नाही, हे उघड आहे. याउलट दीर्घकालीन गुंतवणुकीमध्ये रोखता (रोख रकमेत रूपांतर करण्याची सुलभता) फारच अल्प असते. कारण अशा गुंतवणुकीचे (घरदार, यंत्रसामग्रीचे भाग इ.) योग्य अशा रोख रकमेत ताबडतोब रूपांतर करणे फार कठीण असते. मात्र अशा दीर्घ मुदतीच्या गुंतवणुकीपासून भरपूर लांभाश मिळण्याची शक्यता असल्याने यात लाभता मात्र भरपूर असते.

बँकेला रोखता आणि लाभता ही दोन तत्त्वे नेहमी डोळ्यांसमोर ठेवावी लागतात आणि या परस्परविरोधी तत्त्वांचा योग्य मेळ घालावा लागतो. रोखता आणि लाभता या दोन परस्परविरोधी तत्त्वांचा योग्य समन्वय घातला जाण्यावर व्यापारी बँकांचे यश अवलंबून असते. लाभता वाढावी म्हणून बँकेने प्रयत्न केल्यास रोखता खूपच कमी होते. रोखता वाढविण्यावर भर दिल्यास बँकेचा मूळ हेतू लाभ मिळविणे या तत्त्वाला हरताळ फासावा लागतो. लाभता वाढविण्यावर जोर दिल्यास सुरक्षिततेला धक्का बसतो व बँकेचे अस्तित्व धोक्यात येण्याची शक्यता असते. त्यामुळे बँकेला पैशाची गुंतवणूक करताना रक्कम सुरक्षित राहण्याचे धोरण आखावे लागते. उदा. रोख खरेदी करताना, हुंड्या वटविताना. त्यामुळे रक्कम सुरक्षित राहील व या संपत्तीचे रोखतेत ताबडतोब रूपांतर करता येईल व बँकेला जास्तीत जास्त नफा मिळेल म्हणून बँकेला आपल्या मालमत्तेची अशी वाटणी करावी लागते, की त्यामुळे रोखता आणि लाभता व सुरक्षितता यांचा समन्वय साधता येईल. यातच बँक व्यवस्थापनाची कसोटी असते. या कसोटीला उतरणारी बँक यशस्वी होते.

३.३ बहुविध पतनिर्मिती (Multiple Credit Creation)

व्यापारी बँकांजवळ दोन प्रकारे ठेवी जमा होतात. ग्राहकांकडून या रकमा स्वीकारून ज्या ठेवी निर्माण होतात, त्यांना प्राथमिक ठेवी (Primary Deposits) असे म्हणतात. प्राथमिक ठेवीमधील पैसा म्हणजे एका अर्थाने वैयक्तिक पैशासारखाच असतो. कारण पैसा ग्राहकांनी स्वत: रोख रकमेच्या स्वरूपात बँकेत भरलेला असतो. प्राथमिक ठेवीमुळे बँकेची जिंदगी व देयता या दोहोमध्ये सारखीच वाढ होते. प्राथमिक ठेवी निर्माण करणे म्हणजे रोख पैशाचे ठेवींच्या स्वरूपातील पैशात रूपांतर करणे होय. अशा वेळी अर्थव्यवस्थेतील एकूण पैसा किंवा चलनसंख्या यामध्ये कोणताही बदल न होता पैशाची संख्या पूर्वीइतकीच राहते.

ठेवी निर्माण करण्याचा दुसरा प्रकार म्हणजे बँकांनी दिलेला कर्जातून ज्या नवीन ठेवी निर्माण होतात, त्या ठेवींना व्युत्पन्न ठेवी किंवा निर्मित ठेवी (Derived Deposits) असे म्हणतात. त्या पुढीलप्रमाणे निर्माण होतात.

एखादा कर्जदार कर्ज मिळविण्यासाठी बँकेकडे येतो. तेव्हा बँक त्या गिऱ्हाईकाला

कर्जाची रक्कम जमा दाखविली जाते. याचाच अर्थ कर्ज देण्याच्या या व्यवहारामुळे बँकेकडून ठेवी निर्माण केल्या जातात. त्याचप्रमाणे ज्या वेळी एखादी व्यक्ती आपल्याजवळील रोखे बँकेला विकते, त्या वेळी त्या रोख्यांच्या मोबदल्यात द्यावयाची किंमत रोख पैशाच्या स्वरूपात न देता त्या गिऱ्हाइकाच्या नावाने खाते उघडून त्या खात्यात ती रक्कम जमा दाखविली जाते. अशा वेळी कर्जदारास किंवा बँकेला विकते त्या वेळी त्या रोख्यांच्या मोबदल्यात द्यावयाची किंमत रोख पैशाच्या स्वरूपात न देता त्या गिऱ्हाईकाच्या नावाने खाते उघडून त्या खात्यात ती रक्कम जमा दाखविली जाते. अशा वेळी कर्जदारास किंवा बँकेला रोखे विकणाऱ्या गिऱ्हाईकास जरूर पडल्यास त्यांना आपल्या रकमा केव्हाही रोख स्वरूपात देण्याची तयारी बँकेची असते. आणि म्हणून कर्जदाराच्या किंवा रोखे विक्रेत्याच्या नावाने खाते उघडून त्या खात्यात विशिष्ट रकमा जमा दाखवून अशा रीतीने रकमा अदा करण्याच्या पद्धतीला कर्जदारांचा किंवा बँकेला रोखे विकणाऱ्यांचा विरोध असण्याचे कारण नसते. अशा रीतीने बँकेकडून या पद्धतीने निर्माण केल्या जाणाऱ्या ठेवींना व्युत्पन्न ठेवी म्हणतात. या व्युत्पन्न ठेवी एकूण किती रकमेच्या असतील, हे संबंधित बँकेच्या कर्ज देण्याच्या आणि गुंतवणूक - प्रयत्नांवर अवलंबून राहते.

व्यापारी बँका ज्या वेळी कर्ज देते ते कर्ज रोख रकमेच्या स्वरूपात न देता त्याच्या नावाने खाते उघडले जाते व त्या खात्यात ती रक्कम जमा दाखविली जाते. म्हणूनच प्रत्येक कर्ज ठेव निर्माण करते असे म्हटले जाते.

बँका खातेदारांच्या ठेवीतून कर्जे देऊन पैसा निर्माण करतात; म्हणून त्यास पतनिर्मितीचे कार्य म्हटले जाते.

ग्राहकांची रोख पैशाकरता असणारी मागणी पूर्ण करण्यासाठी व्यापारी बँकेला आपल्याजवळ काही रोख पैसा नेहमी जवळ बाळगावा लागतो; परंतु रोख पैशासाठी असलेली ही मागणी ताबडतोब पूर्ण करण्यासाठी प्राथमिक ठेवीपैकी सर्वच्या सर्व पैसा रोख स्वरूपात ठेवण्याची आवश्यकता नसते. प्राथमिक ठेवींच्या काही टक्क्यांइतकीच रोख रक्कम बँकेला आपल्याजवळ ठेवावी लागते. यामुळे बाकीची रक्कम निष्क्रिय राहण्याची शक्यता निर्माण होते. सामान्यत: बँका आपल्याजवळील प्राथमिक ठेवींच्या १०% रक्कम रोख पैशाच्या स्वरूपात ठेवून बाकीची रक्कम कर्ज म्हणून देतात. रोख पैसा आणि ठेवी यांचे प्रमाण १ : १० या प्रमाणाच्या जवळपास असते. या प्रमाणावरच बँकेची कर्ज देण्याची शक्ती अवलंबून असते. रूढ रोख निधीच्या या १०% गुणोत्तरापेक्षा जादा असलेल्या रोख पैशाच्या आधारे व्युत्पन्न किंवा दुय्यम ठेवी निर्माण केल्या जातात अथवा पतनिर्मिती केली जाते.

एका बँकेने दिलेले कर्ज ज्या व्यक्तीला दिले जाते, ती व्यक्ती त्या कर्जाची सर्व रक्कम ताबडतोब खर्च न करता. सोईच्या अशा ठिकाणी ठेव म्हणून ठेवते. अशा प्रकारे ठेवली

जाणारी ठेव या दुसऱ्या बँकेची 'प्राथमिक ठेव' होते. ही दुसरी बँक या प्राथमिक ठेवीपैकी सुमारे १०% रक्कम आपल्याजवळ रोख पैशाच्या स्वरूपात ठेवून, बाकीची म्हणजे ९०% रक्कम कर्ज देण्यासाठी वापरू शकते. पुन्हा ज्या व्यक्तीला हे कर्ज मिळते ती व्यक्ती अशाच रीतीने पुढे सुरू राहते. सरतेशेवटी सबंध बँक व्यवसाय क्षेत्रात मूळ प्राथमिक ठेवींच्या काही विशिष्ट पटींइतका पतपैसा निर्माण केला जातो.

अ) पतनिर्मितीची प्रक्रिया (Process of Credit Creation) : व्यापारी बँकांकडून केली जाणारी पतनिर्मिती पुढील उदाहरणाच्या साहाय्याने समजून घेत असताना काही बाबी गृहीत धराव्या लागतात.

(१) बँकेच्या रोख निधीचे प्रमाण १०% आहे.

(२) क, ख, ग इ. अनेक बँका असून त्यांचे प्रत्येकाचे स्वतंत्र खातेदार आहेत.

(३) सुरुवातीला 'क' या बँकेकडे १०० लाख रुपयांची ठेव जमा होते.

वरील गृहीताच्या आधारे बँका पतनिर्मिती कशी करतात व किती करतात, हे खालीलप्रमाणे स्पष्ट करता येते. एखाद्या व्यक्तीने 'क' या बँकेत १०० लाख रुपये ठेव म्हणून ठेवले असल्यास या 'क' बँकेचा ताळेबंद पुढीलप्रमाणे तयार होईल.

'क' बँक

देयता	**रुपये (लाख)**	**जिंदगी (मालमत्ता)**	**रुपये (लाख)**
ठेवी (प्राथमिक) (नवीन ठेव)	१००	एकूण रोकड आवश्यक रोख निधी जादा रोख निधी	१०० १० ९०

राखीव निधीचे प्रमाण १०% आहे. म्हणून मूळ १०० लाख रुपये प्राथमिक ठेवींपैकी १० लाख रुपये रोख स्वरूपात ठेवले जातील व उरलेले ९० लाख रुपये कर्ज म्हणून देता येणे बँकेला शक्य होईल. हे व्यवहार या बँकेच्या ताळेबंदात पुढीलप्रमाणे दाखविले जातील.

देयता	**रुपये (लाख)**	**जिंदगी**	**रुपये (लाख)**
ठेवी (प्राथमिक) ठेवी (उत्पन्न किंवा दुय्यम)	१०० ९०	एकूण रोकड कर्ज	१०० ९०

आता 'अ' या ऋणकोला हे ९० लाख रु. कर्ज मिळाले आहे. या ऋणकोने ९०
लाख रु. चा धनादेश (चेक) 'ब' या व्यक्तीला दिला. 'ब' या व्यक्तीचे खाते 'ख' बँकेत
आहे, असे गृहीत धरल्यास 'ख' बँकेला ९० लाख रुपये प्राथमिक ठेव म्हणून मिळतील.
'ख' बँकेचा ताळेबंद पुढीलप्रमाणे होईल.

'ख' बँक

देयता	रुपये (लाख)	जिंदगी	रुपये (लाख)
ठेवी (प्राथमिक)	९०	एकूण रोकड	९०
		आवश्यक रोकड	०९
		जादा रोकड	८१

या बँकेने आपल्याजवळील ९० लाख रुपये प्राथमिक ठेवींपैकी १०% रक्कम म्हणजेच
९ लाख रुपये आवश्यक रोकड म्हणून ठेवले. अशा वेळी ८१ लाख रुपये जादा रोख
रक्कम शिल्लक राहते. ही बँक ती रक्कम कर्ज म्हणून देऊ शकते. या बँकेने 'ड' या व्यक्तीला
८१ लाख रुपये कर्ज दिले तर या बँकेचा ताळेबंद पुढीलप्रमाणे राहील.

'ख' बँक

देयता	रुपये (लाख)	जिंदगी	रुपये (लाख)
ठेवी (प्राथमिक)	९०	एकूण रोकड	९०
ठेव (दुय्यम)	८१	कर्ज	८१

या बँकेकडून 'ड' व्यक्तीला ८१ लाख रुपये कर्ज मिळाले. ही रक्कम 'ड' ने कर्ज
फेडण्यापोटी एका व्यक्तीला (इ) ला दिली. ज्या व्यक्तीला ('इ' व्यक्तीला) ही रक्कम
मिळाली असेल त्या व्यक्तीने ती रक्कम 'ग' बँकेत ठेवली. मग 'ग' बँकेचा ताळेबंद
पुढीलप्रमाणे मांडता येईल.

'ग' बँक

देयता	रुपये (लाख)	जिंदगी	रुपये (लाख)
ठेवी (प्राथमिक)	८१	एकूण रोकड	८१
		आवश्यक रोकड	८.१
		जादा रोकड	७२.९

'ग' बँकेचा हा ताळेबंद लक्षात घेता या बँकेजवळ ७२.९ लाख रुपये जादा असल्याचे दिसून येते. ही रक्कम कर्ज म्हणून देणे 'ग' बँकेला शक्य आहे. अशा रीतीने 'ग' बँकेने ७२.९ लाख रुपये कर्ज दिल्यास ७२.९ लाख रुपयांची दुय्यम ठेव निर्माण केली जाईल. आतापर्यंत मूळ १०० कोटी रुपयांची ठेव होती. तिच्या आधारावर ९०+८१+७२.९ इतक्या जादा ठेवी निर्माण झाल्या. ही प्रक्रिया शेवटपर्यंत नेल्यास एकूण ठेवीची रक्कम १००० लाख रुपये एवढी होईल.

पतनिर्मितीचे सूत्र : वरील विश्लेषणात प्रत्येक बँक ठेवीच्या १०% रक्कम रोख ठेवून बाकीची गुंतविते. यावरून १०% प्रमाण महत्त्वाचे आहे. हे लक्षात येते. नवीन ठेव व राखीव निधीचे प्रमाण दिलेले असल्यास आकडेमोड न करता साध्या सूत्राने ठेव गुणकाच्या साहाय्याने एकूण जादा ठेवीची रक्कम शोधता येते.

$$\text{ठेव गुणक} = \frac{१}{\text{रोख राखीव निधीचे प्रमाण}}$$

$$\text{सूत्र ग} = \frac{१}{र}$$

ग = ठेवगुणक र = राखीव निधीचे प्रमाण

सूत्र = पतनिर्मिती = ठेवगुणक × ठेवी

वरील उदाहरणात १०% म्हणजे म्हणून

$$\text{ठेवगुणक ग} = \frac{१}{\frac{१}{१०}} = १०$$ येईल.

गुणक शोधून काढल्यावर मूळ ठेवी १०० लाख रुपये आहेत.

म्हणजेच १० × १०० = १००० लाख रुपये एवढी जादा ठेवीची रक्कम येईल.

वरील उदाहरणात स्पष्ट केलेल्या पद्धतीनुसार निरनिराळ्या बँकांमध्ये विभागून दिली जाईपर्यंत ही पतनिर्मिती प्रक्रिया सुरू राहते. प्रत्येक टप्प्यात नव्याने निर्माण होणाऱ्या देयतांची बेरीज मूळ प्राथमिक ठेवीच्या १० पट होईल. पुढील कोष्टकाच्या आधारे ही गोष्ट स्पष्ट करता येईल.

पतनिर्मितीची प्रक्रिया

बँक	देयता (प्राथमिक ठेवी) (रु. लाख)	आवश्यक रोख रक्कम (रु. लाख)	कर्ज व्युत्पन्न किंवा दुय्यम ठेवी (रु. लाख)
क	१०००	१००	९०
ख	९००	९	८१
ग	८१०	८.१	७२.९
य	७२.९	७.२९	६४.६१
एकूण	१०००	१००	९००

वरील कोष्टकावरून स्पष्ट होते की, बँका मोठ्या प्रमाणात पतपैशाची निर्मिती करतात.

ब) पतनिर्मितीच्या मर्यादा (Limitation's of Credit Creation) : बँका कशा पद्धतीने पतनिर्मिती करतात, हे वरील विश्लेषणावरून स्पष्ट होते; परंतु अशा प्रकारे बँका किती प्रमाणात पतनिर्मिती करू शकतात? व बँकांच्या पतनिर्मितीवर किती मर्यादा आहेत? व कोणत्या? या संदर्भात व्यापारी बँकांच्या पतनिर्मितीच्या मर्यादा पुढीलप्रमाणे सांगता येतात.

१) एकूण रोख पैसा : बँकांजवळ येणाऱ्या रोख रकमेवर त्यांची पतनिर्मितीची शक्ती अवलंबून असते. प्राथमिक ठेवींच्या द्वारे जेवढी अधिक रक्कम बँकांना उपलब्ध होईल. तेवढी त्यांच्याकडून अधिक पतनिर्मिती केली जाईल. याउलट त्यांच्याजवळील रोख रक्कम जितकी कमी असेल तेवढी पतनिर्मिती कमी राहील.

बँकांकडे किती रोख रक्कम येईल, हे परिचलनात असलेली एकूण रोख रक्कम, लोकांची बचत प्रवृत्ती बँकांचे व त्यांच्या शाखाविस्ताराचे प्रमाण आणि बँकेमार्फत देवघेवी करण्याची लोकांमधील सवय या घटकांवर अवलंबून राहील.

देशातील एकूण चलनसंख्या वाढली तर बँकाकडे रोख ठेवी जास्त येतात. या उलट मध्यवर्ती बँकेने कमी प्रमाणात चलननिर्मिती केली तर ठेवींचे प्रमाण कमी होऊन व्यापारी बँका कमी कर्जपुरवठा करतील व पतनिर्मिती कमी होईल.

२) रोख राखीव निधीचे प्रमाण : प्रत्येक व्यापारी बँकेला आपल्या एकूण ठेवीच्या काही प्रमाणात रोख रक्कम ठेवावी लागते. कारण आपल्या ठेवीपैकी काही भाग ठेवीदार रोख रकमेच्या स्वरूपात केव्हाही काढून घेण्याची शक्यता असते. तसेच रोख रकमेसाठी मागणी केल्यास ती मागणी ताबडतोब पूर्ण करणे बँकेचे प्रथम कर्तव्य असते. म्हणजेच

रोख राखीव निधीचे प्रमाण जितके अधिक तितकी बँक व्यवसायाकडून केली जाणारी पतनिर्मिती कमी राहील. मध्यवर्ती बँकेच्या नियमानुसार जमा झालेल्या चालू व मुदत ठेवीच्या काही विशिष्ट रक्कम राखीव निधीच्या स्वरूपात मध्यवर्ती बँकेत ठेवावी लागते.

३) बँक व्यवहाराची सवय : दैनंदिन व्यवहारात लोकांना रोख पैशाच्या स्वरूपात वस्तू खरेदी करण्याची सवय असेल तर व्यवहारासाठी बँकेतील ठेवी वारंवार काढल्या जातील. त्यामुळे बँकेतील रोख शिल्लक कमी होईल व बँकेची कर्ज देण्याची कुवत कमी होईल. म्हणजेच पतनिर्मितीची क्षमता कमी होईल. याउलट रोख पैशाऐवजी धनादेश (चेक), ड्राफ्ट दैनंदिन व्यवहारात वापरण्याची सवय असेल तर बँकेकडून केली जाणारी पतनिर्मितीची क्षमता वाढेल.

४) बँक व्यवसायपद्धत : बँक व्यवसायाकडून किती पतनिर्मिती केली जाईल, हे बँक व्यवसाय कितपत विकसित झाला आहे, यावर अवलंबून राहील. थोडक्यात देशातील व्यापारी बँकांची संख्या, बँका-बँकामधील संबंध, बँका बँकामधील हिशेब मिटविण्याच्या पद्धती (clearing system) बँक व्यवसायविषयक सवयी या सर्व घटकांचा पतनिर्मितीवर परिणाम होत असतो.

५) लोकांची कर्जाला मागणी : लोकांनी कर्ज घेण्याची तयारी दर्शविली आणि कर्ज घेण्याच्या दृष्टीने अनुकूल आर्थिक स्थिती असेल तरच बँकांना पतनिर्मिती करण्याची संधी उपलब्ध होईल.

देशातील आर्थिक परिस्थिती, उद्योगपतींच्या (व्यवसाय करणारांच्या) दृष्टीने प्रतिकूल असल्यास कर्जदार कर्ज मागण्यास बँकेकडे न आल्यास, बँकेची इच्छा असूनही बँक कर्ज देऊ शकणार नाही. परिणामी, पतनिर्मितीसुद्धा होणार नाही. म्हणजेच बँकांकडून दिल्या जाणाऱ्या कर्जाकरिता असणाऱ्या मागणीवर बँकांकडून केली जाणारी पतनिर्मिती अवलंबून असते. सर्वसाधारणपणे तेजीच्या काळात उद्योग- व्यवसायाकडून कर्जाला अधिक मागणी येते व व्यापारी बँकांकडून अधिक पतनिर्मिती केली जाते. याउलट आर्थिक मंदीच्या काळात कमी पतनिर्मिती केली जाते.

६) कर्जाला चांगले तारण : बँक ज्या वेळी कर्ज देते त्या वेळी कर्जदाराकडून विशिष्ट स्वरूपाचे तारण घेते. व्यापारी बँका शून्यातून पैसा निर्माण करू शकत नाही तर पतपैसा निर्माण करण्यासाठी तिला तारणाचा आधार आवश्यक असतो. बँका स्थावर मालमत्ता (जमीनजुमला, घरदार, यंत्रसामग्री) सोने, चांदी, शेअर्स, कर्जरोखे इ. मालमत्ता तारण म्हणून घेतात. लोकांकडे कर्ज घेण्यासाठी आवश्यक तारण नसेल तर बँका निर्मिती करू शकणार नाहीत.

७) मध्यवर्ती बँकेचे चलनविषयक धोरण : देशातील मध्यवर्ती बँकेकडून

अवलंबल्या जाणाऱ्या चलनविषयक धोरणाचा पतननिर्मितीवर परिणाम होत असतो. बँकांकडून पैशाचा (कायदेशीर पैशाचा) पुरवठा कमी-अधिक करणे हे मध्यवर्ती बँकेच्या हातात असते. पैशाच्या (कायदेशीर पैशाचा) पुरवठ्यात होणाऱ्या बदलाचा परिणाम पतनिर्मितीवर होतो. याशिवाय मध्यवर्ती बँक आर्थिक व सामाजिक उद्दिष्टे साध्य करण्यासाठी निरनिराळ्या साधनांच्या साहाय्याने (बँक रेट, खुल्या बाजारातील सरकारी रोख्यांची खरेदी-विक्री, राखीव निधीचे बदलते गुणोत्तर) पतनिर्मितीचे नियमन करीत असते. मध्यवर्ती बँकेच्या पतनियंत्रणाच्या (संख्यात्मक व गुणात्मक साधनाद्वारे) धोरणामुळे व्यापारी बँकेच्या पतनिर्मितीवर मर्यादा येतात.

८) खात्यातून पैसे काढण्याची प्रवृत्ती : ठेवीदारांना आपल्या बचत आणि चालू खात्यातील ठेवींचे रोख रकमेत केव्हाही रूपांतर करण्याचा अधिकार असतो. खातेदारांनी बँकांतून अधिकाधिक रोख रक्कम काढली तर कर्ज देण्याची बँकेची शक्ती त्या प्रमाणात कमी होईल. म्हणजेच त्यांच्या पतनिर्मितीच्या कार्यावर मर्यादा येईल. याउलट ठेवीदारांनी आपल्या खात्यातून कमी रक्कम काढली तर बँकांकडून अधिक पतनिर्मिती होण्याची शक्यता असते.

९) समाशोधनाच्या सोई : चेकचे व्यवहार सुरळीत चालण्यासाठी समाशोधनाच्या (clearing) सोई महत्त्वाच्या असतात. समाशोधन म्हणजे चेकचे येणे व देणे यांच्या रकमांची वजावट करून निव्वळ देणी किंवा येणी यांच्या नोंदी करणे अशा सोई जेवढ्या परिपूर्ण असतील तेवढे चेकचे व्यवहार सुरळीत चालू राहून चेक वापरणे सोईचे होते. त्यामुळे पतनिर्मितीला चालना मिळते; परंतु या सोई अपुऱ्या असतील तर पतनिर्मितीवर मर्यादा येतात.

३.४ व्यापारी बँकेच्या ताळेबंदातील घटक (Components of Balance Sheet of Commercial Banks) :

सर्व प्रकारच्या व्यापारी आणि व्यवसाय संस्थांना ठराविक कालावधीनंतर विशेषत: वर्षाच्या शेवटी अंतिम हिशेबपत्रके तयार करावी लागतात. त्यामध्ये ताळेबंद पत्रक तयार करणे हा महत्त्वाचा घटक असतो. संस्थेच्या आर्थिक स्थितीची कल्पना येण्यासाठी ताळेबंद पत्रक तयार करावेच लागते सर्व प्रकारच्या बँका सुद्धा हिशेब लेखनाचे तसेच ताळेबंद पत्रक तयार करण्याचे काम करतात.

ताळेबंदाचा अर्थ : ताळेबंद हे खाते (Account) नसून पत्रक (Statement) असते. याला देयता (Capital & Liabilities) व मालमत्ता (Assets) अशा दोन बाजू असतात. संस्थेच्या सर्व महसुली (उत्पन्न व खर्च) खात्यांच्या शिल्लक रक्कमा (Closing Balances) या नफा-तोटा खात्याला तर देयत्ता व मालमत्ता या खात्यांच्या शिल्लक

रकमा ताळेबंद पत्रकात दाखविल्या जातात. या देयता व मालमत्तांच्या शिलकीवरून संस्थेच्या आर्थिक स्थितीची कल्पना येते. त्यामुळे ताळेबंद पत्रकाला संस्थेच्या आर्थिक स्थितीचा आरसा असे म्हटले जाते.

ताळेबंदाची व्याख्या : बँकिंग नियमन कायदा १९४९ कलम २९ नुसार 'प्रत्येक बँकेला दरवर्षी या कायद्याच्या तिसऱ्या सूचीमध्ये दिलेल्या नमुन्यात ताळेबंद पत्रक तयार करावेच लागते कोणकोणत्या मार्गांनी पैसा (निधी) आला आणि त्या निधीचा कशाप्रकारे विनियोग केला गेला हे ताळेबंद पत्रकाद्वारे सर्वांना दाखविले जाते.'

फिलिप टोव्हे (Philip Tovey) यांच्या मते, 'ताळेबंद पत्रक हे एका विशिष्ट दिवशी संस्थेची आर्थिक स्थिती दर्शविणारे पत्रक होय.'

व्यापारी बँकेच्या ताळेबंदातील घटक
(Components of Balance Sheet of Commercial Banks)

व्यापारी बँकेच्या ताळेबंदामध्ये मालमत्ता आणि देयतेशी संबंधित असलेल्या सर्व बाबींचे यथार्थ चित्रण झालेले असते. ताळेबंदाच्या दोन बाजू असतात. उजव्या बाजूस बँकेची मालमत्ता व येणे या बाबींचा समावेश असतो तर डाव्या बाजूस भांडवल व देयता बाबींचा समावेश असतो. लेखापालनाच्या तत्त्वानुसार ताळेबंदाच्या बाजू समतोल असतात. म्हणून देयता आणि मालमत्ता या बाजूची बेरीज सारखी असते. ताळेबंदाच्या देयता बाजूस असलेल्या बाबींवरून बँक व्यवसायासाठी भांडवल कसे जमवतात ते समजते, तर मालमत्ता येणे बाजूवरून असलेल्या बाबींवरून बँका जमवलेले भांडवल निरनिराळे ऐवज / जिंदगी व स्थावर मालमत्ता यांमध्ये कसे गुंतवतात त्याची बाब समोर येते. बँकींग रेग्युलेशन ॲक्ट १९४९ च्या कलम २९, च्या तिसऱ्या सूचीप्रमाणे बँकेच्या ताळेबंदात (Balance Sheet) मध्ये खाली दिलेल्या व्यवहारांचा समावेश होतो.

व्यापारी बँकेचा ताळेबंद

वरील स्पष्टीकरणांवरून दिसून येते की, बँकेतील हिशोब खात्यांची दोन भागात

भांडवल व देणी	जिंदगी व येणी
१) भाग भांडवल	१) रोकड व बँकांतील शिल्लक (चालू खाते)
२) राखीव व इतर निधी, इमारत निधी, धर्मादाय निधी, सेवक कल्याण निधी, डिव्हिडंड इक्कलायेझेशन फंड, संशयित व बुडित कर्जे निधी वगैरे इ.	२) गुंतवणुकी

भांडवल व देणी	जिंदगी व येणी
३) ठेवी आणि (इतर खाती मुदत ठेवी, रिकरिंग ठेवी कॅश सर्टिफिकेट्स बचत ठेवी चालू ठेवी इ.)	३) कर्जे (अल्पमुदत, मध्यम मुदत, दीर्घमुदत)
४) बाहेरील कर्जे इतर बँकांकडून घेतलेली कर्जे तसेच रिझर्व्ह बँक नाबार्ड, यांचे-कडून घेतलेली पुनर्वित्त स्वरूपाची कर्जे	४) व्याज येणे
५) वसुलवीची बिले (द्विनोंद)	५) वसुलीची बिले (द्विनोंद)
६) खातेदारांकरिता स्वीकारलेल्या अप्रत्यक्ष हमी (द्विनोंद)	६) खातेदाराकरिता स्वीकारलेल्या अप्रत्यक्ष हमी (द्विनोंद)
७) शाखा जमा खर्च (मिळवता)	७) शाखा जमाखर्च
८) थकीत व्याज निधी	८) इमारती (घसारा वजा जाता)
९) देणी व्याज	९) फर्निचर डेडस्टॅक लायब्ररी (घसारा वजा जाता)
१०) इतर देणी (लाभांश देणे, अनामत, ऑडिट फी वगैरे शिल्लक राहिलेली देणी)	१०) वाहने (घसारा वजा जाता)
११) नफा (नफा तोटा पत्रकाप्रमाणे)	११) इतर येणी (टेलिफोन डिपॉझिट आगाऊ भरलेल्या रक्कम वगैरे)
	१२) कर्ज वसुलीपोटी विकत घेतलेली मालमत्ता (नॉन बँकिंग असेट्स)
	१३) तोटा (नफा-तोटा पत्रकाप्रमाणे)

विभागणी केली जाते. त्यापैकी एका भागात 'उत्पन्न आणि खर्च' दाखविणारी खाती असतात. (Revenue Expenditure / Receipt) त्यांची वर्गवारी नफा-तोटा पत्रकात केली जाते. दुसऱ्या भागात जबाबदारी (liabilities) व जिंदगी (Assets) दाखविणारी खाती असतात. (Capital Expenditure / Receipts) वर्गवारी ताळेबंदात केली जाते.

पहिल्या भागांतील प्रकारातील व्यवहारांतून बँकिंग व्यवहाराचा नफा व तोटा समजतो तर दुसऱ्या भागातील व्यवहारातून बँकेच्या जबाबदाऱ्या (liabilities) जिंदगी (Assets) होऊन यश व अपयश विकास / अधोगती याबद्दल कल्पना येते.

बँक ताळेबंदाच्या भांडवल व देयता अथवा देणे बाजूकडील घटक (Capital & Liabilities) :

अ) भाग भांडवल : व्यापारी बँका कंपनी कायद्याप्रमाणे स्थापन झालेल्या असतात. त्यामुळे त्यांना भागविक्रीकडून स्वत:चे भांडवल उभे करता येते त्याचे वर्गीकरण पुढीलप्रमाणे -

१) अधिकृत भांडवल : ही भांडवलाच्या रकमेची महत्तम मर्यादा असते यापेक्षा अधिक भांडवल उभारता येत नाही. याला नोंदणीकृत भांडवल असेही म्हणतात.

२) विक्रीस काढलेले भांडवल : बँकेने आपली गरज लक्षात घेऊन अधिकृत भांडवलापैकी विक्रीला काढलेले हे भांडवल असते.

३) खपलेले भांडवल : विक्रीस काढलेल्या भांडवलापैकी खरेदी करण्याचे ठरविलेले हे भांडवल असते.

४) मागणी केलेले भांडवल : खपलेल्या भांडवलापैकी बँक लागेल तशी रक्कम हप्त्याहप्त्याने मागवीत असते.

५) वसूल भांडवल : मागणी केलेलया भांडवलापैकी जेवढी रक्कम बँकेकडे जमा होते. ती वसूल भांडवल होय.

ब) निधी व अधिक्य : बँकेने मिळविलेल्या नफ्यातून हे निधी उभारले जातात. त्यामुळे या निधींवर अंतिम मालकी भागधारकांची असल्याने ते देय असतात व देय बाजूला दाखविले जातात. आवश्यक त्या निधीमुळे बँकेला स्थैर्य प्राप्त होते बँका खालील प्रकारे निधी उभारतात.

राखीव निधी : बँकेने हा निधी उभारणे आवश्यक असते बँकिंग नियमन कायद्यातील तरतुदीनुसार प्रत्येक बँकेने दरवर्षी आपल्या नफ्यास २० टक्के भाग राखीव निधीत अथवा सर्व साधारण निधीमध्ये वर्ग करावा लागतो इतर निधी पुढील प्रमाणे लांभाश समीकरण निधी, गुंतवणूक राखीव निधी, अनपेक्षित खर्च राखीव निधी, संशयित व बुडीत कर्ज निधी, इमारत निधी, उत्तम जिंदगी निधी, सभासद, कल्याण निधी इत्यादी.

क) ठेवी : बँकेतील ठेवींची रक्कम ही बँकेच्या भांडवलाच्यापेक्षा अधिक असते ठेवीचा उपयोग बँकेचे खेळते भांडवल म्हणून होतो ठेवी अधिक असतील तर कर्ज वाटप मोठ्या प्रमाणावर करता येते आणि बँकेला आपले उत्पन्न वाढविता येते.

मागणी ठेवी खातेदाराने मागणी करताच परत करावयाच्या असल्याने त्यांचा कर्ज देण्यासाठी फारसा उपयोग होत नाही उलट मुद ठेवींचा उपयोग कर्ज देण्यासाठी होत असल्याने बँका अधिक व्याजदर देतात. बँका पुढील प्रमाणे ठेवी स्वीकारतात.

चालू ठेवी, बचत ठेवी, आवर्ती ठेवी, अल्पमुदत ठेवी, दीर्घ मुदत ठेवी, पुनर्गुतवणूक ठेवी इत्यादी.

ड) इतर बँकाकडून घेतलेली कर्ज : जेव्हा गरज असेल तेव्हा इतर बँकांकडून अथवा रिझर्व्ह बँकेकडून लहान मोठ्या रकमेची कर्जे व्यापारी बँका घेऊ शकतात ही कर्जे इतर कंपन्यांचे भाग, कर्जरोखे, शासकीय रोखे यांच्या तारणावर घेतली जातात. ज्या बँका आर्थिक दृष्ट्या सक्षम आहेत त्यांना अशी कर्जे घेण्याची फारशी गरज भासत नाही.

इ) अन्य देणी व तरतुदी : बँकेने देय असलेल्या इतर बाबींचा यामध्ये समावेश होतो त्या बाबी पुढीलप्रमाणे

१) देणे असलेली पत्रे / दस्तऐवज : बँकेने देय असलेले धनादेश, विनिमय पत्रे, हुंड्या, धनाकर्ष इत्यादी चा यात समावेश होतो.

२) वसुलीसाठी आलेली पत्रे / दस्तऐवज : खातेदारांच्या वतीने बँका, खातेदारांनी खात्यात भरलेल्या हुंड्या, धनादेश, धनाकर्ष, इ. चे पैसे गोळा करून ते खातेदारांच्या खात्यात जमा करावे लागतात.

३) ग्राहकांच्या वतीने स्वीकारलेली देणी व हस्तांतरण : ग्राहकांच्या वर काढलेल्या हुंड्या बँका स्वीकारतात. व त्यावर पृष्ठांकन करतात. या रकमा ताळेबंदाच्या दायित्व व मालमत्ता अशा दोन्ही बाजूंना दाखविल्या जातात.

४) आंतरशाखा जुळणी : या रक्कमा ताळेबंदाच्या दोन्ही बाजूंना दाखविल्या जातात.

५) इतर देणी : भागधारकांनी न घेतलेला लाभांश, विनिमय पत्रावर व हुंड्यांवर द्यावयाची कसर देय विमा निधी इ. बाबींचा यामध्ये समावेश होतो.

ताळेबंदाच्या मालमत्ता व जिंदगी बाजूकडील घटक (Property & Assets) :

अ) रोख रक्कम आणि रिझर्व्ह बँकेकडील शिल्लक : ठेवीदारांचे पैसे देण्यासाठी बँकेला स्वत:जवळ काही रक्कम रोख स्वरूपात रक्कम ठेवावी लागते ती रोख रक्कम या सदरात दाखविली जाते तसेच बँकिंग नियमन कायद्यानुसार प्रत्येक बँकेला आपल्या ठेवीच्या काही विशिष्ट प्रमाणात (३ ते ५ टक्के) रक्कम ही रिझर्व्ह बँकेकडे रोख स्वरूपात ठेवावी लागते.

ब) इतर बँकाकडील शिल्लक ठेवी : बँका आपल्याकडील रोख रक्कम काही प्रमाणात इतर बँकामध्ये मागणी ठेवीच्या स्वरूपात ठेवतात. बँकामधील आपापसातील

देणी भागविण्यासाठी या ठेवीचा उपयोग होतो.

मागणी आणि अल्पसूचना कर्जे ही इतर बँका कसर बाजार Discount Market अथवा भाग बाजार यांना अत्यंत कमी कालावधीसाठी दुसऱ्या बँकेने दिलेली ही कर्जे असतात. मागणी कर्जाचा कालावधी २४ तास अथवा त्यापेक्षा कर्ज असतो तर अल्प सूचना कर्जाचा कालावधी जास्तीत जास्त सात दिवस असतो.

क) कर्ज : मालमत्ता बाजूकडील हा सर्वात महत्त्वाचा मुद्दा आहे कारण कर्जे देणे हे बँकेचे प्रमुख कार्य असते आणि कर्जावर मिळणारे व्याज हे प्रमुख मुख्य उत्पन्न असते बँकेने दिलेल्या कर्जाची रक्कम पुढीलप्रमाणे दाखविली जाते.

१) वढविलेली व खरेदी केलेली विनिमय पत्रे आणि हुंड्या

२) रोखपत्र, अधिकर्ष आणि मागणी देय कर्जे

३) मुद कर्जे ताळेबंदात कर्जाचे वर्गीकरण हे तारणी व विनातारण कर्जे तसेच प्राधान्य क्षेत्र, सार्वजनिक क्षेत्र, बँकांना दिलेली तसेच इतरांना दिलेली कर्जे या प्रकारे दाखवावी लागतात. थोडक्यात बँकांनी लाभते बरोबर रोखताही विचारात घ्यावी लागते.

ड) स्थावर मालमत्ता : बँकेला काही स्थावर मालमत्तेची सुद्धा आवश्यकता असते ती म्हणजे इमारत फर्निचर वाहतूक साधने विविध प्रकारचे साहित्य इत्यादी ही स्थावर मालमत्ता खरेदी करण्यासाठी बँकेला मोठा खर्च करावा लागतो; बँकेला काही उत्पन्न मिळत नसले तरी बँकेचे आर्थिक स्थैर्य आणि प्रतिष्ठा या दृष्टीने ही मालमत्ता महत्त्वाची असते.

इ) इतर मालमत्ता : यामध्ये स्थावर मालमत्ता सोडून उर्वरित मालमत्ता आणि भांडवली येणी दाखविली जातात ती म्हणजे -

आंतर शाखा - जुळणी येणे असलेले व्याज, आयकर येणे (आगाऊ भरलेला आयकर) शिल्लक छपाई व स्टेशनरी साठा विशेष मुद्रांक बँकेच्या ताब्यात असलेली मालमत्ता सोने, चांदी इत्यादी टेलिफोन ठेवी व इतर ठेवी इत्यादी.

प) बँकांची गुंतवणूक : व्यापारी बँकांकडे शिल्लक असलेल्या रक्कमा शेअर्स, कर्जरोखे, डिबेंचर्स इत्यादी खरेदी करून व्यापारी बँका गुंतवणूक करतात. त्यामध्ये फायदा मिळविणे हा हेतू असतो ठेवी स्वरूपात जमा झालेल्या निधीचा मोठा भाग बँका कर्जे देण्यासाठी करतात तर उर्वरित भाग गुंतवणुकीसाठी वापरतात. बँकिंग नियमन कायदा १९४९ अनुसार बँकेने आपल्या मागणी व मुदत ठेवी पैकी २५ टक्के रक्कम ही गुंतवणुकीसाठी वापरावी असे बंधन आहे. ही गुंतवणूक शासकीय रोखे, कंपन्यांचे भाग, कंपन्यांचे कर्जरोखे, इतर मान्यता प्राप्त प्रतिभूती इत्यादी स्वरूपात करता येते ही गुंतवणूक रोख मालमत्तेसमान मानण्यात येते. या गुंतवणुकीवर बँकेला व्याजही मिळते. त्यामुळे या गुंतवणुकीत रोखता

व लाभता यांचा ताळमेळ साधला जातो.

संभाव्य दायित्व : संभाव्य दायित्व ही बाब ताळेबंद पत्रकाच्या मालमत्ता व देयता या दोन्ही बाजूस दाखविल्या जातात. त्यामध्ये पुढील बाबींचा समावेश होतो.

कर्ज म्हणून सिद्ध न झालेले बँकेविरुद्धचे देणे, ग्राहकांच्या वतीने देण्यात आलेली हमी, वसुलीसाठी स्वीकारण्यात आलेली व पृष्ठांकन केलेली विनिमय पत्रे व हुंड्या अंशत: प्रदान गुंतवणुकी संदर्भातील देयता इत्यादींचा यात समावेश होतो या बाबी एकाच वेळी मालमत्ता व देयता असतात.

प्रश्न :

प्र. १. खालील प्रश्नांची प्रत्येक १०० शब्दांत उत्तरे लिहा.

१) बँक व्यवसायाची मूलतत्त्वे म्हणजे काय ?

२) बँकेची रोखता या विषयी विश्लेषण करा.

३) लाभता तत्त्व स्पष्ट करा.

४) व्यापारी बँकाची बहुविध पतनिर्मिती म्हणजे काय ??

५) व्यापारी बँकेचा ताळेबंद म्हणजे काय स्पष्ट करा.

प्र. २. खालील प्रश्नांची प्रत्येकी २०० शब्दांत उत्तरे लिहा.

१) रोखता व लाभता तत्त्व सविस्तर स्पष्ट करा.

२) रोखता व लाभता यातील परस्पर विरोध अथवा द्वंद्व स्पष्ट करा.

३) व्यापारी बँकाची बहुविध पतनिर्मिती स्पष्ट करा.

४) बँकेचा ताळेबंद सविस्तर स्पष्ट करा.

प्र. ३. खालील प्रश्नांची ४०० शब्दांत उत्तरे लिहा.

१) बँक व्यवसायाची तत्त्वे रोखता, लाभता आणि सुरक्षितता स्पष्ट करा.

२) पतनिर्मिती म्हणजे काय ? व्यापारी बँकाची बहुगणित पतनिर्मितीची प्रक्रिया आणि मर्यादा स्पष्ट करा.

३) व्यापारी बँकेच्या ताळेबंदातील घटक स्पष्ट करा.

प्र. ४. टीपा लिहा.

१) रोखता व सुरक्षितता

२) पतनिर्मितीच्या मर्यादा

३) व्यापारी बँकेचा ताळेबंद

४) बँकेच्या ताळेबंदाची मालमत्ता बाजू

प्रकरण ४

खात्यांचे व्यवहार आणि प्रकार
(Operation & Types of Accounts)

४.१ प्रास्ताविक

बँकेमध्ये सामान्यपणे चालू खाते, बचत खाते, आवर्ती खाते आणि मुदत खाते इत्यादी प्रकारची ठेव खाती उपलब्ध आहेत. प्रत्येक खात्याच्या प्रकारानुसार ती खाती चालविण्याची प्रक्रिया थोडी थोडी भिन्न असते अलीकडच्या काळात बँका ग्राहकांच्या परिचय करून घेतात. बँकेत खाते उघडण्यासाठी अर्ज, ओळखीचा आणि राहण्याचा पुरावा, नमुनासही; वारसाचे नाव इत्यादी गोष्टींची आवश्यकता असते.

तसेच बँकेत पैसे भरण्यासाठी आणि पैसे काढण्यासाठी वेगवेगळ्या पावत्या (स्लीप) असतात. बँक चालू आणि बचत ठेव खातेदाराला बँक खाते पुस्तिका आणि

मागणी केल्यास पैसे भरणा पावती पुस्तिका व धनादेश पुस्तिका देते. आवर्ती खाते खातेदाराला आवर्ती ठेव खाते पत्रक आणि मुदत ठेव खातेदाराला मुदत ठेव पावती दिली जाते आवर्ती आणि मुदत ठेव खात्यावरील रकमेच्या आधारे ठेवीदाराला कर्ज मिळू शकते.

बँकेचा ठेवीदाराला ठेव खाते उघडण्याची, चालविण्याची तसेच खाते बंद करण्याची अथवा ते खाते त्याच बँकेच्या दुसऱ्या शाखेत अथवा दुसऱ्या बँकेत वर्ग करण्याची प्रक्रिया माहीत असणे गरजेचे असते, बँकेचे व्यक्तिगत आणि संस्थात्मक खातेदार विभिन्न प्रकारचे असतात. या प्रत्येक खातेदारांच्या बाबतीत त्यांची खाती उघडताना बँकाना अनेक प्रकारची दक्षता घ्यावी लागते.

४.२ ठेव खाते उघडणे (Opening of Deposit Account) :

बँकेत कोणतेही खाते उघडताना किमान काहीतरी रक्कम ही बँक खात्यात ठेव म्हणून ठेवावी लागते त्यामुळे या खात्यांना ठेव खाती असे म्हटले जाते बँक आणि बँकेचा ग्राहक यांच्यातील संबंधाची सुरुवात ग्राहकाने बँकेत खाते उघडल्यानंतर होते बँक आणि ग्राहक यांच्यातील हे संबंध कायदेशीर असतात. त्यामुळे हे संबंध प्रस्थापित करताना म्हणजेच बँकेत खाते उघडताना काही औपचारिक बाबींची पूर्तता करावी लागते खाते उघडल्यानंतर खातेदाराच्या बाबतीत बँकेवर काही जबाबदाऱ्या येऊन पडतात. त्यामुळे बँकेला दक्षता घ्यावी लागते. बँकेत ठेव खाते उघडताना विशिष्ट प्रक्रिया असते ती पुढीलप्रमाणे सांगता येते.

अ) बँकेची निवड : प्रत्येकाला आपल्या इच्छेनुसार आणि सोयीनुसार कोणत्याही बँकेत ठेव खाते उघडता येते. बँकेची निवड करताना साधारणपणे त्या बँकेची आर्थिक स्थिती, ठेवीवर दिला जाणारा व्याजदर, व्यवहाराच्या दृष्टीने सोईस्कर ठिकाण आणि कामकाजाच्या वेळा, ग्राहक सेवेचा दर्जा इत्यादी बाबींचा मुख्यत: विचार केला जातो. आपल्याकडे खाजगी क्षेत्र, सहकारी क्षेत्र, आणि सार्वजनिक क्षेत्र अशा विविध प्रकारच्या बँका कार्यरत आहेत.

ब) ग्राहक परिचय प्रमाणके (Know your Custmer) : बँकिंग नियमन कायदा १९४९ कलम ३५ (अ) तसेच मनी लॉड्रिंग प्रतिबंध नियम, २००५ अंतर्गत रिझर्व्ह बँकेने ग्राहकांना (खातेदारांना) ओळख पटविण्यासंदर्भात काही मार्गदर्शक तत्त्वे दिलेली आहेत. एखाद्या नव्या ग्राहकाबरोबर संबंध प्रस्थापित करण्यापूर्वी बँकेने त्याची ओळख आणि कायदेशीर अस्तित्व या संबंधात पुरेशी माहिती मिळविली पाहिजे या संदर्भात तपासावयाच्या घटकांना ग्राहक परिचय प्रमाणके असे म्हटले जाते.

उद्देश :

ग्राहक परिचयामध्ये खालील बाबींची तपासणी केली जाते.

१) ग्राहकाचा सत्य परिचय

२) खात्याचा उपयोगी मालकी हक्क

३) निधीचा उद्‌गम / रक्कम कोठून आणली.

४) ग्राहकाच्या व्यवसायाचे स्वरूप

५) ग्राहकाच्या व्यवसाया संदर्भात खाते चालविण्याची योग्यता कारणमिमांसा.

ग्राहक परिचय प्रमाणकांचा मुख्य उद्देश म्हणजे गुन्हेगारी स्वरुपाच्या घटकांकडून कळत अथवा नकळतपणे काळ्या पैशाचे रुपांतर पांढऱ्या पैशात करण्यासाठी उपयोग करून घेतला जाऊ नये हा आहे. या ठिकाणी काळा पैसा म्हणजे अवैध मार्गांनी मिळविलेले व ज्यावर आयकर भरला नाही. असे उत्पन्न होय.

वैशिष्ट्ये :

१) ग्राहक परिचयाचे दोन घटक आहेत. ओळख आणि पत्ता ग्राहकाची ओळख ही तीच राहू शकते. परंतु त्यांचा पत्ता बदलला जाऊ शकतो, त्यामुळे बँकेने आपल्या ग्राहकांच्या संबंधित कागदपत्रे आणि नोंदी ठराविक कालावधीनंतर अद्ययावत करावीत.

२) ग्राहक परिचय प्रमाणके ही बँकेच्या सर्व ग्राहकांना लागू पडतात. ग्राहक याचा अर्थ त्या व्यक्तीचे त्या बँकेत खाते आहे अथवा त्या बँकेशी व्यवसाय संबंध आहेत बँकेचा ग्राहक ही व्यक्ती अथवा संस्था असू शकते.

३) ग्राहक परिचय याचा अर्थ ग्राहकाला ओळखणे, आणि विश्वसनीय व स्वतंत्र कागदपत्रे, माहिती, नोंदीच्या आधारे त्याची ओळख सिद्ध करणे होय.

४) ग्राहक ओळख ही वेगवेगळ्या टप्प्यावर राबविली जाते.

(अ) खाते उघडताना (ब) ग्राहकाशी मोठा आर्थिक व्यवहार करताना (क) पुराव्यासाठी दिलेली कागदपत्रे पुरेशी नाहीत असे वाटल्यास (ड) कागदपत्राविषयी शंका आल्यास

५) बँकेने आपल्या प्रत्येक ग्राहकाची संक्षिप्त माहिती (Profile) तयार करावी. ती पुढीलप्रमाणे

(अ) ग्राहकाची सामाजिक आर्थिक स्थिती व्यवसाय - उद्योगाचे स्वरूप (क) व्यवसाय ठिकाणाची माहिती (ड) खाते उघडण्याचा हेतू आणि कारणे (इ) निधीचा अपेक्षित उद्‌गम (Source) (ई) रोजगार अथवा नोकरीची माहिती (ड) संपत्ती अथवा उत्पन्नाचे मार्ग (उ) दरमहा पैसे पाठविण्याची अपेक्षित रक्कम.

६) ग्राहकाच्या खात्यातील व्यवहार हे त्याने दिलेल्या संक्षिप्त माहितीशी सुसंगत नसेल तर बँकेने त्याच्याकडून गरजेनुसार तपशील मागावा.

७) ग्राहकाच्या पत्त्याची खात्री करण्यासाठी सध्याचा पत्ता दर्शविणारी कागदपत्रे मागावीत पॅनकार्ड, निवडणूक ओळखपत्र, वाहन, परवाना, पारपत्र इत्यादींवर पूर्वीचा पत्ता असू शकतो. त्यामुळे ग्राहकाकडे वरील कागदपत्रांच्या प्रतीबरोबरच चालू दूरध्वनी बिल, वीज बिल यांचीही मागणी करावी.

८) जर एखाद्या व्यक्तीच्या नावावर बँकेत खाते उघडायचे असेल आणि तिच्या नावावर चालू पत्त्याचा पुरावा नसेल तर ती ज्यांच्याबरोबर रहात असेल त्या नातेवाइकांच्या चालू पत्त्याचा पुरावा ग्राह्य धरला जातो. परंतु त्या व्यक्तीने तसे लेखी निवेदन बँकेला टपालाद्वारे पाठवून द्यावे.

९) कमी उत्पन्न गटातील व्यक्तीकडे ओळख व पत्त्याचा पुरावा नसेल अशा व्यक्तींनी बँकेच्या सध्याच्या खातेदार व्यक्तीचा संदर्भ देऊन, त्याच्याकडून प्रमाणपत्र घेऊन बँक खाते उघडू शकते; प्रमाणपत्र देणाऱ्या खातेदाराचे ग्राहक परिचय प्रमाणके व निकष परिपूर्ण असावीत.

१०) बँकेने ग्राहकाची, खातेदाराची सर्व माहिती गुप्त ठेवावी लागते. बँकेला तपशील इतर कोणत्याही कारणासाठी वापरता येत नाही.

११) डेबिट कार्ड, क्रेडिट कार्ड, स्मार्ट कार्ड इ. देतानाही बँकेने संबंधित खातेदाराची परिचय प्रमाणके प्रक्रिया पूर्ण करणे आवश्यक असते.

१२) बँकेत खाते उघडण्यासाठी व ते चालविण्यासाठी प्रत्येक ग्राहकासंबंधीची ग्राहक परिचय प्रमाणके प्रक्रिया बँकेला पूर्ण करावीच लागते.

१३) ठेव खात्यात ५०,००० रुपये अथवा आर्थिक ठेव ठेवणाऱ्या खातेदाराला भरणा पावतीमध्ये त्याचा पॅन नमूद करणे आवश्यक असते तसेच १० लाख अथवा अधिक रकमेची ठेव उचल अथवा खात्यातून स्थानांतर या व्यवहाराची नोंद बँकेला एका स्वतंत्र नोंदणी पुस्तकात ठेवावी लागते. तसेच संशयास्पद व्यवहारांचा तपशील बँकेने नियंत्रण कार्यालयाला अथवा मुख्य कार्यालयाला कळवावा लागतो.

क) विहित नमुन्यातील अर्ज : खाते उघडण्याची इच्छा असणाऱ्या व्यक्तीकडून बँकेने खाते उघडण्याचा विहित नमुन्यातील अर्ज घ्यावा. काही बँकांत ठेव खात्याच्या प्रकारानुसार वेगवेगळे अर्ज असतात तर काही बँकांमध्ये एकच सर्व साधारण अर्ज असतो हा अर्ज ग्राहकाने पूर्ण भरावा लागतो अर्जात साधारणपणे पुढील माहिती भरावी लागते.

१) खातेदाराचे पूर्ण नाव पत्ता.

२) खातेदाराचा व्यवसाय व व्यवसायाचा पत्ता.

३) खातेदाराच्या ओळखीचा पुरावा.
४) खातेदाराच्या राहण्याचा पुरावा.
५) खातेदाराची नमुना सही.
६) खातेदाराची मालमत्ता व त्याने घेतलेल्या कर्जाचा तपशील.
७) खाते कोण व कसे चालवणार याचा तपशील.
८) खातेदाराला अपेक्षित असलेल्या सेवा उदा. ए. टी. एम.; इंटरनेट बँकिंग इ.
९) वारसदाराचे नाव.
१०) साक्षीदार अथवा संदर्भ म्हणून बँकेच्या विद्यमान खातेदाराचा तपशील व सही.

ड) ओळखीचा पुरावा : खातेदाराकडून काही अपहार घडू नये तसेच गैरकृत्यांसाठी बँक खात्याचा गैरवापर केला जाऊ नये म्हणून बँकेने दक्षता म्हणून खातेदाराची माहिती घ्यावी; ओळखीचा पुरावा म्हणून खालील प्रमाणपत्रांच्या साक्षांकित प्रती अर्जाला जोडाव्या लागतात.

१) पारपत्र.
२) मतदार ओळखपत्र.
३) आधार कार्ड.
४) पॅनकार्ड.
५) शासनाचे संरक्षण विभागाने दिलेले ओळखपत्र.
६) संस्थेने / प्रतिष्ठित व्यक्तीने दिलेले ओळखपत्र.
७) वाहन परवाना.
८) टपाल खात्याने दिलेले छायाचित्रासहीत ओळखपत्र इ.

इ) पत्त्याचा पुरावा : संभाव्य खातेदाराने अर्जामध्ये आपला सविस्तर पत्ता लिहावा. लिहिलेला पत्ता खरा आहे याचा पुरावा म्हणून खातेदाराचे खालील प्रमाणपत्रांच्या साक्षांकित प्रती अर्जाला जोडाव्यात.

१) क्रेडिट कार्ड.
२) वेतन पावती.
३) वीज बिल.
४) टेलिफोन बिल.
५) बँक खाते पत्रक.
६) संस्थेकडून अथवा प्रतिष्ठित व्यक्तीकडून त्या संबंधीचे पत्र.
७) रेशन कार्ड.

वरील पुराव्यांपैकी चालू वीज बिल आणि टेलिफोन बिल अधिक चांगला पुरावा मानला जातो.

ई) संदर्भ व छायाचित्र : ओळखीचा अथवा पत्त्याचा पुरावा दिला तरी ग्राहकाची आणखी ओळख प्रस्थापित व्हावी यासाठी एक अथवा दोन पारपत्र आकाराची छायाचित्रे अर्जासोबत घेतली जातात. तसेच संदर्भ म्हणून ग्राहकाला ओळखणारा बँकेचा सध्याचा खातेदार त्या ग्राहकाचा संदर्भ देणारा म्हणून अर्जावर स्वाक्षरी करू शकतो.

उ) नमुना सही : बँकेत ठेव खाते उघडू इच्छिणाऱ्या व्यक्तीने आपल्या सहीचा नमुना बँकेकडे अर्जासोबत सादर करावा लागतो यासाठी बँक लहान आकाराचे नमुनासहीचे पत्रक छापून घेते त्यावर संभाव्य खातेदाराने आपली नेहमीची स्वाक्षरी करून ते अर्जाला जोडावे.

बँकेशी व्यवहार करताना खातेदाराने प्रत्येक कागदपत्रावर या नमुनासहीप्रमाणेच सही करावी.

ऊ) वारसनाम निर्देशन : आपल्या खात्यासाठी वारसदाराचे नाव नोंदवून ठेवण्याची सुविधा बँका खातेदाराशी संबंधित कोणीही व्यक्ती असू शकते; अज्ञान मुलाचे नाव सुद्धा वारसदार म्हणून नोंदले जाऊ शकते. साधारणपणे कुटुंबातील कर्ता व्यक्ती आपल्या खात्याचा वारस म्हणून पत्नी अथवा मुलाचे नाव देते खातेदाराचा मृत्यू झाल्यास ज्याचे नाव वारस म्हणून नोंदविले गेले असेल त्याला त्या खात्यातील संपूर्ण रक्कम मिळण्याचा अधिकार प्राप्त होतो.

४.३ बँक ठेव खाते चालविणे (Operating of Deposit Account) :

'बँक ठेव खाते चालविणे अथवा बँक ठेव खात्यातील व्यवहार याचा अर्थ बँकेच्या कामकाजाच्या वेळेत खातेदाराने आपल्याकडील शिल्लक रक्कम भरणा पावतीने आपल्या खात्यात रोख अथवा धनादेशाद्वारे पैसे जमा करणे तसेच गरजेच्या वेळी आपल्या खात्यातून उचल पावती अथवा धनादेशाच्या साहाय्याने रक्कम काढणे; तसेच ऋणकोला धनादेशाद्वारे खात्यातील रक्कम देणे आणि त्या वेळी बँकेला खाते पुस्तिका सादर करून ती बँकेकडून भरून घेणे होय.'

यावरून असे स्पष्ट होते की, खातेदार ज्या ज्या वेळी त्याच्या बँकेतील खात्याशी संबंधित व्यवहार करतो, यांचा व्यवहाराला आधार म्हणून उपयोग करतो. कगदपत्रांमुळे व्यवहाराला वैधता प्राप्त होते. प्रत्येक कागपत्रे लेखी, दिनांकासहित, शिक्का मारलेले, साक्षांकित व पूर्ण भरलेले असावे.

अ) चालू आणि बचत खाते चालविणे
(Operating of Current Saving Accounts)

साधारणपणे खाते चालविताना खालील कागदपत्रे अथवा पुस्तिकांचा वापर केला जातो. त्याची माहिती पुढीलप्रमाणे -

(१) भरणा पावती अथवा स्लीप (२) उचल पावती पैसे काढण्याची स्लीप (३) खाते पुस्तिका (पासबुक) (४) धनादेश पुस्तिका

१) भरणा पावती / स्लीप पुस्तक (Pay in Slip / Paying Slip Book) :
बँकेत रोख रक्कम अथवा धनादेश जमा करण्यासाठी भरणा पावतीचा उपयोग होतो भरणा पावती छापील स्वरुपात आडव्या आयताकृती आकाराचे असते; छिद्रांकित रेषेमुळे तिचे मुख्य भरणा पावती व जोडभरणा पावती असे दोन भाग पडतात.

भरणा पावती मधील दोन्ही भागातील मजकूर खातेदराने भरावा लागतो; हा मजकूर सामान्यत: दोन्हीकडे सारखाच असतो. मुख्य पावतीवर अधिक तपशील असतो.

भरणा पावतीमध्ये बँकेची शाखा, दिनांक, खातेदाराचे संपूर्ण नाव, खाते क्रमांक, खात्याचा प्रकार, भरावयाची अंकी व अक्षरी रक्कम, रोख रक्कम असल्यास नोटांचा व नाण्यांचा तपशील तर धनादेश असल्यास धनादेश क्रमांक, दिनांक व बँकेचे नाव, सर्वांत शेवटी जमाकर्त्याची स्वाक्षरी असा मजकूर लिहावा लागतो.

भरलेली भरणा पावती बँक अधिकाऱ्याला दाखवून तिच्यावर (Scroll No) मांडून घ्यावा लागतो. नंतर ती रोख रक्कमेसह रोखपालाकडे (कॅशिअरकडे) द्यावी लागते.

रोखपाल पैसे मोजून भरणा पावतीवरील मजकूर तपासून, जोड पावतीवर शिक्का मारून ती जमाकर्त्याला परत करते. शिक्का पैसे मिळावे असा दिनांकासहित असतो तो पैसे भरल्याचा पुरावा असतो.

धनादेश भरावयाचा असेल तर भरणा पावतीसह तो लेखनिकाकडे द्यावा लागतो. लेखनिक जोडपावतीवर शिक्का मारून जमाकर्त्याला परत करते.

मुख्य भरणा पावती वरील मजकुराच्या आधारे खातेदारांच्या खतावणीत रक्कम जमा दाखवून शिल्लक वाढविली जाते तर धनादेशाच्या बाबतीत तो संबंधित बँकेकडे निरसनासाठी पाठवून त्याचे निरसन झाल्यावर खतावणीत नोंद केली जाते.

रोख रक्कम जमा केल्यावर त्याच दिवशी खाते पुस्तकात तशी नोंद करता येते परंतु धनादेशाबाबत खाते पुस्तकात धनादेशाचे निरसन झाल्यावर बँक नोंद करते.

भरणा पावतीचा (Pay-in-slip) नमुना

बँक ऑफ बडोदा दि. / /

....................शाखेत पैसे भरले

................................शाखेत

माझे खाते आहे.

पूर्ण नाव : ....

....

खाते क्र. ....

खात्याचा प्रकार ....

तपशील	रुपये	पैसे
रोख / धनादेश (एकूण)		

रुपये (अक्षरी) ....

....

....

अधिकारी / रोखपाल / टेलर

बँक ऑफ बडोदा दि. / /

........शाखेत पैसे भरले .... शाखेत माझे खाते आहे.

पूर्ण नाव : ....

खाते क्र. ....खात्याचा प्रकार ....

बँकेचे नाव व शाखा (धनादेश व दिनांक)	रुपये	पैसे	मूल्य	संख्या	रुपये	पैसे
			१०००×			
			५००×			
			१००×			
			५०×			
			२०×			
			१०×			
			५×			
			नाणी			
				एकूण		

रुपये (अक्षरी) .... पैसे भरणाऱ्याची सही

पॅन क्रमांक..

टेलिफोन / मोबाईल क्रं. ....

अधिकारी / रोखपाल / टेलर ..... जमाकर्ता अधिकारी

बँकेत पैसे भरण्याचे नियम : खातेदारानेच पैसे खात्यात भरावेत असे बंधन नाही खातेदाराशी संबंधित कोणीही रोख रक्कम अथवा धनादेश बँकेत भरून शक्यतो त्याला जमाकर्ता असे म्हणतात.

रोख रक्कमेबरोबर धनादेश, धनाकर्ष, लाभांश कूपन, व्याजाचे कूपन इ. वसुलीसाठी खात्यात जमा करता येते. चालूखाते आणि बचत खात्यांवर कितीही वेळा पैसे भरता येतात. आवर्ती ठेवींवर दरमहा तर मुदत बंद ठेवींवर फक्त एकदाच पैसे भरता येतात.

- प्रत्येक प्रकारच्या खात्यासाठी खाते उघडण्याचा अर्ज स्वतंत्र असतो; परंतु सर्व प्रकारच्या खात्यासाठी भरणा पावती / स्लीप सारखीच असते.
- चालू बचत व आवर्ती ठेव खातेदाराने मागणी केल्यास बँक संबंधित खाते पुस्तकात तशी नोंद करून देते.
- चालू बचत व आवर्ती ठेव खातेदाराने मागणी केल्यास बँक त्याला भरणा पावती पुस्तक देते.

२) उचल पावती / पैसे काढण्याची स्लीप (Withdrawal Slip) : चालू अथवा बचत ठेव खात्यातून पैसे काढण्यासाठी पैसे काढण्याच्या स्लीपचा उपयोग होतो. भरणा स्लीप पुस्तकाप्रमाणे पैसे काढण्याचे पुस्तक नसते तर खातेदाराला पैसे काढताना बँकेत येऊन काऊंटरवर ठेवलेली अगर लेखनिकाकडे असलेली पैसे काढण्याची स्लीप घेऊन त्यात तसा तपशील भरावा लागतो.

- पैसे काढण्याच्या स्लीपमध्ये दिनांक, खाते क्रमांक पैसे कोणाला द्यायचे त्याचे नाव (खातेदार स्वत: आला असेल तर त्याने स्वत:ला (Self) असे लिहावे इतर व्यक्तीला पाठविले असल्यास त्याचे नाव लिहावे). काढावयाची रक्कम (अंकी व अक्षरी) व खाली शेवटी खातेदारांची सही असा मजकूर लिहावा लागतो.
- पैसे काढण्याच्या स्लीपच्या पाठीमागे खातेदाराने स्वत:ची सही पुन्हा करावी; जर इतर व्यक्तीला पाठविले असल्यास त्या व्यक्तीने स्वत:चे नाव लिहून सही करावी.
- पूर्ण भरलेल्या पैसे काढण्याच्या स्लीपसह खाते पुस्तक (पासबुक) लेखनिकाकडे द्यावे लेखनिक पैसे काढण्याच्या स्लीप वरील मजकूर तपासून खातेदाराला टोकन देते व खतावणीत पैसे काढल्याची नोंद करून पैसे काढण्याची स्लीप रोखपालाकडे पाठविते; रोखपाल पैसे काढणाऱ्याला बोलावून पैसे काढण्याच्या स्लीपच्या पाठीमागे पुन्हा सही करायला सांगतो. मूळची सही व नंतरची सही तपासून सही सारखी असल्याची खात्री करून मगच पैसे देतो.

पैसे मिळाल्यावर खातेदार अथवा ती व्यक्ती लेखनिकाकडून अद्ययावत केलेले खातेपुस्तक (पासबुक) घेते.

उचल पावतीचा / पैसे काढण्याच्या स्लीपचा (Withdrawal Slip) नमुना

बँक ऑफ महाराष्ट्र शाखा दिनांक ☐☐☐☐☐☐☐☐

(बँकेतून पैसे काढावयाच्या या चलनाबरोबर खाते पुस्तिका आवश्यक आहे. कृपया मागे सही करून अपेक्षित नोंटाचा तपशील लिहावा.)

कृपया मला वा धारकाला रुपये ____________________

बचत खाते क्र. ☐☐☐☐☐☐☐☐☐☐ ला नावे टाकून रोख द्यावेत.

खातेदाराचे नाव ____________________

____________________ ₹ ☐

खातेदाराचे हस्ताक्षर तपासणी अधिकाऱ्याची सही

पैसे काढण्याचे नियम :

ठेव खात्यावर पैसे भरण्याचे अथवा काढण्याचे बंधन नसते. कितीही वेळा पैसे ठेवू अथवा काढू शकतो.

बचत ठेव खात्यावर कितीही वेळा पैसे ठेवता येतात. परंतु आठवड्यातून फक्त दोनदाच काढता येतात.

आवर्ती व मुदत ठेव खातेदाराला मुदतीपूर्वी पैसे काढता येत नाहीत. परंतु अपवादाकडे परिस्थितीत ठेव पावत्या वठवून पैसे घेता येतात.

३) खाते पुस्तिका (Pass Book) : बँकेत खाते उघडल्यानंतर बँक चालू बचत आणि आवर्ती ठेवीदाराला खते पुस्तिका देते.

खातेदाराच्या पहिल्या पानावर खातेदाराचे छायाचित्र व नाव, पत्ता, खाते प्रकार, खाते क्रमांक, बँक अधिकाऱ्याचा शिक्का, सही इ. तपशील असतो तर आतील सर्व पानांवर व्यवहारांची नोंद करण्यासाठी रकाने आखलेले असतात. त्यामध्ये दिनांक, तपशील, रक्कम काढली, रक्कम ठेवली, शिल्लक शेरा असे रकाने असतात.

खाते पुस्तिका म्हणजे खातेदाराचे बँकेच्या खतावणीतील जे खाते असते त्यातील मजकुराची सत्यप्रत असते.

खाते पुस्तिकेमुळे खातेदाराने बँकेशी वेळोवेळी पैसे पाठविण्याच्या अथवा काढण्याच्या व्यवहारांची माहिती त्याला मिळते. मिळालेले व्याज, लाभांश, इतर उत्पन्न, तसेच खात्यातून केले गेलेल्या खर्चाच्या रक्कमा ह्या शुल्क कळते.

खाते पुस्तिकेवरून खात्यात किती रक्कम शिल्लक आहे, हे समजते. त्यामुळे खातेदाराने वरचेवर बँकेत येऊन खातेपुस्तिका मांडून घ्यावी.

सध्या सर्व बँकामध्ये खाते पुस्तिकेतील नोंदी या लेखनिक हाताने न करता संगणकाला जोडलेल्या छपाईयंत्राने करीत असल्याने त्यात चुका राहण्याची शक्यता फारच कमी असते.

खातेदाराने न केलेल्या व खातेदारांशी संबंधित नसलेल्या व्यवहारांची नोंद जर खाते पुस्तिकेत झाली असेल तर खातेदाराने ही चूक बँकेच्या ताबडतोब लक्षात आणून द्यावी व दुरुस्ती करून घ्यावी.

खाते पुस्तक (Pass Book) (पहिले पान)

बँक ऑफ इंडिया

खातेदार ओळख क्र.	: ०१०८९२८५२
खाते क्र.	: २१२१४७२९८२०
खातेदाराचे नाव	: श्री. चंद्रकात जयसिंगराव कदम
संयुक्त खातेदार	: सौ. मंगल चंद्रकात कदम
व्यवसाय	: शेती
खाते चालविणे प्रकार	: दोघे किंवा जिवंत राहणार (Either or Survivor)
साधारण पत्ता	: १८१ शुक्रवार पेठ, शिंदे आळी, पुणे ४११००२
वारसा नामांकन	: सागर चंद्रकात कदम
खाते सुरू केल्याची तारीख	: १-०६-२०१४

शाखा प्रतिबंधकाची सही व शिक्का

बँकेचे सील

खातेदाराचे छायाचित्र

खाते पुस्तिका (Pass Book) नमुना

अ. क्र.	तारीख	तपशील	चेक क्र.	रक्कम	रक्कम काढली	शिल्लक ठेवली	स्वाक्षरी आद्याक्षर	ग्राहकां- करिता

खातेपुस्तिके संबंधीचे नियम :

खाते पुस्तिकेत (पास बुकात) खातेदार कोणतीही नोंद करू शकत नाही; सर्व नोंदी या बँक लेखनिकानेच करावयाच्या असतात व त्यापुढे बँक अधिकाऱ्याची लघु स्वाक्षरी केलेली असते.

- खाते पुस्तिकेत केलेल्या नोंदी बरोबर असल्याची खात्री खातेदाराने करावयाची असते. काही चुका असल्यास बँक अधिकाऱ्यांच्या निदर्शनास आणून त्या दुरुस्त करून घ्याव्यात.
- खात्यात पैसे जमा करताना खाते पुस्तिका नसली तरी चालेल परंतु बचत खात्यातून पैसे काढताना उचल पावती बरोबर खाते पुस्तक दाखविल्याशिवाय बँक खात्यातील पैसे काढण्यास परवानगी देत नाही.
- खातेदाराकडून त्याची खातेपुस्तिका हरविल्यास बँकेकडे तसा अर्ज करून दुसरी खाते पुस्तिका घ्यावी लागते. बँक त्यावर (Duplicate) अशा शिक्का मारून देते.
- बचत ठेव खाते वापरासंबंधीचे नियम खाते पुस्तिकेच्या शेवटच्या पानांवर छापील स्वरूपाचे दिलेले असतात.
- खातेदाराला अथवा व्यावसायिकाला स्वत:कडील रोख शिल्लक व बँकेतील शिल्लक यांची जुळवणी करण्यासाठी खाते पुस्तिकेचा मोठा उपयोग होतो.
- चालू ठेव खातेदाराला बँका अलीकडे खाते पुस्तिका देण्याऐवजी त्याच्या खात्याची मासिक त्रैमासिक खातेपत्रिका (Statement) छापील स्वरूपात देतात.

४) धनादेश पुस्तिका (Cheque Book) : माहिती : धनादेशावरील तपशील पैसे काढण्याच्या स्लीप प्रमाणेच / उचल पावती प्रमाणेच असतो. दिनांक, कोणाला पैसे द्यावयाचे त्याचे नाव (स्वत: ला अथवा अपत्याचे नाव) रक्कम अंकी व अक्षरी व शेवटी खातेदाराची सही असावी लागते.

बँकेतून चालू अथवा बचत खात्यातून पैसे काढण्यासाठी पैसे काढण्याच्या स्लीपप्रमाणेच धनादेशाचाही उपयोग होतो. तिसऱ्या व्यक्तीला पैसे देण्यासाठी रोख रक्कमेऐवजी धनादेश देता येतो व तो सुरक्षित मानला जातो.

खातेदाराच्या मागणीप्रमाणे त्याला १०, २०, २५ धनादेश असलेली धनादेश पुस्तिका दिली जाते प्रत्येक धनादेशावर खालच्या बाजूला सहा अंकी धनादेश क्रमांक असतो.

- सुरक्षिततेच्या दृष्टिकोनातून बँक खातेदाराला धनादेश पुस्तिका देताना त्या खातेदाराचा खाते क्रमांक प्रत्येक धनादेशावर शिक्क्याच्या स्वरूपात मारून देते. त्यामुळे खातेदाराला धनादेशावर स्वत:चा खाते क्रमांक लिहायची आवश्यकता नसते.

खातेदाराला धनादेश पुस्तिका देताना त्याला किती ते किती क्रमांकाचे धनादेश दिले याची नोंद बँक लेखनिक बँक खतावणीत सुरक्षिततेच्या दृष्टिकोनातून करून ठेवते.

- प्रत्येक धनादेश पुस्तिकेत शेवटच्या दोन धनादेशांअगोदर एक धनादेश मागणी पावती असते.
- पहिले पुस्तक संपत असताना खातेदाराने धनादेश मागणी पावतीवर सही करून बँकेला दिल्यास बँक त्याला नवीन धनादेश पुस्तिका देते.
- काही बँकामध्ये छिद्रांकित रेषा ठेवून जोड धनादेशाची सोय असते; तर काही बँका धनादेश पुस्तिकेच्या शेवटी दिलेल्या धनादेशांचा तपशील ठेवण्यासठी एक कोष्टक देतात त्यावर खातेदाराने आपल्या माहितीसाठी दिलेल्या धनादेशाचा तपशील भरावा लागतो.

धनादेशाचा (Cheque) नमुना

जनसेवा सहकारी बँक लि., पुणे		
रामवाडी शाखा पुणे - १४	दिनांक ☐☐☐☐☐☐☐☐	
Pay _____		
_____ या धारक को OR BEARER		
रूपये RUPEES : _____		
_____ अदा करे		
	₹ [____]	
खा. स. A/c No. [____]		
	सही	
"257505" 511253009 :		10

धनादेश वापरावयाचे नियम :

धनादेशाचे वाहक, आदेश आणि रेखांकित असे तीन प्रकार पडतात. वाहक धनादेशाचे पैसे तो घेऊन येणाऱ्यास व आदेश धनादेशाचे पैसे धनादेशात ज्याचे नाव लिहिले आहे त्याला अथवा तो सांगेल त्याला दिले जातात.

धनादेशाच्या वरच्या बाजूला डाव्या कोपऱ्यात दोन तिरप्या रेषा मारल्यास तो रेखांकित बनतो. त्याचे पैसे काऊंटरवर न मिळता ते अदात्याच्या (Payee) खात्यात जमा होतात. रेखांकित धनादेश सर्वांत सुरक्षित मानला जातो.

वाहक धनादेश धोक्याचा असतो कारण तो हरविल्यास ज्याला तो मिळतो, त्याने त्वरित बँकेत सादर केल्यास त्याला पैसे मिळू शकतात.

ब) मुदत ठेव खाते चालविणे (Operating of Fixed Deposit Account) :

माहिती व नियम : मुदत ठेवी म्हणजे काही विशिष्ट काळासाठी बँक ठेवीदारांकडून ठेवी स्वीकारणे होय. मुदत ठेवी हा बँक आणि खातेदार यांच्यातील ठराविक कालावधीसाठीचा एक करार असतो; या कालावधीत ठेवीदाराने मुदत ठेवीची रक्कम परत मागावयाची नसते; मुदत ठेवीची रक्कम बँकेला विशिष्ट कालावधीसाठी, कर्ज देण्यासाठी, उत्पन्न मिळविण्यासाठी वापरता येत असल्याने बँक इतर ठेव खात्याच्या तुलनेत मुदत ठेवींवर अधिक व्याजदर देते मुदत ठेवींचा बँकांना जसे चांगले उत्पन्न मिळविण्यासाठी उपयोग होतो तसा खातेदारांनाही हा ठेव प्रकार अनेक कारणांनी उपयुक्त ठरतो. उदा. मोठी रक्कम घरच्यापेक्षा बँकेत सुरक्षित रहाते. ठेवींवर अधिक व्याज मिळते; मुदत ठेवीवर कर्ज मिळू शकते. बँक व्यवहार सोपे व सोईचे असतात, इत्यादी.

मुदत ठेव खात्यासाठी विहित नुमन्यात अर्ज करावा लागतो. मुदत ठेव खाते संयुक्त नावाने उघडता येते त्यासाठी दोघांच्याही सह्या लागतात. व्यक्तीप्रमाणे संस्थांनाही मुदत ठेव खाती सुरू करता येतात. मुदत ठेव एक माहिन्यापासून १० वर्षापर्यंत असू शकते. राष्ट्रीयीकृत, खाजगी बँक मुदत ठेवीवर साधारणत: ८ ते ९ टक्के व्याजदर देतात; तर सहकारी बँकांचा यापेक्षा अर्धा ते एक टक्का व्याजदर अधिक असतो.

मुदत ठेव पावती व तिच्या तारणावरील कर्ज :

बँकेत मुदत ठेव ठेवल्यावर बँक ठेवदाराला मुदत ठेव पावती देते. या छापील स्वरूपाच्या पावतीवर बँकेचे नाव, शाखा, दिनांक, ठेवीदाराचे नाव, पत्ता, अंकी व अक्षरी रक्कम (ठेवीची) मुदत, व्याजदर, वारसाचे नाव व बँक अधिकाऱ्याची सही व शिक्का असतो.

मुदत ठेव पावती ही अहस्तांतरणीय असते ठेवीदाराशिवाय इतरांना मुदत ठेवीचे पैसे मिळत नाहीत; अपवादात्मक स्थितीत ठेवीदाराने लेखी अर्ज दिल्यास बँक त्याप्रमाणे इतर व्यक्तीस मुदतपूर्तीनंतर ठेवीचे पैसे देऊ शकते.

मुदत ठेवीनंतर ठेवीचे पैसे घेताना ठेवीदाराने मुदत ठेव पावतीवर तिकीट लावून सही करावी.

गरजेच्या वेळी ठेवीदाराला मुदत ठेव पावतीच्या तारणावर अल्पमुदतीचे कर्ज मिळू शकते. या कर्जाचा व्याजदर मुदत ठेवीच्या व्याजदरापेक्षा दोन टक्के अधिक असतो.

मुदत ठेव पावतीच्या तारणावरील कर्जाचे व्याज हे दर तीन महिन्यांनी आकारले जाते मुदत ठेव पावतीवरील कर्ज पूर्ण सुरक्षित असल्याने बँकांना याबाबत विशेष काळजी घ्यावी लागत नाही. मुदत ठेव पावती जर अज्ञानाच्या नावे असेल तर बँक त्याच्या पालकांना किंवा त्या अज्ञानालाही कर्ज देऊ शकत नाही.

मुदत ठेव पावतीचे मुदतीपूर्वी रोखीकरण :

अपवादात्मक परिस्थितीने खातेदाराला अचानक पैशांची गरज निर्माण झाल्यास मुदत ठेव पावती मुदतीपूर्वी मांडता येते व तिचे रोखीकरण करता येते. संयुक्त मुदत ठेवीच्या बाबतीत सर्व ठेवीदारांची ही पावती मोडण्यास संमती असावी लागते; मुदतीपूर्वी ठेव मोडल्यास बँक एक टक्का व्याज दंड म्हणून आकारते; मुदत ठेव मुदतपूर्व मोडून त्याचे बँकेत लगेच अधिक मुदतीसाठी दिल्यास बँक हे एक टक्का दंड व्याज आकारत नाही. याला नमुनीकरण म्हणतात. मुदतीपूर्वी जर ठेवीदाराचा मृत्यू झाल्यास नामांकित केलेल्या वारसदारास कागदपत्रांची पूर्तता करून त्याच्या नावावर मुदत ठेव केली जाते.

क) आवर्ती ठेव खाते चालविणे

(Operating of Recurring or Cumulative Deposit Account) :

माहिती आणि नियम : आवर्ती अथवा संचित ठेव खाते हा कालावधी ठेव खात्याचा एक प्रकार आहे. पगारदार अथवा नियमित मासिक उत्पन्न असणाऱ्यांना उपयुक्त असा हा ठेव प्रकार आहे आवर्ती ठेव खात्याची मुदत एक वर्षे ते दहा वर्षे पर्यंत असते. आवर्ती ठेव खात्यात दरमहा ठराविक रक्कम भरावयाची असते. आवर्ती ठेव खातेदाराला एक खाते पुस्तिका (Pass Book) दिले जाते त्यामध्ये दरमहा जमा रकमेची नोंद केली जाते आवर्ती ठेव खाते वैयक्तिक अथवा संयुक्त स्वरूपात उघडता येते.

दरमहा साधारणपणे रुपये १०० अथवा त्यापटीत रक्कम भरावी लागते. एकदा ठरलेली रक्कम बदलता येत नाही. दरमहा भरावयाची रक्कम भरावयास उशीर झाला तर बँक १ ते २ टक्के दंड व्याज त्यावर आकारते.

आवर्ती ठेव तारणावर कर्ज :

आवर्ती ठेव खात्यावरील जमा झालेल्या रकमेच्या ८० टक्के इतकी रक्कम ठेवीदाराला अडचणीच्या वेळी कर्ज म्हणून उपलब्ध होऊ शकते. त्यासाठी ठेवीदारला स्वतंत्र अर्ज द्यावा लागतो. असे कर्ज बँकेकडे जमा झालेल्या रकमेच्या आधारे दिले जात असल्याने जमिनदारांची आवश्यकता नसते.

बँका स्वत:च्याच आवर्ती ठेव खातेदाराच्या जमा रकमेच्या तारणावर कर्ज देतात. आवर्ती ठेव खाते जर संयुक्त नावाने असेल तर अशा कर्जासाठी त्या सर्व खातेदारांची लेखी संमती असली पाहिजे. बँका आवर्ती ठेवीच्या तारणांवरील कर्जासाठी साधारणपणे एक ते दोन टक्के जादा व्याज आकारतात. आवर्ती ठेव खात्याचा खातेदार जर अज्ञानी असेल तर बँका त्याला कर्जे देऊ शकत नाहीत.

अशा रीतीने अल्पकालीन कर्जाची गरज निर्माण झाल्यास आवर्ती ठेव खातेदारांना त्याचे खाते न मोडता कर्ज घेता येते तसेच खाते सुरू ठेवता येते.

आवर्ती ठेव खाते मुदतीपूर्वी रोखीकरण करणे :

आवर्ती ठेव खात्यावरील रक्कम मुदतीपूर्वी काढता येते परंतु त्यावर नियमाप्रमाणे एक टक्का व्याजाचा दंड आकारला जातो आवर्ती खात्यातून मुदतीपूर्वी पैसे काढावयाचे असतील तर प्रत्येक बँकेचे नियम असतात. पैसे काढताना खातेदाराला तसा अर्ज देऊन त्यात खाते बंद करावयाचे कारण नमूद करावे लागते.

आवर्ती खाते जर संयुक्त असेल तर सर्व खातेदारांची लेखी संमती असणे आवश्यक असते. तसेच त्यांच्या स्वाक्षऱ्या असणे आवश्यक असते.

आवर्ती ठेव खाते मुदतीपूर्वी बंद करून पैसे घ्यावयाचे असतील तर त्यावर एक टक्का दंड व्याज बँक आकारते. उदा. आवर्ती ठेव खाते ५ वर्षांसाठी ६ टक्के व्याज दराने उघडले असेल आणि ४ वर्षे पूर्ण झाल्यावर खातेदाराला जर अचानक पैशांची गरज उद्भवली असेल आणि कर्जाऐवजी रोख पैशांची मागणी केली तर बँक सर्व गोष्टींची पूर्तता करून त्याची ४ वर्षांत जमा झालेली रक्कम व त्यावर ६ ऐवजी ५ टक्के दराने व्याजाची रक्कम खातेदाराला परत करते.

४.४ खाती बंद करणे (Closure of Accounts)

खातेदार आणि बँक यांच्या परिस्थितीनुसार खाते चालू ठेवायचे की, बंद करायचे याचा निर्णय अवलंबून असतो. कधी खातेदार बँकेला आपले खाते बंद करावे अशी विंनती करतो तर कधी विशिष्ट परिस्थितीत बँक खातेदाराचे खाते बंद करण्याचा निर्णय घेते; ज्याला खाते बंद करावयाची इच्छा असते त्याने दुसऱ्या पक्षाला योग्य ती तशी सूचना द्यावी लागते. अशी सूचना आल्यानंतर बहुधा परस्पर संमतीने खाते बंद केले जाते आणि त्या खात्यातील शिल्लक रक्कम खातेदारास परत केली जाते. चालू ठेव खात्याच्या बाबतीत खातेदाराने जर बँकेकडून त्या खात्यावर अधिकर्ष सवलत घेतली असेल तर खात्यातून त्या कर्जाची व्याजासह रक्कम कापून घेऊन उर्वरित रक्कम बँक त्या चालू ठेव खातेदारास परत करते.

अ) खातेदाराने बँकेला खाते बंद करण्याची सूचना देणे :

बँकेचा खातेदार बँकेस पुढील परिस्थितीस खातेबंद करावे अशी विनंती अथवा सूचना देऊ शकतो.

१) जागा बदल : काही वेळा खातेदार आपली राहण्याची अथवा व्यवसायाची जागा बदलतो. तेव्हा त्याला बँकेत व्यवहार करण्यासाठी येणे त्रासदायक ठरते. तेव्हा तो त्याला बँकेला खातेबंद करण्याची विनंती करून आपले खाते बंद करतो आणि जवळच्या सोयीच्या बँकेत नावे खाते उघडतो.

२) असमाधानकारक सेवा : खातेदाराला जर बँकेत हव्या त्या सुविधा मिळत नसतील आणि तो बँकेच्या कामकाजाबद्दल असमाधानी असेल तर तो आपले खाते बंद करतो.

३) कमी व्याजदर : खातेदाराची बँक जर इतर बँकापेक्षा कमी व्याजदर देत असेल तर साहजिकच खातेदार त्या बँकेतील आपले खाते बंद करून अधिक व्याजदर देणाऱ्या बँकेत खाते उघडतो.

४) स्थैर्य : बँकेचे आर्थिक स्थैर्य कमकुवत होत असल्याबद्दल खातेदाराला शंका आल्यास आणि त्याची तशी खात्री पटल्यास तो आपल्या खात्यातील सर्व रक्कम काढून घेऊन खाते बंद करतो.

ब) बँकेने खातेदाराचे खाते बंद करणे :

१) अयोग्य वर्तणूक : अयोग्य वर्तुणुकीमध्ये खोटी कागदपत्रे व दस्तऐवज बँकेस सादर करणे. खात्यात पुरेशी शिल्लक नसताना इतरांना अधिक रकमेचे धनादेश देणे इ. बाबींचा समावेश होतो. तसेच खातेदाराची वर्तणूक जर अयोग्य असेल तसेच तो आर्थिक गैरव्यवहारांमध्ये सहभागी हे अशी बँकेची खात्री पटल्यास बँक त्या खातेदाराचे खाते बंद करते.

२) मृत्यू : खातेदाराचा मृत्यू झाल्याची सूचना बँकेला मिळाल्यावर बँक त्वरित ते खाते बंद करते व त्या खात्यावरील शिल्लक नामांकन पत्रकातील नमूद केलेल्या वारसास परत करते; जर खातेदाराने मृत्यूपत्र केले असेल तर त्यातील सूचनेप्रमाणे खात्यातील रकमेचे वितरण केले जाते.

३) मानसिक असंतुलन : काही कारणांनी खातेदाराचे मानसिक संतुलन बिघडले असेल, तो वेडा भ्रमिष्ट अथवा दिवाळखोर झाला असेल तर बँक त्याचे खाते बंद करते.

४) दिवाळखोरी : व्यक्तीगत खातेदार दिवाळखोर झाल्यास अगर संस्थात्मक खातेदाराचे विसर्जन झाल्यास अशी खाती बंद केली जातात.

५) न्यायालयाचा आदेश : खातेदाराच्या खात्यातून 'प्रदान थांबवावे' असा न्यायालयाने आदेश दिल्यास बँकेने त्या खात्यावरील व्यवहार थांबवावेत; जर न्यायालयाचा आदेश सर्व रकमे संदर्भात असल्यास संपूर्ण खाते बंद करावे.

६) पैसे देण्याचा हुकूम : ऋणकोचे पैसे देण्यासाठी खातेदाराच्या खात्यातील 'शिल्लक रकमेतून पैसे द्या' असा न्यायालयाचा हुकूम असेल तर बँकेला तशी कार्यवाही करावी लागते. पैसे देण्यामुळे जर सर्व रक्कम संपली तर खाते आपोआप बंद होऊन खातेदाराचा संबंध संपुष्टात येतो.

क) खातेदाराचे खाते बंद करण्याची प्रक्रिया :

खाते बंद करण्याचा प्रस्ताव खातेदाराकडून बँकेला सादर केला जाऊ शकतो. खातेदाराकडून प्रस्ताव आल्यास बँक त्यांच्याकडून तसा लेखी अर्ज मागविते व त्यामध्ये खाते बंद करण्याचे कारण द्यावे लागते बँकेकडून खाते बंद करण्याची सूचना आल्यावर ती खातेदाराने स्वीकारणे अपरिहार्य असते.

खाते बंद करण्याचे निश्चित झाल्यावर बँक खातेदाराकडून भरणा पुस्तिका, खाते पुस्तिका व धनादेश पुस्तिका परत मागविते.

खातेदाराच्या शिल्लक रकमेवरील व्याजाची रक्कम किती हे पाहून बँक खातेदाराला देय असणारी रक्कम निश्चित करते व ती रक्कम परत केली जाते. खाते बंद केले असा शिक्का लेखनिक खाते पुस्तिकेवर मारतो.

४.५ खाते वर्ग / स्थानांतरण करणे (Transfer of Accounts) :

व्यवसायाची जागा बदलल्याने अथवा नोकरीतील बदल अथवा बदलीमुळे खातेदाराला शहराच्या एका भागातून दुसऱ्या भागात अथवा पूर्णपणे दुसऱ्या गावात राहायला जावे लागते त्या वेळी त्याला

अ) जुने खाते बंद करून नव्या ठिकाणी वेगळ्या बँकेत खाते उघडावे लागते. अथवा

ब) नव्या ठिकाणी त्याच बँकेच्या शाखेत जुने खाते स्थानांतरित करावे लागते. असे दोन पर्याय असतात.

खात्याच्या वर्ग स्थानांतराची प्रक्रिया पुढीलप्रमाणे असते.

१) वर्ग / स्थानांतरणाचा अर्ज : खातेदाराला त्याच्या जुन्या शाखेत खाते स्थानांतरणाचा विहित नमुन्यात अर्ज करावा लागतो. नव्या ठिकाणच्या शाखेतही त्याला 'जुन्या शाखेतील खाते या शाखेत स्थानांतरित करा' असा विनंती अर्ज द्यावा लागतो.

२) रक्कम व कागदपत्रे पाठविणे : खातेदाराची देय रक्कम, नावे बंद चिठ्ठी, खाते पुस्तिका, धनादेश पुस्तिका, खातेदाराचा खाते उघडण्याचा (पूर्वीचा) अर्ज, नमुना सहीचे

व नामांकनाचे पत्र इ. नव्या ठिकाणच्या शाखेत पाठविले जाते.

३) खाते स्थानांतरण : नव्या ठिकाणच्या शाखेत रक्कम व कागदपत्रे आल्यावर बँक ती शाखा खातेदाराचे खाते उघडून त्याच्या नावे क्रेडिट नोट तयार करते व खातेदाराच्या खात्यात ती करते.

४) व्यवहार : खातेदाराला त्याची जुनी खाते पुस्तिका व धनादेश पुस्तिका परत केली जातात अथवा नव्या पुस्तिका दिल्या जातात व त्याच्या खात्यावरील व्यवहार करण्यास परवानगी दिली जाते.

४.६ खातेदारांचे प्रकार (Types of Account Holders) :

सामान्यपणे जी व्यक्ती बँकेत खाते उघडते व जी बँकेच्या सेवा सुविधांचा लाभ घेते, तिला बँकेचा 'खातेदार' म्हणतात. भारतीय करार कायद्याप्रमाणे अठरा वर्षे पूर्ण केलेल्या कोणत्याही सज्ञान व सुबुद्ध व्यक्तीला बँकेत खाते उघडता येते. व्यक्तीप्रमाणे ज्यांना स्वतंत्र व वैध कायदेशीर अस्तित्व आहे असे व्यवसाय व संस्था देखील बँकेत खाते उघडू शकतात. बँकेत खाते उघडून बँकेचा खातेदार बनण्यासाठी इच्छुक व्यक्ती अथवा संस्थेला विहित नमुन्यातील अर्ज भरून बँकेशी तसा करार करावा लागतो.

एच. एल. हार्ट यांच्या मते, "ज्या व्यक्तीचे बँकेत खाते असते अथवा जिच्यासाठी बँक विविध प्रकारची कार्ये पार पाडते, त्या व्यक्तीला बँकेचा खातेदार असे म्हणतात."

बँकेचे खातेदार विविध प्रकारचे असतात. व्यक्तिगत खातेदारांप्रमाणेच संस्थात्मक खातेदारही असतात.

४.६.१ वैयक्तिक खातेदार (Individual Account)

१) व्यक्तिगत खाते : बँकेचा खातेदार होऊ इच्छिणाऱ्या कोणत्याही सामान्य व्यक्तीला बँकेचा खातेदार बनता येते. कायद्याप्रमाणे बँकेचा खातेदार बनण्यासाठी व्यक्तीला काही बाबींची पूर्तता करावी लागते एखाद्या व्यक्तीला व्यक्तीगत खाते उघडताना बँकेने त्या व्यक्तिकडून पुढील बाबी करवून घेते.

विहित नमुन्यातील अर्ज भरून घेते तसेच ग्राहक परिचय प्रमाणके पूर्ण करून घेते. त्या व्यक्तीच्या ओळखीचा पुरावा आणि राहण्याचा पुरावा देणाऱ्या कागदपत्रांच्या साक्षांकित प्रती घेतल्या जातात. त्या व्यक्तीला ओळखणारा बँकेच्या खातेदाराचा संदर्भ घेतला जातो. तसेच दोन छायाचित्रे, नमुना सही पत्रकावर सह्या घेतल्या जातात. त्याबरोबरच वारसानाम निर्देश फॉर्म भरून घेतला जातो.

२) संयुक्त खाते : जेव्हा दोन अथवा अधिक व्यक्ती बँकेत एकच खाते उघडतात तेव्हा त्यास संयुक्त खाते असे म्हणतात. साधारणपणे पती - पत्नी भाऊ - भाऊ अथवा

एकाच संस्थेचे भागीदार असे खाते उघडू शकतात. ते संयुक्त खाते चालविण्याचा अधिकार त्यापैकी फक्त एकाला अथवा सर्वांना असू शकतो.

संयुक्त खाते उघडताना व ते चालवून घेताना बँकेला पुढील खबरदारी घ्यावी लागते.

१) संयुक्त खाते कोणता खातेदार चालवणार याची स्पष्टता आणि तसे लेखी निवेदन घेणे.

२) धनादेश हस्तांतरण, हुंड्या वटविणे, मौल्यवान वस्तू बँकेच्या लॉकरमध्ये ठेवणे इत्यादींचे अधिकार कोणाला आहेत याची स्पष्टता आणि लेखी निवेदन घेणे.

३) संयुक्त खाते चालविण्याचा अधिकार ज्या खातेदारास देण्यात आला असेल तो खातेदार त्याच्या वतीने खाते चालविण्यासाठी प्रतिनिधी अथवा मुख्यपदाची नेमणूक करू शकत नाही.

४) संयुक्त खात्यावर काढलेल्या धनादेशांवर सर्व खातेदारांची नावे असावीत.

५) खाते चालविण्याचा अधिकार असलेला अगर नसलेला कोणीही खातेदार संयुक्त नावाने काढलेल्या धनादेशाचे प्रदान थांबवू शकतो.

६) संयुक्त खातेदारापैकी एखाद्या खातेदाराचे नाव कमी करणे अथवा एखादा नवा खातेदार घणे सर्वांच्या संमतीने शक्य असते.

७) संयुक्त खातेदारांपैकी कोणताही खातेदार खाते चालविण्याच्या सूचनांपैकी कोणतीही सूचना लेखी निवेदन देऊन रद्द करू शकतो.

८) कर्जाबाबतची जबाबदारी व्यक्तिगत असल्याने संयुक्त खात्यावर काढलेल्या कर्जाची परतफेड करण्यास कोणता खातेदार जबाबदार राहील अथवा सर्वांचीच संयुक्त जबाबदारी राहील का, याबाबत स्पष्टता आणि लेखी निवेदन घेणे.

३) निरक्षर व्यक्तीचे खाते : कायद्याने निरक्षर व्यक्तीला बँकेला खातेदार होण्याचे अधिकार दिलेले आहेत. निरक्षर खातेदाराच्या बाबतीत बँकेने पुढील दक्षता घ्यावी.

१) कोणत्याही साक्षर व्यक्तीकडून निरक्षर व्यक्तीचा खाते उघडण्याचा अर्ज भरून घ्यावा त्यावर सहीच्या ठिकाणी निरक्षर व्यक्तीच्या डाव्या हाताच्या अंगठ्याची निशाणी घ्यावी. पुरावा म्हणून निशाणी शेजारी दोन साक्षीदारांच्या नावासहीत सह्या घ्याव्यात. या साक्षीदार व्यक्ती साक्षर आणि बँकेच्या अधिकाऱ्यांच्या परिचयाच्या असाव्यात.

२) सामान्य खातेदाराप्रमाणे निरक्षर खातेदाराची ही दोन छायाचित्रे घ्यावीत.

३) खात्यातून पैसे काढताना पैसे काढण्याची स्लीप अथवा धनादेशावर निरक्षर खातेदाराच्या डाव्या हाताचा अंगठा तसेच एका साक्षीदाराची सही असल्याची खात्री करावी.

४) पैसे काढण्यासाठी निरक्षर व्यक्तीला खाते पुस्तिका घेऊन बँकेत स्वत: व्यक्तिशः यावे लागते.

४) अज्ञानाचे खाते : भारतीय सज्ञान कायदा १८७५ कलम ३ अन्वये अठरा वर्षांखालील कोणत्याही मुलाला अगर मुलीला अज्ञान मानले जाते तसेच भारतीय करार कायदा १८७२ कलम २ (अ) नुसार १८ वर्षे पूर्ण होण्याअगोदर न्यायालयाने अज्ञानासाठी पालक नेमला असेल तर तो अज्ञान मुलगा / मुलगी १८ ऐवजी २१ वर्षे पूर्ण होईपर्यंत अज्ञान समजला जातो.

अज्ञान व्यक्ती स्वत:च्या नावाने बँकेत खाते उघडू शकते या खात्यावरील व्यवहार ती अज्ञान व्यक्ती स्वत: अगर तिचा सज्ञान पालक तिच्या वतीने सांभाळू शकतो. अज्ञानाचे खाते उघडताना बँकेला काळजी घ्यावी लागते.

१) अज्ञानाच्या नावे बँकेत खाते उघडताना त्या अज्ञानाची जन्मतारीख, पालकाचे नाव, व्यवसाय, पत्ता, इ. माहिती काळजीपूर्वक तपासून घ्यावी.

२) अज्ञानाचे स्वतंत्र खाते अथवा त्याचे व पालकांचे संयुक्त खाते उघडता येते. बँकेने शक्यतो संयुक्त खाते उघडावे.

३) अज्ञान व्यक्तीची जन्म तारीख शाळा सोडल्याचा दाखला इत्यादी तपासून घ्यावी.

४) खाते उघडण्याच्या अर्जासोबत त्याच्या पालकाची नमुना सही घ्यावी.

५) अज्ञान व्यक्ती करार करण्यास अपात्र असल्याने (सज्ञान होईपर्यंत) बँकेने त्याच्याशी कोणताही करार अथवा कर्जव्यवहार करू नये.

६) तिसऱ्या व्यक्तीच्या जामीनावर सुद्धा बँकेने अज्ञानाला कोणतीही अगाऊ रक्कम देऊ नये.

७) अज्ञानाचा पालक म्हणून ज्या व्यक्तीचे नाव खाते उघडण्याच्या अर्जात दिले असेल ती व्यक्ती अज्ञानाशी खरोखरीच संबंधित आहे का, याची खात्री करावी.

८) अज्ञान व्यक्ती सज्ञान झाल्यावर बँकेने सज्ञान खातेदार म्हणून नवीन खाते उघडण्यास सांगावे.

९) अज्ञान व्यक्ती मृत्यू पावल्यास त्याच्या खात्यातील रक्कम काढण्याचा पालकांना अधिकार देण्यात येतो.

५) विवाहित स्त्रीचे खाते : भारतीय करार कायदा १८७२ अन्वये विवाहित स्त्री करार करू शकते. तसेच ती संपत्ती धारण करू शकते; आणि विकू शकते. त्यामुळे ती बँकेत खाते उघडू शकते आणि स्वत:च्या नावाने व स्वत:च्या वतीने ते खाते चालवू शकते.

विवाहित स्त्रीच्या नावाने खाते उघडताना बँक पुढील काळजी घेते.

१) विवाहित स्त्रीचे खाते उघडताना नेहमीप्रमाणे प्रक्रिया राबवावी तिच्याकडून अर्ज व नमुना सहीचे पत्र भरून घ्यावे.

२) विवाहित स्त्री स्वत: कमावती असल्यास तिचे खाते उघडताना विशेष अडचण येत नाही.

३) हिंदू वारसा कायदा १९५६ अनुसार विवाहित स्त्रीच्या स्वत:च्या संपत्तीला 'स्त्रीधन' असे म्हटले जाते. त्या स्त्रीधनावर फक्त तिचाच अधिकार असतो.

४) स्वत:चे स्त्रीधन नसलेल्या विवाहित स्त्रीला बँकेने कर्ज देऊ नये कारण कर्ज परत फेड न झाल्यास बँकेला तिच्याविरुद्ध न्यायालयात जाणे अवघड पडते.

५) विवाहित स्त्रीने तिच्या पतीच्या हमीवर कर्ज काढले असल्यास त्याचेकडून हमीपत्र लिहून घ्यावे.

६) विवाहित स्त्रीला कर्ज देताना अथवा अधिकर्ष सवलत देताना बँकेने तिच्याकडून तिच्या मालकीची पुरेशी संपत्ती तारण म्हणून घ्यावी.

७) विवाहित स्त्री ही केवळ तिची वैयक्तिक मालमत्ताच तारण ठेवू शकते.

६) बुरखाधारी महिलेचे खाते : काही स्त्रियांना बुरखा परिधान करावा लागतो त्यांना 'पर्दानशीन महिला' असेही संबोधतात. बुरखाधारी महिलेचे खाते उघडताना व चालवताना पुढील दक्षता घ्यावी लागते.

१) बुरखाधारी महिला तिच्या कुटुंबातील सदस्यांशिवाय इतर कोणाशी व्यवहार करते किंवा नाही हे बँकेने पहावे.

२) बुरखाधारी स्त्रिया स्वत:ला पूर्ण एकांक रूपात ठेवीत असल्याने त्यांच्याशी केलेल्या करारावर अयोग्य प्रभाव पडण्याची शक्यता असते असे कायदा गृहीत धरतो.

३) बुरख्यामुळे त्या महिलेची खरी ओळख पटविणे अवघड जाते त्यामुळे बँकेने तिच्या नावाने खाते उघडताना दक्षता घ्यावी.

४) पैशाचे व्यवहार करताना बँकेने ती महिला तिच्या साक्षांकित केलेल्या सहीप्रमाणे करते आहे ना याची खात्री करावी.

७) अनिवाशी भारतीयांचे खाते : जो व्यक्ती भारतीय नागरिक परदेशात नोकरी, व्यवसाय, धंदा अगर इतर कारणांसाठी अनिश्चित काळ वास्तव्य करतो त्याला अनिवासी भारतीय म्हटले जाते. अनिवासी भारतीयाचे खाते उघडताना, चालविताना पुढील काळजी घ्यावी लागते.

१) अनिवासी भारतीयाला इतर भारतीयांप्रमाणे बँकेत खाते उघडता येते परंतु अनिवासी असल्याबद्दलचे प्रमाणपत्र बँकेने त्याच्याकडून घ्यावे.

२) अनिवासी भारतीयांनी त्यांच्या भारतीय बँक खात्यामध्ये पाठविलेल्या निधीचे परकीय चलन व्यवस्थापन कायदा १९९५ नुसार नियंत्रण केले जाते.

३) भारतीय रिझर्व्ह बँकेने काही ठराविक सूचित व्यापारी व सहकारी बँकांना जरी त्या परकीय चलनाचे व्यवहार करीत नसल्यातरी त्यांना अनिवासी भारतीयांची खाती उघडण्याचा व चालविण्याची परवानागी दिलेली आहे.

अनिवासी भारतीयांची भारतीय चलनातील बँक खाती विविध प्रकारची असू शकतात.

अ) अनिवासी रुपया सामान्य खाते (NRO)

ब) अनिवासी विशेष रुपया खाते (NRSR)

क) अनिवासी रुपया बाह्य खाते (NRE)

अनिवासी न परत पाठविलेले रुपया खाते (NRNR) इत्यादी

४.६.२ संस्थात्मक खातेदार (Institutional Account Holders)

१) वैयक्तिक मालकीची संस्था : वैयक्तिक मालकीच्या संस्थेच्या नावाने खाते उघडता येते. उदा. किरणा दुकान, हॉटेल, सल्लागार, सेवा पुरवठादार, इलेक्ट्रॉनिक वस्तूंचे शोरूम इत्यादी हे खाते एकाच व्यक्तीच्या मालकीच्या व्यवसाय अथवा उत्पादन संस्थेच्या नावाने चालविता येते; हे खाते वैयक्तिक स्वरूपाचे असते; खातेधारकाचे नाव म्हणून त्या संस्थेचे नाव असते व मालक म्हणून त्या व्यक्तीची सही असते.

व्यक्तिगत खात्याप्रमाणे वैयक्तिक मालकी संस्थेचे खाते उघडता येते. हे खाते उघडताना पुढील पूर्तता करावी लागते.

१) विहित नमुन्यात अर्ज भरून घेणे.

२) ग्राहक परिचय प्रमाणकांची पूर्तता.

३) ओळख व राहण्याचा पुरावा, इ. कागदपत्रे.

४) सध्याच्या खातेदाराकडून ओळख व संदर्भ.

५) दोन छायाचित्रे.

६) नमूना सही पत्रक.

७) दुकाने कायदा परवान्याची प्रत.

८) वैयक्तिक मालकी संस्थेचे खाते त्या व्यवसाय संस्थेच्या नावावर काढले जाते; मात्र खाते स्वत: मालक चालवितो अथवा त्याचा प्रतिनिधी चालवू शकतो.

९) व्यवसायाचे आपण मालक असू असे लेखी निवेदन मालकाने बँकेला द्यावे लागते.

१०) साधारणपणे वैयक्तिक मालकी संस्थेच्या नावाने चालू खाते उघडले जाते. परंतु व्यवसायाच्या नावाने आवर्ती अथवा मदुती खाते उघडता येऊ शकते परंतु बचत खाते मालकाच्या वैयक्तिक नावाने उघडावे.

२) भागीदारी संस्था : भारतीय भागीदारी कायदा १९३२ कलम ४ अनुसार 'जेव्हा काही व्यक्ती एकत्र येऊन सर्वजण व्यवसाय चालवितात अथवा सर्वांच्या वतीने त्यापैकी एकजण व्यवसाय चालवितो आणि त्या व्यवसायात झालेला नफा अगर तोटा सर्वांनी वाटून घेण्याचे सर्वजण मान्य करतात. तेव्हा त्या व्यक्तीमधील संबंधांना भागीदारी असेत म्हणतात.'

भागीदारी संस्था स्थापन करण्यासाठी किमान दोन व कमाल २० व्यक्तींची आवश्यकता असते. भागीदारी संस्थेचे खाते उघडताना व चालविताना बँकेला पुढील काळजी घ्यावी लागते.

१) भागीदारी संस्थेला संबंधित संस्थेच्या नावाने चालू तसेच मुदत ठेव खाते उघडता येते.

२) भागीदारी संस्था संबंधित कायद्यानुसार नोंदविलेली असावी.

३) खाते उघडताना अर्जासोबत भागीदाराच्या कराराची प्रत, खाते उघडण्यासंबंधीचे सर्व भागीदारांच्या सह्यांचे निवेदन, व्यवसायाचे स्वरूप, सर्व भागीदारांची नावे, व्यवसाय, नमुना सह्या इ. तसेच सदर खाते चालविण्याचा अधिकार कोणत्या भागीदारीत राहील याबाबत सहीचे निवेदने बँकेने घ्यावे.

५) बँकेने नोंदणी प्रमाणपत्राची प्रत घेऊन ठेवावी.

६) भागीदारी संस्थेच्या वतीने भागीदार नसलेल्या व्यक्ती खाते चालवू शकते परंतु त्यासाठी सर्वांनी त्या व्यक्तीला तसा परवाना द्यावा लागतो ते बँकेने पहावे.

३) संयुक्त भांडवली कंपनी : संयुक्त भांडवली कंपनी हा तिच्या भागधारक मालकांपेक्षा स्वतंत्र कायदेशीर कायमचे अस्तित्व असलेला एक व्यवसाय संघटनप्रकार आहे. साधारणपणे कंपन्यांचे तीन प्रकार पडतात.

अ) खाजगी कंपनी - यामध्ये किमान २ कमाल ५० भागधारक असतात.

ब) सार्वजनिक कंपनी - यात किमान ७ कमाल कितीही भागधारक असू शकतात.

क) शासकीय कंपनी - ज्या कंपनीत ५१ टक्के भाग भांडवल हे शासनाच्या मालकीचे असते.

कंपनीचे खाते उघडताना बँकेने घ्यावयाची काळजी.

१) बँकेने कंपनीच्या पुढील कागदपत्रांची तपासणी करावी. नोंदणी प्रमाणपत्र, केंद्र सरकारच्या परवाना, घटनापत्रक, नियमावली, व्यवसाय सुरू करण्याचे प्रमाणपत्र,

संचालक मंडळाचा ठराव, मागील वर्षांची अंतिम हिशोबपत्रके, संचालक मंडळाची यादी.

२) बँकेत खाते उघडण्यासंबंधीच्या संचालक मंडळाने संमत केलेल्या ठरावामध्ये कोणत्या प्रकारचे खाते उघडावयाचे आहे व हे खाते चालविण्याचा व त्यातील रक्कम काढण्याचा अधिकार व मर्यादा याचा तपशील स्पष्ट शब्दांत द्यावा.

३) ज्या संचालकांना आणि अधिकाऱ्यांना खाते चालविण्याचा अधिकार दिलेला आहे, त्यांच्या नमुना सह्या घ्याव्यात.

४) कंपनीच्या नावे खाते उघडल्यास कंपनीच्या उद्देश पत्रकात बँकेचे नाव नमूद करावे.

५) कंपनीला कर्ज मंजूर करताना कर्ज घेण्याचा उद्देश, कर्जासाठी योग्य तारण, कर्जाचा कालावधी कर्ज घेण्याचा अधिकार कोणाला इ. बाबत बँकेने माहिती घ्यावी.

६) बँकेने दक्षता म्हणून कंपनीकडून माहिती मागून घ्यावी, उदा. संचालकांचे अधिकार कंपनीच्या वतीने धनादेश हुंड्या इत्यादींचे अधिकार.

४) हिंदू अविभक्त कुटुंब : अविभक्त कुटुंब पद्धती हे भारतीय समाजाचे वैशिष्ट्ये मानता येते. शेती, किरणा दुकान, पशुपालन, दुग्धव्यवसाय इ. व्यवसाय अविभक्त कुटुंबाद्वारे चालविले जातात. हिंदू अविभक्त कुटुंबाचे खाते उघडताना व चालविताना बँकेने पुढील काळजी घ्यावी लागते.

१) बँकेत खाते उघडण्याच्या विहीत नमुन्यातील अर्जावर कर्ता तसेच त्या कुटुंबातील इतर सर्व सज्ञान व्यक्तींची नावे व त्यांच्या समंती दर्शक सह्या असणे आवश्यक आहे.

२) त्या अर्जावर कुटुंबातील सर्व अज्ञान मुलांची नावे व त्यांच्या जन्मतारखा नमूद कराव्यात.

३) कर्त्या व्यक्तीला बँक खाते चालविण्याचा अधिकार देण्यात येत असल्याने नमुना सही पत्रकावर त्याची सही घ्यावी.

४) बँकेने मालमत्तेच्या तारणावर त्या कुटुंबाला कर्ज देताना विशेष दक्षता घ्यावी. कारण मालमत्तेचा हक्क एका पिढीकडून दुसऱ्या पिढीकडे हस्तांतरित होत असतो त्यामुळे तारण देताना काळजी घ्यावी लागते.

५) जर स्वतःचे व्यक्तिगत खाते उघडावयाचे असेल तर तसे लेखी निवेदन बँकेने लिहून घ्यावे.

५) क्लब, असोसिएशन आणि सोसायट्या : नफा न मिळविता फक्त सेवाभाव, परस्पर साहाय्य आणि समाजोन्नती या हेतूने समाजात काही मंडळे, सार्वजनिक संस्था

स्थापन झालेल्या आहेत. उदा. क्रीडा मंडळे, शैक्षणिक संस्था, ग्रंथालये, चेंबर ऑफ कॉमर्स, साहित्य परिषद, संगीत नाटक मंडळी इत्यादी अशा संस्थांना सर्व प्रकारची खाती उघडून बँकिंग सुविधांचा लाभ घेता येतो.

अ) क्लब : एखादा क्लब जर खाजगी व्यक्तीच्या मालकीचा असेल तर तो क्लब व्यक्तिगत मालकी संस्था समजून त्याप्रमाणे बँकेने त्या मालकाशी व्यवहार करावेत. क्लबचे खाते उघडताना बँकेने संस्थेचे नोंदणी पत्रक, घटनापत्र, नियमावली यांच्या प्रती तसेच खाते उघडण्यासाठी व चालवण्यासाठी संस्थेचा ठराव मागवून घ्यावा. बँकेने नोंदणी न केलेल्या क्लबशी व्यवहार करणे टाळावे. क्लब बँकेकडून कर्ज घेऊ शकतो परंतु कर्ज घेण्याविषयीचे अधिकार सर्वसाधारण सभेने ठराव व नियमांद्वारे मंजूर करून घेतले असल्याची बँकेने खात्री करावी.

ब) असोसिएशन : वाणिज्य, साहित्य, कला, क्रीडा, संस्कृती, विज्ञान, धर्म इत्यादींच्या विकासाच्या हेतूने असोसिएशनची स्थापना करण्यात येते. त्यांचा हेतू नफा मिळवणे हा नसतो.

बँकेत खाते उघडण्यासाठी कार्यकारी मंडळात ठराव मान्य केल्याच्या ठरावाची एक प्रत बँकेने घ्यावी. तसेच बँकेने सर्व पदाधिकाऱ्यांची यादी मागून घ्यावी. बँकेशी व्यवहार करणारी व्यक्ती निवृत्त, मृत्यू, राजीनामा, मुदतपूर्ती इ. कारणांमुळे बदलली गेली असल्यास व नव्या व्यक्तीचा अधिकार दिले असल्यास संस्थेने लेखी ठरावाद्वारे बँकेला कळवावे. अन्यथा बँकेने त्या संस्थेचे व्यवहार थांबवावेत.

क) सोसायट्या : सामाजिक, शैक्षणिक इ. कार्यासाठी स्थापन झालेल्या संस्थांची स्थापना सोसायटी नोंदणी कायदा १८६० अन्वये झाली असल्याची बँकेने खात्री करावी. किमान सात अथवा अधिक सभासद असणाऱ्या या संस्थांची नोंदणी राज्याच्या सोसायटी प्रबंधकाकडे झाली असल्याचे बँकेने पहावे. बँकेत खाते उघडताना सोसायटीचे नोंदणीपत्रक, घटनापत्र, नियमावली, पदाधिकाऱ्यांची यादी इ. ची प्रत बँकेने घ्यावी; घटनापत्रकात दिलेल्या नियमांप्रमाणे सोसायटीचे खाते चालविण्यात यावे. व्यवस्थापन समितीच्या रचनेत काही बदल झाले असल्यास संस्थेने बँकेला तसे लेखी कळवावे व बँकेने त्याप्रमाणे कार्यवाही करावी.

६) विश्वस्त निधी संस्था : भारतीय विश्वस्त कायदा १८८२ अन्वये तयार केलेल्या विश्वस्त - करारानुसार विश्वस्त संस्थेची स्थापना केली जाते. कलम ३ नुसार विश्वस्त म्हणजे ''अशी व्यक्ती किंवा संस्था असते की तिच्यावर विश्वास ठेवून मालमत्तेच्या रक्षणाची व विकसनाची जबाबदारी सोपविण्यात आलेली असते.'' विश्वस्तांचे प्रकार म्हणजे - अ) संस्थेचे व्यवहार सांभाळण्यासाठी न्यायालयाने नेमलेले

विश्वस्त. ब) खाजगी मालमत्तेच्या देखभालीसाठी नेमलेले खाजगी विश्वस्त. क) अज्ञानाच्या वतीने मालमत्तेची देखाभाल करण्यासाठी नेमलेला विश्वस्त. ड) सार्वजनिक संस्थेच्या मालमत्तेची देखभाल करण्यासाठी नेमलेला सार्वजनिक विश्वस्त.

विश्वस्त व विश्वस्त निधी संस्था यांच्या नावे बँकेत खाते उघडू शकतात. विश्वस्तांचे खाते उघडताना चालवताना बँकेला दक्षता घ्यावी लागते.

विश्वस्त कराराची (Trust Deed) काळजीपूर्वक तपासणी करून त्यातील महत्त्वाचे मुद्दे विश्वस्तांच्या खतावणीत नमूद करण्यात यावेत. बँकेत खाते उघडण्यासाठी विश्वस्तांच्या ठरावाची प्रत बँकेने घ्यावी. त्या ठरावात खाते चालविण्याचा अधिकार कोणाला दिला आहे त्याचे नाव देण्यात आलेले असावे. विश्वस्त संस्थेची नोंदणी आयुक्तांकडे केले त्यांची प्रत बँकेने घ्यावी तसेच बँकेत खाते उघडण्याच्या अर्जावर सर्व विश्वस्तांची नावे व सह्या असाव्यात. विश्वस्तांपैकी एखाद्या विश्वस्ताचे निधन झाल्यास विश्वस्त संस्थेच्या करारात व ठरावात तसा बदल करण्यात आल्यानंतरच इतर विश्वस्तांना खात्यातून पैसे काढण्याचा व्यवहार करू द्यावा.

४.७ सवलतीचे खाते (No Frills Account) :

रिझर्व्ह बँकेने २००५-०६ मध्ये एक नवी योजना आखण्यात आली. जेणेकरून देशातील लोकसंख्येचा फार मोठा भाग बँकिंग सेवांच्या छत्राखाली आणता येईल - त्यामुळे या नवीन प्रकारच्या खात्याची आखणी करण्यात आली. सवलतीचे खाते म्हणजे बँकिंगची सुविधा गरिबांच्या घरापर्यंत अथवा सामान्य व आर्थिक दुर्बल अतिवंचित घटकांना बँकेपर्यंत नेणारे एक माध्यम आहे असे म्हणता येईल. अशा खात्याच्या अटी वैयक्तिक बँकेनेच ठरवावयाच्या आहेत. अशा खात्यांना किमान शिलकीची अट नाही आणि नेहमीच्या बचत खात्यांवर मिळणारे फायदे या खात्यांवर दिले जात नाहीत. उदा. या खात्यांवर काही बँका धनादेश पुस्तिका देत नाहीत तर काही बँका ए.टी.एम. सुविधा पुरवित नाहीत या अर्थाने ते No Frills सुविधांची झालर नसलेले खाते ठरते.

वैशिष्ट्ये :

१) पात्र व्यक्ती : ग्रामीण जनता, विद्यार्थी, आर्थिक दुर्बल, वंचित घटक, निवृत्त लोक, स्वयंरोजगारीत व्यक्ती, शेतमजूर, असंघटित क्षेत्रातील कर्मचारी, स्वयंसाहाय्यता गटाचे सदस्य इ. हे खाते उघडू शकतील.

२) अपात्र व्यक्ती : संस्था, संघटना, बँक कर्मचारी, अनिवासी भारतीय इत्यादी.

३) ग्राहक परिचय प्रमाणके (के. वाय. सी. नॉर्म्स) : खाते उघडताना आवश्यक असणारे ग्राहक परिचय प्रमाणके सवलतीच्या खात्यांबाबत सोपे व काही प्रमाणात शिथिल केले जातात.

४) किमान शिल्लक : किमान शिल्लक रकमेची अट नसते. बऱ्याच वेळा शिल्लक रक्कम शून्य असली तरी चालते त्याबद्दल कोणताही दंड आकारला जात नाही ते फक्त पाच रुपये भरून खाते उघडता येते आणि रुपये ५ इतकीच रक्कम शिल्लक ठेवली तरी चालते.

५) सुविधा : या खात्यातील सुविधा बँकेगणिक भिन्न असतात. काही बँका मोफत मागणी धनाकर्ष (Demand Draft) ए. टी. एम. इ. सुविधा पुरवितात; तर काही बँका त्या पुरवित नाहीत.

6) पुराव्याची कागदपत्रे : ओळखीचा अगर रहिवासाचा पुरावा म्हणून कागदपत्रांची मागणी सवलतीच्या खात्यासाठी बँका करीत नाहीत. परंतु ज्याने ग्राहक परिचय प्रमाणकांची पूर्तता केली असेल अशा बँकेच्या सध्याच्या खातेदाराकडून सवलतीच्या खातेदाराचा संदर्भ घेतला जातो.

फायदे :

१) गरीब लोकांना आपले पैसे सुरक्षित ठेवण्यासाठी हक्काची जागा मिळते.

२) सवलतीच्या खात्याआधारे कर्ज मिळण्यास सुलभता.

३) सवलतीच्या खात्यांचे नेहमीच्या बचत खात्यात रुपांतर करता येते.

४) ग्रामीण स्त्रियांना त्यांच्या काटकसरीतून वाचलेले पैसे जतन करण्यासाठी उपयुक्त.

५) सवलतीचे खाते हे आर्थिक समावेशन Financial Inclusion सशक्तीकरण विकास यांचे माध्यम आहे.

४.७.१ ईस्क्रो खाते (Escrow Account)

व्याख्या :

'देवाणघेवाणीच्या (Transaction) व्यवहारामध्ये दुसऱ्या दोन पक्षाच्या (Parties) वतीने तिसऱ्या पार्टीने बाळगलेले एक आर्थिक साधन म्हणजे (Escrow Account) होय.'

Escrow सेवा सर्वनिधी स्वतःकडे ठेवते. जोपर्यंत त्यांना योग्य लेखी अथवा मौखिक सूचना मिळत नाही किंवा सर्व अटी / सक्ती (Obligations) परिपूर्ण होत नाहीत तोपर्यंत सुरक्षा, निधी आणि इतर जिंदगी (Assets Escrow) मध्ये ठेवले जाऊ शकतात.

एखाद्या घराच्या विक्रीमध्ये Escrow Account चा वापर केला जाऊ शकतो. उदा. जर विक्रीमध्ये काही अटी (Conditions) असतील, जसे की, निरीक्षण (Inspection) होणे बाकी असेल, तर खरेदीदार आणि विक्रेता Escrow चा आधार

घेऊ शकतात. या बाबतीत मालमत्तेचा (Property) खरेदीदार तिसऱ्या पक्षाच्या (Third party) escrow account मध्ये घरासाठीची रक्कम Payment Account मध्ये ठेवू (deposit) शकतो. ह्यामुळे विक्रेत्याला खात्री पटते की, (घराच्या निरीक्षणाच्या प्रक्रियेच्या वेळेस) खरेदीदार हा Payment करू शकतो. शेवटी विक्री संबंधीच्या सर्व अटी पूर्ण झाल्यानंतर Escrow सर्व Payment विक्रेत्याकडे स्थानांतरित करते आणि विक्री वस्तू (Title) हे खरेदीदाराकडे स्थानांतरित होते.

ईस्क्रो खाते हे एक तात्पुरते माध्यम म्हणून वापरले जाणारे खाते आहे की जे तिसऱ्या पक्षाकडून (Third Party) वापरले जाते. ज्या वेळेस दोन पक्षांमध्ये (Party) व्यवहार होत असतो त्या वेळेस हे खाते वापरले जाते.

हे खाते तात्पुरते असते कारण हे खाते व्यवहार प्रक्रिया पूर्ण होईपर्यंतच वापरले जाते, जेव्हा खरेदीदार आणि विक्रेता यांच्यामधील सर्व अटी अंमलात आणल्यानंतर संपुष्टात येते.

स्थावर मालमत्तेसंदर्भात (Real Estate) निधी हा कोणत्याही स्रोता (Source) मधून एखाद्या प्रकल्पाच्या विकासासाठी (पूर्णत्वासाठी) वापरला जातो तो निधी ईस्क्रो खात्यात ठेवला जातो. गृह प्रकल्पातील घराचे खरेदीदार घराची किंमत ईस्क्रो खात्यात ट्रान्सफर करतात. ही रक्कम प्रकल्प पूर्ण होईपर्यंत विक्रेत्याकडे वर्ग किंवा स्थानांतरित होत नाही. कधी कधी बांधकामाचे हफ्ते (Payments) हे ईस्क्रो खात्यातूनच विक्रेत्याला दिले जातात. जेणेकरून बांधकाम व्यावसायिकाला प्रकल्प पूर्ण होण्याकरिता पुरेशी रक्कम वापरता येऊ शकते. विक्रेत्याला प्राधान्यकरण यंत्रणेमुळे फायदा होतो. यालाच Water Fall (धबधबा) यंत्रणा म्हणतात की, ज्यामध्ये प्राधान्य क्रमावरती आधारित Payments हे संबंधित पार्टीला देता येऊ शकते.

ईस्क्रोचा वापर :

जास्त मूल्य असणाऱ्या वस्तूसाठी ईस्क्रो खात्याचा अधिक वापर केला जातो. घर खरेदी; वेबसाईटची विक्री; दूरवरून होणारे लिलाव, मोटारीची पुर्नविक्री, बांधकाम व्यवसाय, इत्यादी सारख्या व्यवहारांसाठी या खात्याचा उपयोग केला जातो.

Payment Services मध्ये मोठ्या कारखान्याचे डिझाईनसाठी सुद्धा Source Code Escrow चा वापर केला जातो. तसेच Internet - Escrow वरून होणारे लिलाव हे परवाना धारक तिसऱ्या पक्षाकडून (Third Party) व्यवहार केले जातात.

इंग्लंडमध्ये ईस्क्रो खात्याचा अधिक वापर केला जातो. Escroue हा शब्द फ्रेंच शब्द असून त्यावरून Escrow हा शब्द रूढ झालेला आहे.

प्रश्न :

प्र. १. खालील प्रश्नांची प्रत्येकी १०० शब्दांत उत्तरे लिहा.

१) ठेवखाते उघडण्याची प्रक्रिया थोडक्यात सांगा.

२) खाते चालविण्यासाठी प्रक्रिया थोडक्यात सांगा.

३) व्यक्तिगत खातेदारांचे विविध प्रकार सांगा.

४) संस्थापक खातेदारांचे विविध प्रकार सांगा.

५) सवलतीचे खाते म्हणजे काय?

प्र. २. खालील प्रश्नांची प्रत्येकी २०० शब्दांत उत्तरे लिहा.

१) आवर्ती ठेव खाते उघडण्याची आणि चालविण्याची पद्धती स्पष्ट करा.

२) खाती बंद करण्याचे विवेचन करा.

३) खाते वर्ग कशा पद्धतीने केले जाते स्पष्ट करा.

प्र. ३. खालील प्रश्नांची ४०० शब्दांत उत्तरे लिहा.

१) बँक खाते उघडण्यासाठी प्रकिया स्पष्ट करा.

२) खाते उघडण्याची आणि चालविण्याची पद्धती स्पष्ट करा.

३) बँक खातेदारांचे विविध प्रकार सांगा.

४) सवलतीचे खाते आणि ईस्क्रो खाते यांचे विश्लेषण करा.

प्र. ४. टीपा लिहा –

१) ग्राहक परिचय प्रमाणके.

२) मुदत ठेव खाते.

३) आवर्ती ठेव खाते.

४) खाते बंद करण्याची पद्धती.

५) खाते दुसऱ्याच्या नावावर वर्ग करण्याची पद्धती.

६) अज्ञानाचे खाते उघडताना बँकेने घ्यावयाची काळजी.

७) सवलतीचे खाते.

८) ईस्क्रो खाते.

प्रकरण ५

चलनक्षम पत्रे
(Negotiable Instruments)

५.१ प्रास्ताविक

५.२ चलनक्षम पत्र

अ) अर्थ आणि व्याख्या

ब) चलनक्षम पत्राची वैशिष्ट्ये

५.३ वचन पत्र

अ) अर्थ आणि व्याख्या

ब) वचनपत्राची वैशिष्ट्ये

५.४ विनिमय पत्र

अ) अर्थ आणि व्याख्या

ब) विनिमयपत्राची वैशिष्ट्ये

५.५ धनादेश

अ) अर्थ आणि व्याख्या

ब) धनादेशाची वैशिष्ट्ये

५.६ धनादेशाचे प्रकार

१) वाहक

२) आदेश

३) रेखांकित धनादेश

५.७ रेखांकनाचे प्रकार

५.८ पृष्ठांकन

अ) अर्थ आणि व्याख्या

ब) पृष्ठांकनाचे प्रकार

क) पृष्ठांकनाचे परिणाम

५.१ प्रास्ताविक

भारतात बँक व्यवसाय फार पूर्वीपासून चालत आलेला आहे. प्राचीन काळी धातूची नाणी उदा. सोने, तांबे, चांदी इ. वापरात होती. त्यानंतर व्यवहारात सुलभता यावी या दृष्टीने धातूऐवजी कागदी नोटा वापरात आल्या. तसेच चलनक्षम पत्रे अथवा चलनक्षम पतपत्रे वापरात येऊ लागली. Negotiable या इंग्रजी शब्दाचा अर्थ चलनक्षम अथवा परक्राम्य असा होतो. Instrument म्हणजे पत्रे अथवा संलेख अथवा साधने होय. चलन म्हणून किंवा चलनाप्रमाणे ज्याचा उपयोग केला जातो, ती पत्रे म्हणजे चलनक्षम पत्रे होय. चलनक्षम पत्रांचे दोन प्रकार म्हणजे १) बँकांकडून जे धनादेश, मागणीपत्र, आदेशपत्रे तयार केले जाते त्यांचा समावेश चलनक्षम पत्रात होतो. २) पूर्वी व्यापारी अथवा व्यापारी संस्था एकमेकांना देण्यासाठी हुंड्या वचनचिठ्ठी वापरत असत.

अशा रीतीने बँका व व्यापारी यांनी काढलेली चलनक्षम पत्रे असे दोन प्रकार दिसून येतात. भारतात औद्योगिकीकरणामुळे व्यापार वाढला. त्यामुळे हुंड्या, वचनचिठ्ठ्या आणि धनादेश यांचा वापर वाढला. अशा व्यवहारातून दिलेल्या चलनक्षम पत्रामुळे निर्माण झालेला वाद सोडविण्यासाठी भारतात १८८१ मध्ये 'चलनक्षम पत्र कायदा १९८१' मंजूर करण्यात आला. या कायद्याने चलनक्षम पत्राबाबतच्या अनेक बाबी स्पष्ट झाल्या.

'चलनक्षम' याचा अर्थ 'एका व्यक्तीकडून दुसऱ्या व्यक्तीकडे केवळ दिल्याने अगर पृष्ठांकन करून दिल्याने त्या दस्तऐवजातील मालकीहक्क हस्तांतरित होण्याचा गुणधर्म होय.'

५.२ चलनक्षम पत्र -

(अ) अर्थ आणि व्याख्या (Meaning & Definition) :

(१) न्यायमूर्ती के. सी. विलीज यांच्या मते : 'चलनक्षम पत्र अथवा दस्तऐवज म्हणजे असे साधन की ज्याच्यातील मालमत्ता खरीखुरी Bonafide म्हणून केव्हाही संपादित

करू शकतो आणि अशी मालमत्ता ज्या व्यक्तीकडून मूल्य देऊन घेतली जाते त्या व्यक्तीचा मालमत्तेचा हक्क निर्दोष असतो.' म्हणजेच चलनक्षम दस्तऐवज हा असा लेखी दस्तऐवज असतो की, जो काही व्यक्तींना अधिकार प्रदान करतो आणि जो सहजपणे हस्तांतरणीय असतो.

२) **चलनक्षम पत्र कायदा (Negotiable Instrument Act 1881) :** या कायद्यानुसार कलम १३ नुसार 'चलनक्षम पत्र म्हणजे असे वचनपत्र की ज्याचे पैसे त्याच्या आदेशानुसार द्यावयाचे असतात.'

थोडक्यात चलनपत्र म्हणजे असे पत्र की, एक व्यक्ती दुसऱ्या व्यक्तीला केवळ प्रदानाने पृष्ठांकनाने हस्तांतरण करू शकते. हस्तांतर होताच पत्रकात नमूद केल्याप्रमाणे संपत्तीचे हस्तांतरण होऊन धारकाला कायदेशीर हक्क प्राप्त होतो. भारतात चलनक्षम पत्र म्हणून हुंडी, वचनचिठ्ठी व धनादेश यांचा वापर केला जातो. अलीकडच्या काळात अशा चलनपत्रांचा मोठ्या प्रमाणात वापर होत आहे.

ब) चलनक्षम पत्र / दस्तऐवजाची वैशिष्ट्ये

(Characteristics & Negotiable Instrument) :

१) **संपत्ती :** रोख एकमेऐवजी चलनक्षम दत्तऐवजाच्या साहाय्याने मोठे व्यवहार करता येतात. चलनक्षम दस्तऐवज अथवा पत्रे ही एक प्रकारची चलनसंपत्ती आहे.

२) **चलनक्षमता :** चलनक्षम पत्र चलनक्षम असतात म्हणजे ते हस्तांतर केल्यास दस्तऐवजाबरोबर त्यातील मालकी हक्काचे (रकमेचे) हस्तांतर होते.

३) **पर्यायी चलन :** चलनाऐवजी धनादेश हुंडी, वचन चिठ्ठी यांचा वापर केला जातो. सदृश्य पैसा म्हणूनच या चलनांचा स्वीकार केला जातो.

४) **सुलभ हस्तांतरण :** चलनक्षम पत्र हे एका व्यक्तीकडून दुसऱ्या व्यक्तीकडे सुलभरित्या हस्तांतरित होतात. वाहक पत्राच्या बाबतीत ते पत्र केवळ दुसऱ्याकडे देऊन त्याचे हस्तांतरण पूर्ण होते, तर आदेश पत्राच्या बाबतीत पृष्ठांकन करून तो दुसऱ्याकडे देणे पुरेसे असते.

५) **आर्थिक व्यवहार :** व्यापारात तसेच एकमेकांची देणी देण्यासाठी दैनंदिन व्यवहारासाठी भविष्यातील व्यवहारासाठी चलनक्षम पत्राचा मोठ्या प्रमाणात वापर होतो.

६) **मालकी हक्क :** चलनक्षम पत्राचा सध्याचा धारक हा त्याचा मालक समजण्यात येतो त्याची मालकी ही चांगली समजण्यात येते. त्याच्या मालकीवर पूर्वीच्या धारकाच्या दोषपूर्ण मालकीचा काहीही परिणाम होत नाही.

७) **दावा दाखल करण्याचा अधिकार :** चलनक्षम पत्राचा सध्याचा धारक हा त्या दस्तऐवजावर / पत्रावर स्वतःदावा दाखल करू शकतो. तो त्या दस्तऐवजाची रक्कम

त्या दस्तऐवजांचे पैसे देण्याचे दायित्व असलेल्या पक्षांकडून तसेच पूर्वीच्या सर्व पक्षांकडून वसूल करून घेऊ शकतो.

८) हस्तांतरण मर्यादा : चलनक्षम पत्र हे त्यांच्या परिपक्वतेच्या देय तारखेपर्यंत कितीही वेळा हस्तांतरित केले जाऊ शकतात.

९) आदेशाळा देयपत्र : आदेश पत्रामध्ये आदात्याच्या नावापुढे किंवा त्याच्या आदेशाला पैसे द्या. असे नमूद केलेले असते. 'आदेश' हा शब्द असेल अथवा नसेल पण ते पत्र त्याच्या हस्तांतरणावर मर्यादा घालू शकत नाही. ते चलनक्षम असते.

१०) वाहकाला देय पत्र : वाहक पत्रामध्ये आपत्याच्या नावापुढे अथवा वाहकाला पैसे द्या असे नमूद केलेले असते आदेश पत्राचे कोरे पृष्ठांकन करून त्याचे वाहक पत्रात रूपांतर करता येते.

११) प्रदान : चलनक्षम पत्र हे रक्कम प्रदान करण्याचे करार असतात. ही रक्कम दोन अथवा अधिक आदात्यांना संयुक्तपणे प्रदान केली जाऊ शकते किंवा ती एक, दोन अथवा अनेक आदात्यांना एक आड एक या पद्धतीने प्रदान केली जाऊ शकते.

१२) मोबदला : मोबदला हे प्रत्येक चलनक्षम पत्राचे वैशिष्ट्य असते. तो हस्तांतरित करताना त्याचा मोबदला गृहीत धरलेला असतो. त्यात नमूद केलेली रक्कम ही त्याचा मोबदला असते दस्तऐवज हस्तांतरण म्हणजे त्यातील रकमेचे अर्थात मोबदल्याचे हस्तांतरण होय.

१३) गृहितके : चलनक्षम दस्तऐवज कायदा १८८१ च्या कलम ११८ व ११९ मध्ये दस्त ऐवजासंबंधी गृहिते दिलेली आहेत. ही गृहितके पुढील प्रमाणे आहेत.

अ) मोबदला : प्रत्येक चलनक्षम पत्र हे काहीतरी मोबदला त्याच्या हेतूने काढले जाते, स्वीकारले जाते अथवा पृष्ठांकित केले जाते.

ब) तारीख : प्रत्येक चलनक्षम पत्रावर जी तारीख लिहिलेली असते, त्या तारखेला ते तयार केलेले अथवा काढलेले असते.

क) हुंडीची स्वीकृती : प्रत्येक हुंडी काढल्यानंतर योग्यत या कालावधीत देय तारखेच्या आत तिला आदेशिनी कडून स्वीकृती मिळालेली आहे असे गृहीत धरण्यात येते.

ड) हस्तांतरणाचा काळ : दस्त ऐवजाचे प्रत्येक हस्तांतरण हे त्याच्या देय तारखेच्या आगोदरच झालेले असते.

इ) पृष्ठांकन क्रम : चलनक्षम पत्रावर ज्या क्रमाने पृष्ठांकने लिहिलेली दिसतात त्याचक्रमाने ती प्रत्यक्षात केलेली असतात.

ई) योग्य रकमेचे तिकीर : चलनक्षम पत्रावर योग्य ते तिकीट लावलेले होते.

उ) सध्याचा धारक : प्रत्येक चलनक्षम पत्राचा सध्याचा धारक हा त्याचा कायदेशीर धारक समजण्यात येतो.

ऊ) निषेधाचा पुरावा : दस्तऐवजाच्या अनादरावरील दाव्यामध्ये निषेधाच्या पुराव्याच्या आधारे त्या दस्तऐवजाचा अनादर झाला आहे असे न्यायालय गृहीत धरते.

५.३ वचन पत्र किंवा वचनचिठ्ठी (Promissory Note) :

(अ) अर्थ आणि व्याख्या : 'चलनक्षमपत्र कायदा १८८१ कलम ४ नुसार वचनपत्र म्हणजे विशिष्ट व्यक्तीस अथवा त्याच्या आदेशानुसार दुसऱ्या व्यक्तीस अथवा वाहकास निश्चित रक्कम पैशाच्या स्वरूपात विनाअट देण्याबद्दलची सही असलेले लेखी वचन होय.'

वचनपत्र ऋणकोकडून काढले जाते. त्यावर त्याची सही असते. ऋणको धनकोस विशिष्ट रक्कम देण्याचे वचन देतो. वचन देणारी व्यक्ती हा वचनपत्राचा निर्माता असतो. ज्या व्यक्तीला वचन दिले जाते तिला पैसे मिळवायचे असतात.

वचनपत्र किंवा वचनचिठ्ठी :

वचनपत्र हे एक चलनक्षम पत्र / दस्तऐवज असते त्यामध्ये विशिष्ट व्यक्तीला निश्चित रक्कम देण्याचे विनाअट वचन दिलेले असते. ही रक्कम व्याजासहित द्यायची असल्याने व्याजदरही नमूद केलेला असतो मात्र मागणी वचन पत्रात कालावधीचा उल्लेख केलेला नसतो. कारण मागणीकरताच त्याची रक्कम द्यायची असतो वचनपत्र हे बँकनोट अथवा चलनी नोटापेक्षा भिन्न असते वचन पत्र हे धनको लिहितो व त्यावर त्याची तिकिटासहित स्वाक्षरी करतो.

वचनपत्राचा नमुना

रुपये ५०००/-

या पत्राद्वारे मी असे वचन देतो की, श्री. सुधीर शहा यांनी मागणी करताच रुपये पाच हजार फक्त ही रक्कम द.सा.द.शे. ८ टक्के व्याजासह प्राप्त मूल्याबद्दल देईन.

स्थळ : पुणे | तिकीट

दि.१२/५/२०१४

सही

नितीन भोसले

व्यवस्थापक-ॲग्रो इंडिया लि.

वचन पत्राशी संबंधित व्यक्ती :

१) वचन देणारा : ही व्यक्ती वचनपत्र लिहिते व त्यात नमूद केलेली रक्कम देण्याचे वचन देते अर्थात ती धनको असते.

२) आदाता / प्राप्तकर्ता : या व्यक्तीला वचनपत्रात धनको नमूद केलेली रक्कम देय असते. अर्थात ती वचन देणाऱ्याची ऋणको असते.

३) धारक : साधारणत: आपाता ही व्यक्ती वचन पत्राचा धारक असते. परंतु आपात्याने वचनपत्र अन्य व्यक्तीला पृष्ठांकित केले असेल तर ती व्यक्ती धारक बनते.

४) पृष्ठांकक : जेव्हा वचन पत्राचा धारक हा ते वचनपत्र अन्य व्यक्तीला पृष्ठांकित करतो तेव्हा तो धारक त्या वचन पत्राचा पृष्ठांक बनतो.

५) पृष्ठांकिती : ज्या व्यक्तीला वचनपत्र पृष्ठांकित केले जाते ती व्यक्ती पृष्ठांकिती वचनपत्राचा नवा धारक बनतो.

ब) वचनपत्राची वैशिष्ट्ये : वचनपत्राची वैशिष्ट्ये पुढीलप्रमाणे सांगता येतात.

१) लिखित स्वरूप : वचनपत्र ऋणको आणि धनको या दोघांच्या मान्यतेने तयार केलेले असते ते लेखी स्वरुपाचे असते त्यामुळे ते कायदेशीर पत्र दस्तऐवज ठरते.

२) विनाशर्त वचन : वचनपत्रात विनाअट निश्चित पैसे देण्याचे वचन असले पाहिजे.

वचनपत्रात कोणतीही अट असू नये वचन पत्रात निश्चित रक्कम लिहिलेली असावी. उदा. 'मी संतोषला एक महिन्यानंतर १५ हजार रु. देण्याचे वचन देतो.'

३) पैसे देण्याचे वचन : वचनपत्रात पैसे देण्याचे वचन दिलेले असते. पैशाशिवाय इतर मालमत्ता देण्याचे वचन दिलेले नसते.

४) विशिष्ट रक्कम : देण्याची रक्कम ही विशिष्ट आणि निश्चित हवी.

५) स्वाक्षरी : वचनपत्रात स्वाक्षरी करणे आवश्यक असते. त्याशिवाय दस्तऐवज कायदेशीर होऊ शकत नाही.

६) निश्चित व्यक्ती : ज्या व्यक्तीला पैसे मिळणार आहे ती आदाता व्यक्ती निश्चित हवी ज्या व्यक्तीला रक्कम द्यावयाची तिला आदाता म्हणतात, वचनपत्रात देणारा आणि आदाता याचा उल्लेख असणे आवश्यक आहे.

७) तिकीट / मुद्रांक : वचन पत्रावर स्टॅम्प ड्युटी / तिकीट लावणे आवश्यक आहे. योग्य त्या तिकीटासह तयार केलेले वचनपत्र कायदेशीर ठरते.

८) अंकी आणि अक्षरी नोंद : वचनपत्रात रक्कम अंकांत आणि अक्षरात लिहिणे आवश्यक आहे. कारण वचनपत्रात विशिष्ट रक्कम देण्याचे वचन दिलेले असते.

९) वचनपत्रातील पक्ष : जी व्यक्ती पैसे देण्याचे वचन देते त्याला वचन दाता (धनको) म्हणतात आणि ज्या व्यक्तीस वचनपत्राचे पैसे मिळतात त्याला वचनपत्राचा प्राप्तकर्ता (आदाता) म्हणतात म्हणजेच वचनदाता आणि प्राप्तकर्ता असे दोन पक्ष असतात.

१०) निश्चित मुदत : वचनपात वचन देणाऱ्या व्यक्तीने विशिष्ट रक्कम मागता क्षणी अथवा विशिष्ट मुदतीनंतर देण्याचे वचन दिले पाहिजे.

५.४ विनिमय पत्र (Bill of Exchange) :

(अ) व्याख्या : चलनक्षमपत्र कायदा १८८१ च्या कलम ५ मध्ये विनिमयपत्राची व्याख्या दिली आहे.

विनिमयपत्र म्हणजे लिखित साधन असे असते की, ज्याच्यात विनिमयपत्र करणाऱ्याच्या सहीने अशी विनाशर्त आज्ञा केली जाते की, विशिष्ट व्यक्तीने पैशाची विशिष्ट रक्कम फक्त विशिष्ट व्यक्तीलाच दिली जावी.

म्हणजेच एका व्यक्तीने दुसऱ्या व्यक्तीस पैसे देण्यासाठी केलेली आज्ञा असते.

विनिमयपत्राचा नमुना

रु. ५००० ४/१ कल्याणीनगर, पुणे
तिकीट १२/०५/२०१४

आजपासून तीस दिवसानंतर मे. राहुल एंटरप्राइजेस अथवा ते आदेश देतील त्यांना पाच हजार रुपये फक्त प्राप्त मूल्याबद्दल द्यावे.

नीलेश एन्टरप्राइजेस कं.
प्रति नीलेश शहा (भागीदार)
____
____
____

विनिमयपत्राचे प्रकार :

विनिमय पत्राचे प्रकार पुढीलप्रमाणे -

१) देशी आणि विदेशी विनिमय पत्रे
२) आयात आणि निर्यात विनिमय पत्रे
३) व्यापार व परस्पर साहाय्य विनिमय पत्रे
४) मुदत व मागणी विनिमय पत्रे
५) आभासी व सशर्त विनिमयपत्रे
६) कागदपत्रे रहित व कागद पत्रांसहित विनिमय पत्रे

९० । **आधुनिक बँक व्यवसाय**

विनिमय पत्र संबंधित व्यक्ती :

१) आदेशक : जी व्यक्ती विनिमय पत्र लिहून त्याद्वारे आदेश देते, तिला आदेशक असे म्हणतात.

२) आदेशिती : ज्या व्यक्तीला आदेश (पैसे देण्याचे) दिलेला असतो. तिला आदेशिती असे म्हणतात. तो विनिमय पत्राला स्वीकृती देऊन त्यावर तशी संमती दर्शक स्वाक्षरी करतो. त्यामुळे तो स्वीकारकर्ताही बनतो.

३) आदाता : विनिमय पत्रामध्ये ज्या व्यक्तीचे नवा पैसे घेणारा म्हणून नमूद करण्यात आलेले असते. अथवा ज्याला आदेशिताला पैसे द्यावेत असा आदेश देण्यात आलेला असतो. तिला आदाता प्राप्तकर्ता असे म्हणतात.

४) पृष्ठांकक : जेव्हा विनिमय पत्राचा धारक ते विनिमय पत्र हस्तांतरित करतो अतवा अन्य कोणालातरी ती पृष्ठाकित करतो तेव्हा त्या धारकाला पृष्ठांकक असे म्हणतात.

५) पृष्ठांकिती : ज्या व्यक्तीच्या नावे विनिमय पत्र पृष्ठांकित करण्यात येते तिला पृष्ठांकिती असे म्हणतात.

६) धारक : चलनक्षम पत्र स्वत: च्या नावाने ताब्यात ठेवण्याचा व त्याची रक्कम मिळण्याचा ज्या व्यक्तीला अधिकार असतो, तिला धारक असे म्हणतात. विनिमय पत्राच्या बाबतीत आदाता अथवा पृष्ठांकिती विनिमय पत्राचा धारक असतो.

ब) विनिमय पत्राची वैशिष्ट्ये (Characteristics of Bill of Exchange) : विनिमयपत्राची / हुंडीची वैशिष्ट्ये पुढीलप्रमाणे -

१) लेखी स्वरूप : विनिमय पत्र हे लिखित स्वरूपाचे असले पाहिजे. त्यामध्ये परस्परांना आश्वासन दिलेले नसावे. पैसे देण्याचे तोंडी वचन पत्र कायदेशीर ठरू शकत नाही.

२) पैसे देण्याचे वचन : वचनपत्रात पैसे देण्याची आज्ञा असणे आवश्यक आहे. विनिमय पत्रात फक्त पैसे देण्याची आज्ञा केलेली असते.

३) विनाशर्त : विनिमय पत्रात रक्कम देण्याविषयी विनाअट आदेश असतो; जर विनिमय पत्रात अटी असतील तर त्यावर पैसे दिले जाऊ शकत नाही.

४) पक्ष : विनिमय पत्रात विनिमय पत्र काढणारा Drawer, विनिमय पत्र ज्याच्या नावे काढले जाते तो Drawee आणि विनिमय पत्राचे पैसे ज्याला द्यावयाचे तो पक्ष Payee असे तीन पक्ष असतात.

५) सही : विनिमय पत्र काढणाऱ्याची पत्रावर सही असणे आवश्यक आहे.

६) केवळ पैसा देण्याचा आदेश : विनिमय पत्रात निश्चित अशा रकमेची आज्ञा

फक्त पैशातच केलेली असावी.

७) निश्चित व्यक्ती : पैसे दिले जाणाऱ्या व्यक्तीबाबत विनिमयपत्र ज्याच्यावर काढले जाते त्या व्यक्तीची निश्चिती असावी.

८) मुद्रांक शुल्क : विनिमय पत्रावर योग्य त्या रकमेचा स्टॅम्प लावणे गरजेचे असते.

९) दिनांक : कोणत्याही दस्तऐवजावर दिनांक लिहिणे आवश्यक असते. त्याशिवाय ते कायदेशीर कसोटीवर उतरत नाही.

१०) मुदत नोंद : विनिमयपत्र हे मागताक्षणी देय असणारे असते किंवा विशिष्ट मुदतीनंतर देय असणारे विनिमयपत्र असते. त्यासाठी मुदत नोंदी स्पष्ट असाव्यात.

११) विनिमय पत्राचा : विशिष्ट असा नमुना नसतो व्यापारी, उद्योजक स्वत:चे विनिमय पत्र छापून घेतात.

विनिमय पत्र आणि वचन पत्र (चिठ्ठी) यातील फरक :

१) संबंधित घटक : विनिमय पत्राशी संबंधित तीन घटक असतात. आदेशक, आदेशिती व आदाता यापैकी आदेशक व आदाता एकच व्यक्ती असू शकते त्यामुळे विनिमय पत्र आदेशकाला देय असू शकते.

वचनपत्र संबंधित दोन घटक असतात. वचन लिहिणारा (धनको) व आदाता (ऋणक) वचनपत्र कधीही वचन कर्त्याला देय असू शकत नाही.

२) विनअट आदेश / वचन : विनिमय पत्रात आदाता अथवा तो सांगेल त्याला विनाअट पैसे देण्याचा आदेश आदेशाकडून आदेशितीला देण्यात येतो.

वचनपत्र लिहिणारा आदात्याला अथवा तो सांगेल त्याला विनाअट पैसे देण्याचे वचन देतो.

३) दायित्व : विनिमय पत्राच्या बाबतीत आदेशितीचे दायित्व प्राथमिक असते तर आदेशकाचे दायित्व दुय्यम व सशर्त असते.

वचनपत्राच्या बाबतीत वचन देणाऱ्या वचन कर्त्याचे दायित्व प्राथमिक असते.

४) संबंध : स्वीकृत विनिमय पत्राच्या आदेशकाचा आदात्याशी नव्हे तर आदेशितीशी जवळचा संबंध असतो.

वचन पत्र लिहिणाऱ्या वचन कर्त्याचा आदात्याशी जवळचा संबंध असतो.

५) वाहकाला देय : मुदत विनिमय पत्र हे वाहकाला देय असू शकते. वचन चिठ्ठी ही कधीही वाहकाला देय असू शकत नाही.

६) पूर्व स्वीकृतीची गरज : दाखवताक्षणी देय असले त्या विनिमय पत्राला

आदेशिती अथवा त्याच्या वतीने कोणी तरी पूर्व स्वीकृती देणे गरजेचे असते.

वचनपत्र प्रदानासाठी सादर करण्या अगोदर त्याला वचन कर्त्याच्या (वचन देशाच्या) स्वीकृतीची गरज नसते कारण दायित्व त्याच्याकडेच असते.

७) प्रतीची संख्या : विनिमय पत्र विशेषत: विदेशी हुंडीही तीन प्रतीत काढली जाते.

विदेशी वचनपत्र फक्त एकाच प्रतिता लिहिले जाते.

८) सशर्तता : विनिमय पत्र कधीही सशर्त काढले जाऊ शकत नाही. परंतु धारकाच्या संमतीने त्याची स्वीकृती सशर्त असू शकते.

वचनपत्र कधीही सशर्त असू शकत नाही.

९) तिकीट (मुद्रांक शुल्क) : मागणी विनिमय पत्रावर मुद्रांक शुल्क (स्टॅम्प ड्युटीची) गरज नसते.

मागणी वाचन पत्रासाठी मुद्रांक शुल्काची गरज असते.

१०) अनादराची सूचना व नोंदणी : जेव्हा विनिमय पत्राचा अनादर होतो. तेव्हा त्याच्या धारकाने संबंधित पक्षांना सूचना द्यावी लागते त्याची नोटरीकडे नोंदणी करावी लागते.

वचनपत्राच्या अनादराची सूचना देण्याची आवश्यकता भासत नाही. तसेच त्याची नोटरीकडे नोंदणीही करावी लागत नाही.

११) अनादराचा निषेध : अनादरीत विदेशी विनिमयं पत्राची अनादराच्या पुराव्यासाठी नोंदणी तसेच निषेधनही करावे लागते.

वचन पत्राच्या बाबतीत या औपचारिक तेची गरज नसते.

५.५ धनादेश (Cheque) :

अलीकडच्या काळात धनादेश मोठ्या प्रमाणात आणि सर्रास वापरले जातात.

(अ) अर्थ आणि व्याख्या : धनादेश म्हणजे विशेष निर्देशित बँकेवर काढलेले विनिमयपत्र होय.

मागणी केल्याशिवाय पैसे देऊ नयेत असे धनादेशावर निर्देशित केलेले असते.

धनादेश म्हणजे विशिष्ट बँकेवर काढलेले व मागणी केल्याशिवाय देऊ नये, असे स्पष्ट केलेले विनिमयपत्र होय. यामध्ये इलेक्ट्रॉनिक धनादेश व त्याच्या प्रतिमेचा समावेश होतो.

विनिमयपत्राप्रमाणेच धनादेशाला तीन पक्ष असतात. धनादेश काढणारा, धनादेश ज्या व्यक्तीवर काढला असेल तो पक्ष आणि धनादेशाचे पैसे ज्याला मिळावयाचे तो पक्ष.

(Payee) मात्र धनादेश ज्याच्यावर काढला जातो तो पक्ष (Drawee) नेहमीच बँक असते.

धनादेश म्हणजे विशेष निर्देशित बँकेला धनादेशाच्या धारकास अगर त्याच्या आदेशानुसार विशिष्ट व्यक्तीला पैशाची विशिष्ट रक्कम मागणी करताच देण्याची विनाशर्त आज्ञा असते.

आधुनिक काळात दुसऱ्यांची देणी रोख रकमेत देण्याऐवजी धनादेशाद्वारे देणे अधिक रुढ झाले आहे. कारण ते सुरक्षित असते आणि त्याचा पुरावा सुद्धा आपल्या जवळ राहतो. धनादेशाच्या माध्यमातून पैसे स्वीकारताही येतात.

चालू खाते, बचत खाते, रोख पत व तत्सम खात्यांवर धनादेशाची सुविधा उपलब्ध करून दिली जाते. खातेदाराने लेखी अर्ज केल्यावर त्याला धनादेश पुस्तिका दिली जाते. खात्यातून पैसे काढण्यासाठी तसेच व्यवहारातील देणी भागविण्यासाठी धनादेशाचा वापर केला जातो.

धनादेशाचा नमुना

```
                                              दिनांक  /   /

  pay _____

  _____

  रूपये Rupees : _____
  _____ यांना द्यावेत

                                         रू. Rs. :

  खा. स.
  A/c No.

  भारतीय स्टेट बँक
  State Bank of India                      (खातेदाराची सही)
  येरवडा, पुणे - ४११००६
  Yerwada, Pune - 411006

            12  "23174222" 2112110252              10
```

धनादेशाची वैशिष्ट्ये (Characteristics of Cheque) :

१) लेखी दस्तऐवज : बँकेने पुरविलेल्या छापील धनादेश पत्रावर धनादेश लिहिला जातो तो पेनने लिहिला. टंकलिखीत केला अथवार छापील स्वरूपात असला तरी चालतो.

२) बिनशर्त आदेश : धनादेश हा खातेदाराने त्याच्या बँकेला दिलेला आदेश असतो. ती विनंती नसते. या आदेशात कोणतीही अट घातलेली नसते.

३) खातेदाराचा आदेश : धनादेशाद्वारे बँकेला आदेश हा फक्त त्या बँकेचा खातेदाराच देऊ शकतो. खातेदार नसलेली व्यक्ती बँकेवर धनादेश काढू शकत नाही. धनादेश काढण्यासाठी खात्यात तेवढी पुरेशी रक्कम शिल्लक असावी लागते.

४) विशिष्ट रक्कम : धनादेश हा बँकेला विशिष्ट रक्कम देण्याविषयी आदेश असतो ही रक्कम अंकी व अक्षरी अशा दोन्ही स्वरूपात धनादेशावर नमूद करावी लागते धनादेशाच्या प्रकारानुसार धनादेशाची रक्कम मिळते.

५) आदेशकाची सही : धनादेशावर आदेशकाची म्हणजेच त्या बँकेच्या खातेदाराची सही व खाते क्रमांक लिहिलेला असलाच पाहिजे.

६) तारीख : धनादेशावर तारीख स्पष्ट नमूद करण्यात यावी. तारखेवरून दिवस, महिना वर्ष यांचा तपशील लक्षात येतो.

७) मागताक्षणी प्रदान : धनादेशावर तसे लिहिले नसले तरी बँकेकडे मागणी करता क्षणीच बँकेने त्याचे प्रदान करायला हवे.

८) विशिष्ट बँक : धनादेश हा विशिष्ट बँकेवर म्हणजे ज्या बँकेने तो दिलेला असतो. त्यावरच काढला जातो. त्या बँकेत त्या खातेदाराचे किमान शिल्लक रकमेसहित खाते असावे लागते.

९) धनादेशाशी संबंधित व्यक्ती :

अ) आदेशक : जो व्यक्ती धनादेश काढतो त्याला आदेशक असे म्हणतात.

ब) आदेशिती : पैसे देण्याचा आदेश ज्या बँकेला दिला जातो. तिला आदेशिती म्हणतात.

क) आदाता : ज्या व्यक्तीला पैसे मिळणार असतात त्या व्यक्तीला आदाता असे म्हणतात.

१०) धनादेश काढलेल्या तारखेपासून तो पुढे तीन महिने चालतो.

(क) व्यापारी पत्र (Commercial Paper)

व्यापारी पत्र म्हणजे प्रतिष्ठित व्यापारी कंपनी या पत्राद्वारे असे वचन देतात की, त्यात नमूद केलेली रक्कम ठराविक दिवशी दिली जाईल. त्या व्यापारी कंपन्यांची प्रतिष्ठा, त्यांची कार्यपद्धती, त्यांचा नावलौकिक व त्यांची संपत्ती यासारख्या अनेक कारणांनी त्यांची व्यापारी पत्रे नाणेबाजारात बँका व व्यापार गृहे (commercial paper houses) खरेदी करतात. या व्यापारी पत्राद्वारे व्यापारी कंपन्यांना अन्य मुदतीकरिता कर्ज मिळू शकते.

सर्वसाधारणपणे प्रतिष्ठित व्यापारी कंपन्या व संस्था व्यापारी पत्र विक्रीस काढतात.

व्यापारी पत्र बाजार हा न्यूयॉर्क नाणेबाजारातच आढळून येतो. अमेरिकेतील अनेक व्यापारी कंपन्या व संस्था स्वतःच्या व्यवसायाला आवश्यक असणारा पैसा किंवा कार्यकारी भांडवल बँकांकडून घेण्याऐवजी व्यापारी पत्रामार्फत (commercial paper) मिळविणे अधिक पसंत करतात. त्यासाठी त्यांनी स्वतःची अशी कार्यपद्धती तयार केली आहे.

विनिमय आणि धनादेश यातील फरक :

१) **व्याख्या :** विनिमय पत्र म्हणजे असा एक लेखी दस्तऐवज असतो. की, ज्यामध्ये एका विशिष्ट व्यक्तीला किंवा ती सांगेल त्याला अगर त्या दस्तऐवजाच्या वाहकाला एक विशिष्ट रक्कम विनाअट देण्याचा आदेश असतो आणि त्यावर आदेशकाने सही केलेली असते.

धनादेश म्हणजे त्यात ज्याचे नाव लिहिले आहे त्याला अगर तो सांगेल त्याला किंवा धनादेश घेऊन येणाऱ्या व्यक्तीला पैसे द्यावेत अशा बँकेच्या खातेदाराने त्या बँकेला केलेली लेखी बिनशर्त आज्ञा होय.

२) **आदेशिती :** विनिमय पत्राच्या बाबतीत आदेशिती ही कोणीही व्यक्ती असू शकते.

धनादेशाची आदेशिती ही नेहमी बँक असते.

३) **स्वीकृती :** विनिमय पत्रावर आदेशितीच्या स्वीकृतीदर्शक स्वाक्षरीची गरज असते.

धनादेशाला बँकेच्या स्वीकृतीची गरज नसते.

४) **सवलत :** मुदत विनिमय पत्राच्या बाबतीत मुदतीनंतर पैसे देण्यासाठी आदेशितीला सवलतीचे आणखी तीन दिवस दिले जातात.

धनादेशाचे पैसे मागणी करताच दिले जातात. बँकेला सवलतीचे दिवस दिले जात नाहीत.

५) **रेखांकन :** विनिमय पत्राचे रेखांकन कधीही केले जात नाही. धनादेशावर रेखांकन केले जाते.

६) **मुद्रांक (तिकीट) :** विनिमय पत्रावर योग्य त्या रकमेचा मुद्रांक (तिकीट) लावणे कायद्याने बंधनकारक असते.

धनादेशावर मुद्रांक (तिकीट) लावण्याची गरज नसते.

७) **अधिटिप्पण व प्रतिसाक्षण :** अनादरीत विनिमय पत्राचे नोटरीकडे अधिटिप्पण व प्रतिसाक्षण करणे आवश्यक असते. अनादरीत धनादेशाचे अधिटिप्पण व प्रतिसाक्षत करीत नाहीत.

८) वाहकास देय : मागणी विनिमय पत्र हे कधीही वाहकाला किंवा धारकाला देय नसते.

धनादेश हा नेहमी वाहकाने अथवा धारकाने मागणी करता क्षणीच त्याला देय असतो.

५.६ धनादेशाचे प्रकार (Types of Cheque) :

धनादेशाने ठेवीतील पैसे काढण्याची सुविधा हे बँकांचे खास वैशिष्ट्य आहे. ठेवी स्वीकारणाऱ्या टपाल कार्यालय, खासगी वित्तीय संस्था, सार्वजनिक क्षेत्रातील युनिट ट्रस्ट, जीवन विमा निगम इ. संस्था आहेत. मात्र, या संस्थांतील ठेवी धनादेशाने काढता येत नाहीत; म्हणून या संस्थांना बँकेतर वित्तीय मध्यस्थ असा केला जातो.

धनादेश म्हणजे असे विनिमयपत्र आहे की, जे विशिष्ट बँकेवर काढले जाते. मागणी करताच विशिष्ट बँकेला ज्याचे पैसे द्यावे लागतात. धनादेश ही लिखित स्वरूपातील विनाअट अशी केलेली आज्ञा आहे.

धनादेशात तीन पक्ष असतात - अ) धनादेश काढणारी व्यक्ती (Drawer) ब) ज्या बँकेवर धनादेश काढला आहे ती बँक (Drawee Bank) क) धनादेशात जिच्या नावाचा निर्देश केला आहे अशी व्यक्ती की, जिला बँकेने पैसे द्यावयाचे (payee) बँका प्रत्येक खातेदारास धनादेश पुस्तक देते. धनादेश पुस्तक विशिष्ट नमुन्यात असते.

धनादेशाचे प्रकार पुढीलप्रमाणे आहेत -

१) वाहक धनादेश (Bearer Cheque) : कोणतीही व्यक्ती असा धनादेश स्वत:कडे कायदेशीरपणे बाळगते तेव्हा ती व्यक्ती बँकेला असा धनादेश देते व पैसे घेऊ शकते. वाहक म्हणजे ज्या धनादेशाची रक्कम त्या धनादेशाच्या वाहकाला मिळते त्याला वाहक धनादेश म्हणतात. धनादेश सादर करणाऱ्या व्यक्तीस पैशाची पोच धनादेशावर स्वाक्षरी करून द्यावी लागते. वाहक धनादेश हा तथाकथित धनादेश असतो, कारण जी कोणी व्यक्ती हा धनादेश सादर करते तिला या धनादेशाचे पैसे मिळतात. पैसे काढणाऱ्या व्यक्तीस ओळख दाखवावी लागत नाही. अशा व्यक्तीचे बँकेत खाते असण्याची गरज नसते. याशिवाय बँक संबंधिताची कोणतीही माहिती घेत नाही. जर वाहक धनादेश हरवला तर किंवा चोरीस गेला तर ज्या व्यक्तीच्या ताब्यात हा धनादेश येतो, त्या व्यक्तीला धनादेशावर बँकेकडून रोख पैसे मिळतात. त्यामुळे वाहक धनादेश हरवणार नाही, याची काळजी घ्यावी लागते. रेखांकन न केलेला आणि धनादेशावरील धारक को OR BEARER हे शब्द न खोडता दिलेला धनादेश वाहक धनादेश असतो.

वाहक धनादेश नमुना

दिनांक (Date) / /

Pay ____

____________________________ या धारक को OR BEARER

रूपये RUPEES : ___________________________________

______________________________________ अदा करे

रू. Rs. :

खा. स. A/c No.	

बँक ऑफ महाराष्ट्र
कल्याणीनगर पुणे ६

अबक
(खातेदाराची सही)

"500400" 000013000 : 10

वैशिष्ट्ये :

१) वाहक धनादेश सहज हस्तांतरणीय असतो केवळ दुसऱ्या व्यक्तीकडे देऊन त्याचे हस्तांतरण पूर्ण होते वाहकाचे बँकेने खाते असण्याची गरज नसते.

२) वाहक धनादेशाच्या हस्तांतरणासाठी पृष्ठांकनाची गरज नसते. केवळ दुसऱ्याच्या ताब्यात देऊन हस्तांतरण करता येते.

३) वाहक धनादेशाची रक्कम लहान असल्यास बँक वाहकाची ओळख विचारत नाही मात्र रक्कम मोठी असल्यास त्याच्या ओळखीबाबत विचारू शकते.

४) वाहक धनादेशावर आदात्याचे नाव लिहिण्याची सक्ती नसते.

५) वाहक धनादेश / व्यवस्थित ठेवणे आवश्यक असते कारण तो हरविल्यास अथवा चोरी झाल्यास ज्या व्यक्तीला तो मिळेल ती व्यक्ती तो धनादेश बँकेत सादर करून रक्कम मिळवू शकते.

(२) आदेश धनादेश (Order Cheque) : आदेश धनादेश म्हणजे एखाद्या विशिष्ट व्यक्तीस पैसे द्यावेत असा मजकूर धनादेशात दिलेला असतो. धनादेशावर ज्या व्यक्तीचे नाव लिहिले असेल त्या व्यक्तीची ओळख करून घेण्याचे बंधन बँकेवर असते.

आदेश धनादेशात वाहक या शब्दाऐवजी आदेश Order हा शब्द ठेवला जातो.

धनादेशावर साधारणपणे असा मजकूर असतो 'श्री हनुमंत तुकाराम जाधव यांनाच १०,००० रुपये द्यावेत.' सुरक्षिततेसाठी इतरही मार्ग आहेत. धनादेशावर इंग्रजीत Order

आणि Bearer हे दोन्ही शब्द खोडले असता ज्या व्यक्तीच्या नावाचा उल्लेख धनादेशावर असतो त्यालाच धनादेशाचे पैसे बँकेने द्यावयाचे असतात. वाहक धनादेशापेक्षा हा धनादेश सुरक्षित असतो.

आदेश धनादेश नमुना

	दिनांक (Date) / /
Pay _____	
_____	या धारक को OR ORDER
रूपये RUPEES : _____	
_____	अदा करे
	रू. Rs. :
खा. स. A/c No.	
बँक ऑफ महाराष्ट्र कल्याणीनगर पुणे ६	अबक (खातेदाराची सही)
"400400" 000013000 :	10

वैशिष्ट्ये :

१) आदेश धनादेशामध्ये आदात्याचे नाव लिहिणे आवश्यक असते.

२) आदेश धनादेशाचे हस्तांतरण तो केवळ दुसऱ्याच्या ताब्यात देऊन करता येत नाही त्यासाठी धारकाने पृष्ठांकन करावे लागते.

३) आदेश धनादेशाचे पैसे प्रदान करताना ज्या व्यक्तीच्या नावे आदेश देण्यात आला असेल त्या व्यक्तीची बँक ओळख पटवून मगच पैसे देते.

४) वाहक धनादेशात BEARER हा शब्द खोडून ORDER हा शब्द ठेवून आदेश धनादेश अस्तित्वात येतो.

५) सुरक्षित आर्थिक व्यवहारासाठी आदेश धनादेश उपयुक्त ठरतो.

(३) रेखांकित धनादेश (Crossed Cheque) : धनादेशाच्या दर्शनी भागावर दोन समांतर रेषा काढून कोणताही धनादेश रेखांकित करता येतो. ज्या धनादेशावर दोन समांतर रेषा काढल्या आहेत त्या धनादेशास रेखांकित धनादेश असे म्हणतात. असा धनादेश बँकेद्वारे खात्यावरच जमा करतात. रेखांकित धनादेशाचे पैसे हवे आहेत त्या बँकेत त्याचे खाते असणे आवश्यक आहे.

रेखांकित धनादेश नमुना

दिनांक (Date) / /

Pay ______________________________

______________________________ या धारक को OR BEARER

रूपये Rupees : ______________________________

______________________________ अदा करे

रू. Rs. :

खा. स. A/c No.	

बँक ऑफ महाराष्ट्र
कल्याणीनगर पुणे ६

अबक
(खातेदाराची सही)

"500400" 000013000 : 10

वैशिष्ट्ये :

१) धनादेशाच्या वरच्या बाजूस डाव्या कोपऱ्यात दोन तिरप्या समांतर रेषा काढल्यास धनादेश रेखांकित धनादेश होतो.

२) रेखांकनामुळे धनादेशाला सुरक्षितता प्राप्त होते. कारण रेखांकित धनादेशाची रक्कम ग्राहकाला रोख स्वरूपात न मिळता त्याच्या खात्यात जमा केली जाते.

३) बँक काऊटंरवर रेखांकित धनादेशाचे रोख पैसे मिळत नाहीत. पैसे काढण्याच्या स्लीपने अगर धनादेश च्या सहाय्याने खातेदार खात्यातील रक्कम काढू शकातो.

४) रेखांकित धनादेश गहाळ झाल्यास ज्याला तो मिळतो त्याला पैसे मिळू शकत नाहीत. कारण धनादेशाची रक्कम वाहकाला न मिळता, ज्याचे नाव धनादेशात नमूद केलेले आहे. त्याच्या खात्यात जमा होते म्हणजेच नुकसान टाळता येते.

५) रेखांकित धनादेशाचा आदाता ज्या बँकेस धनादेश सादर करतो त्या बँकेचा तो खातेदार असावा लागतो.

मायकर धनादेश (M.I.C.R. Cheques) :

मायकर म्हणजे Magnetic Ink Charter Recognition म्हणून समजला जातो. धनादेशाचा स्वतंत्र प्रकार नाही. मात्र, धनादेशाचे एक वैशिष्ट्य आहे. धनादेशाची नवीन वैविध्यता आहे.

भारतीय रिझर्व्ह बँकेने यांत्रिकी धनादेश प्रक्रिया सुरू केली आहे. निवडक शहरात

या पद्धतीत M.I.C.R. हे तंत्र वापरले जाते. या धनादेशात चुंबकीय शाईने ओळखण्यासाठी क्रमांक लिहिलेला असतो. धनादेशाची बँक ब्रँच याची ओळख पटविता येते. धनादेशाच्या शेवटी विशिष्ट क्रमांक दर्शविला जातो. हे क्रमांक सांकेतिक पद्धतीचे असतात. प्रथम धनादेशाचा नंबर सहा अंकामध्ये दिलेला असतो. त्यानंतर थोडी जागा सोडून पुन्हा नऊ अंकी क्रमांक असतो. त्यापैकी पहिले तीन अंक बँकेची शाखा दर्शवितात. या धनादेशाची रक्कम लवकर मिळण्यास मदत होते. या धनादेशाची घडी करू नये.

वाहक धनादेश आणि आदेश धनादेशातील फरक :

१) व्याख्या : ज्या धनादेशाचे पैसे तो धारण करणाऱ्या व बँकेस सादर करणाऱ्या कोणालाही दिले जातात. त्याला वाहक अथवा धारक धनादेश असे म्हणतात.

ज्या धनादेशाचे पैसे त्या धनादेशात ज्याचे नाव लिहिले आहे त्यालाच मिळतात. त्याला आदेश धनादेश असे म्हणतात.

२) हस्तांतरण : वाहक धनादेशाचे हस्तांतरण करण्यासाठी पृष्ठांकनाची आवश्यकता नसते.

आदेश धनादेशाचे हस्तांतरण करण्यासाठी त्यावर पृष्ठांकनाची आवश्यकता असते.

३) वाहकता : हा धनादेश मुळातच वाहक असतो. आदेश धनादेशावर कोरे पृष्ठांकन केल्याने त्याचे वाहक धनादेशात रुपांतर होते.

४) उपयोग : बँकेकडून त्वरित पैसे मिळण्यासाठी वाहक धनादेश उपयोगी पडते.

जेव्हा एखाद्या विशिष्ट व्यक्तीलाच धनादेशाचे पैसे मिळावेत अशी अपेक्षा असते. तेव्हा आदेश धनादेश उपयोगी पडतो.

५) ओळख : वाहक धनादेशाचे प्रदान करताना बँक आदात्याच्या ओळखी विषयी खात्री करत नाही.

आदेश धनादेशाचे प्रदान करताना बँक आदात्याच्या ओळखीची खात्री करून मगच त्याला पैसे देते.

५.७ रेखांकनाचे प्रकार किंवा रेखांकित धनादेशाचे प्रकार (Types of Crossed Cheque) :

ज्या धनादेशाच्या दर्शनी बाजूवर कोपऱ्यात दोन तिरप्या समांतर रेषा ओढलेल्या आहेत असा धनादेश म्हणजे रेखांकित धनादेश होय. या धनादेशाचे पैसे खात्यात जमा होतात. रेखांकित धनादेशाचे प्रकार पुढीलप्रमाणे आहेत.

(१) सर्वसाधारण रेखाकंन (General Crossing) : धनादेशाच्या दर्शनी भागावर 'ॲण्ड कंपनी' हे शब्द मध्ये असणाऱ्या किंवा शब्द नसणाऱ्या दोन तिरप्या समांतर

रेषा असतील तर तो सर्वसाधारण रेखांकित धनादेश होय.

चलनक्षमपत्र कायदा : १८८१ कलम १२३ नुसार ज्या धनादेशावर समांतर रेषा ओढल्या आहेत आणि त्यामध्ये ॲन्ड कंपनी अथवा 'नॉट निगोशिएबल' हे शब्द लिहिले असेल किंवा नसेल अशा धनादेशास सर्वसाधारण धनादेश असे म्हणतात.

सर्वसाधारण रेखांकनाचे नमुने

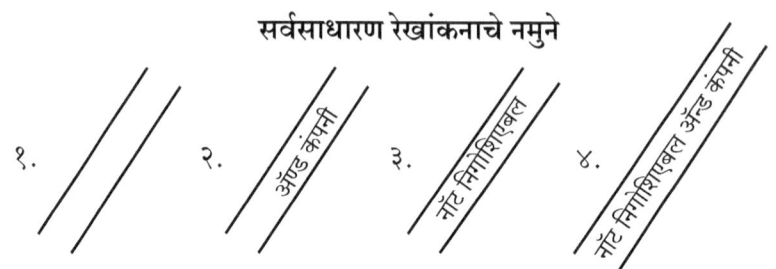

असे धनादेश बँकेमार्फतच पैसे देतात. धनादेशधारकाचे किंवा ज्या व्यक्तीला पैसे मिळवायचे आहेत तिचे बँकेत खाते असते. नंतर बँक असा धनादेश ज्या बँकेवर काढला असेल (Drawee Bank) त्या बँकेकडे वसुलीसाठी पाठवील.

(२) विशेष रेखांकन (Special Crossing) : जर धनादेशाच्या दर्शनी भागात दोन समांतर रेषा व त्यामध्ये बँकेचे नाव असेल; तसेच त्यामध्ये नॉट निगोशिएबल असा मजकूर असेल किंवा नसेल त्या धनादेशास विशेष रेखांकित धनादेश असे म्हणतात.

म्हणजेच धनादेशावरील दोन समांतर रेषेमध्ये बँकेचे नाव असते तेव्हा त्यास विशेष रेखांकन असे म्हणतात.

विशेष रेखांकनाचे नमुने

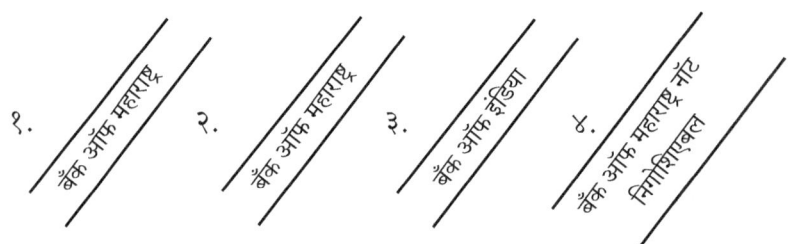

मर्यादित रेखांकन (Restrictive Crossing) :

मर्यादित रेखांकन किंवा निर्बंधात्मक रेखांकन म्हणजे जेव्हा एखाद्या व्यक्तीच्याच खात्यात पैसे जमा करणे बंधनकारक असते अशा वेळेस दोन समांतर रेषांमध्ये 'फक्त खात्यावर जमा' असा मजकूर असतो तेव्हा त्यास मर्यादित रेखांकन म्हणतात.

या प्रकारात 'अकाऊंट पेयी' किंवा पेयीज अकाऊंट ओन्ली अगर अकाऊंट एक्स

ओन्ली असे शब्द सर्वसाधारण अथवा विशेष रेखांकनात लिहिले जातात. अशा वेळेस त्या व्यक्तीच्याच खात्यात धनादेशाचे पैसे जमा करणे आवश्यक असते.

मर्यादित रेखांकनाचे नमुने

४) अचलक्षम रेखांकन (Not Negotiable) : सामान्य अथवा विशिष्ट रेकांकनामध्ये जेव्हा 'अचलक्षम' असा शब्द लिहिला जातो. तेव्हा त्यास अचलक्षम रेखांकन असे म्हणतात.

दोष मुक्त हस्तांतरण आणि पृष्ठांकनामुळे हस्तांतरण हे चलनक्षम दस्तऐवजाचे महत्त्वाचे गुणधर्म अचलक्षम रेखांकन केल्यामुळे त्या धनादेशातून नष्ट होतात.

अचलनक्षम रेखांकनाचे नमुने

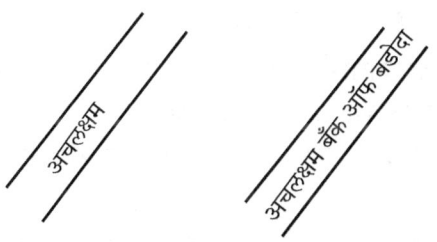

चलनक्षम दस्तऐवज कायदा १८८१ कलम (१३०) नुसार अचलक्षम रेखांकनामुळे तो धनादेश ज्या व्यक्तीकडून हस्तांतरित करण्यात आला आहे. त्याच्या मालकी हक्कापेक्षा चांगला मालकी हक्क त्या धनादेशा धाकराला मिळू शकत नाही. हस्तांतरित करणाऱ्याचा मालकी हक्क जर सुरक्षित व चांगला असेल तर धारकालाही तसाच मालकी हक्क मिळू शकतो.

सर्वसाधारण रेखांकन आणि विशेष रेखांकन यातील फरक :

१) बँकेचे नाव : सर्व साधारणरेखांकनात धनादेशाच्या वरच्या बाजूस डाव्या कोपऱ्यातील दोन तिरप्या समांतर रेषांमध्ये बँकेचे नाव लिहिले जात नाही.

विशिष्ट रेखांकनात धनादेशाच्या वरच्या बाजूस डाव्या कोपऱ्यातील दोन तिरप्या

समांतर रेषांमध्ये विशिष्ट बँकेचे नाव लिहिले जाते.

२) पैसे देणारी बँक : आदाता त्याचे खाते ज्या बँकेत असेल अशा कोणत्याही बँकेत सर्वसाधारण रेखांकित धनावेश भरू शकतो.

ज्या बँकेच्या नावे धनादेश रेखांकित केला आहे. त्या विशेष (विशिष्ट बँकेतच सादर करावा लागतो.

३) समांतर रेषा : सर्वसाधारण रेखांकनात समांतर रेषा असणे आवश्यक असते विशेष रेखांकनात समांतर रेषा न काढताही त्या जागी केवळ विशिष्ट बँकेचे नाव लिहिणे पुरेसे असते.

४) सोय व सुरक्षितता : सर्वसाधारण रेखांकित धनादेश आदाता अथवा दारकासाठी अधिक सोयीचा असतो.

विशेष विशिष्ट रेखांकित धनादेश धारकासाठी अधिक सुरक्षित असतो.

रेखांकन आणि पृष्ठांकन यातील फरक

१) अर्थ : धनादेशाच्या वरच्या बाजूस डाव्या कोपऱ्यात दोन तिरप्या समांतर रेषा काढणे म्हणजे रेखांकन होय.

चलनक्षम दस्तऐवजाच्या पाठीमागे अगर त्याला जोडलेल्या पत्रावर अगर मुद्रांकित कागदावर सही करणे म्हणजे पृष्ठांकन होय.

२) हेतू : रेखांकनाचा हेतू हा त्या धनादेशाचे पैसे आदात्याला काऊंटरवर न मिळता त्याच्या खात्यात जमा व्हावेत हा असतो.

पृष्ठांकनाला हेतू हा चलनक्षम दस्तऐवज दुसऱ्या व्यक्तीला हस्तांतरित करणे हा असतो.

३) प्रकार : सर्वसाधारण आणि विशिष्ट अथवा विशेष रेखांकन असे मुख्य प्रकार आहेत.

कोरे अथवा पूर्ण पृष्ठांकन असे मुख्य प्रकार आहेत.

४) कारक : धनादेशाचे रेखांकन हे त्या धनादेशाचा आदेशक अथवा धारक करू शकतो.

चलनक्षम दस्तऐवजाचे पृष्ठांकन हे त्या दस्तऐवजाचा वाहक अथवा धारक करू शकतो.

५) वारंवारता : रेखांकन हे फक्त एकदाच करता येते. पृष्ठांकन कितीही वेळा करता येते; दस्तऐवजाच्या पाठीमागची जागा संपली तरी त्याला कागद जोडून त्यावर पृष्ठांकन केले जाते.

५.८ पृष्ठांकन (Endorsement) :

चलनक्षमपत्र एका व्यक्तीकडून दुसऱ्या व्यक्तीकडे प्रदान केले जाते. चलनक्षमपत्राचा मालक आपली देणी देण्यासाठी धनकोस चलनक्षमपत्रांचे हस्तांतर करतो व दायित्वातून मुक्त होतो. चलनक्षमपत्रामध्ये मुख्यत: हुंडी, वचनचिठ्ठी, धनादेश इ. चा समावेश होतो. ज्या वेळेस विशिष्ट व्यक्तीच्या नावाने वचनचिठ्ठी, हुंडी किंवा धनादेश दिलेला असतो म्हणजेच आदेश चलनक्षम पत्र असते अशा वेळी चलनक्षमपत्राचा धारक दुसऱ्या व्यक्तीला चलनक्षमपत्राचे धारक होण्याच्या दृष्टीने चलनक्षम पत्रावर किंवा चलनक्षमपत्राच्या पाठीमागे किंवा सोबत कागद जोडून त्यावर सही करतो व संबंधित चलनक्षमपत्र दुसऱ्याच्या ताब्यात देतो किंवा प्रदान करतो, तेव्हा त्यास पृष्ठांकन व प्रदानाद्वारे चलनक्षमपत्राचे हस्तांतर झाले असे म्हणतात. यामध्ये चलनक्षमपत्राचा ताबा किंवा मालकी एका व्यक्तीकडून दुसऱ्या व्यक्तीकडे जात असते. याला प्रदान असे म्हणतात. मात्र, दुसऱ्या बाबतीत चलनक्षमपत्राचा ताबा देण्याबरोबरच दुसऱ्या व्यक्तीला चलनक्षमपत्राची मालकी देण्याच्या दृष्टीने सही केली जाते. यालाच पृष्ठांकन असे म्हणतात.

अ) पृष्ठांकन : अर्थ आणि व्याख्या : चलनक्षमपत्र कायदा १८८१ कलम १५ नुसार पृष्ठांकनाची व्याख्या पुढीलप्रमाणे :

'चलनक्षमपत्राचा धारक चलनक्षमपत्राचा निर्माता किंवा धारक म्हणून दुसऱ्या व्यक्तीस चलनक्षमपत्राचा धारक करण्याच्या उद्देशाने चलनक्षमपत्रावर किंवा चलनक्षमपत्राच्या मागे किंवा चलनक्षमपत्रासोबत जोडलेल्या तिकिटासहित कागदावर सही करतो तेव्हा त्या चलनक्षमपत्राचे पृष्ठांकन झाले असे म्हणतात. ज्याने ती सही केली त्याला पृष्ठांकक (endorser) असे म्हणतात.'

'When the maker or holder of a negotiable instrument sings the same otherwise than as such maker, for the purpose of negotiation on the back or fact there of or on a slip of paper affixed there to or so sings for the same purpose a stamped paper intended to be completed as a negotiable instrument. He is said to have endorsed the same & is called the endorser.' - Negotiable Instrument Act 1881- sec (15)

उदा. एखाद्या व्यक्तीने त्याला 'क्ष'कडून मिळालेला रुपये १०,००० चा धनादेश 'य' ला देण्यासाठी धनादेशाच्या मागे सही करून 'य' ला दिला असेल तर त्या धनादेशाचे पृष्ठांकन झाले असे समजले जाते, जी व्यक्ती बँकेमध्ये धनादेश सादर करील त्यास धनादेशाची रक्कम मिळेल. म्हणजेच चलनक्षमपत्राचे हस्तांतर त्या चलनक्षमपत्रावर किंवा चलनक्षमपत्राच्या मागे किंवा चलनक्षम पत्रासोबत स्वतंत्र कागद जोडून त्यावर सही करून दिल्यास चलनक्षम पत्रांचा ताबा, मालकी व चलनक्षमपत्रकाचे पृष्ठांकन झाले

असे म्हणतात.

थोडक्यात धनादेश वचनपत्र, हुंडी या दस्तऐवजांची विक्री करण्याच्या अथवा विशिष्ट उद्देशाने ज्याचे नाव त्या दस्तऐवजात पैसे घेणारा म्हणून नमूद केले आहे त्याने अथवा धारकाने अथवा वाहकाने त्या दस्तऐवजाच्या पाठीमागे सही करणे म्हणजे त्या दस्तऐवजाचे 'पृष्ठांकन' करणे होय.

चलनक्षमता याचा अर्थ एका व्यक्तीखडून दुसऱ्या व्यक्तीकडे योग्य मोबदला देऊन / घेऊन हस्तांतरित करता येण्याची दस्ताऐवजाची क्षमता होय. या हस्तांतरणासाठी पृष्ठांकनाची क्रिया करावी लागते. चलनक्षम दस्तऐवजांचे पैसे हे विशिष्ट व्यक्तीला अथवा तो सांगेल त्याला द्यावयाचे असतात. वाहक दस्तऐवजाचे हस्तांतरण तो दस्तऐवज केवळ दुसऱ्या व्यक्तीला देऊन पूर्ण होते. त्यासाठी पृष्ठांकनाची आवश्यकता नसते. आदेश धनादेशाच्या बाबतीत दस्तऐवज दुसऱ्याच्या ताब्यात देताना त्याचे कोरे पृष्ठांकन केले तरी हस्तांतरणाची क्रिया पूर्ण होते.

पृष्ठांकनाशी संबंधित व्यक्ती :

अ) पृष्ठांकक (Endorser) : जी व्यक्ती चलनक्षम दस्तऐवजाचा धारक म्हणून नव्हे तर त्या दस्तऐवजाच्यामालकी हक्काचे हस्तांतरण करण्याच्या उद्देशाने त्यावर सही करतो त्याला पृष्ठांकक असे म्हणतात.

ब) पृष्ठांकिती (Endorsee) : ज्या व्यक्तीच्या नावे चलनक्षम दस्तऐवजाचे पृष्ठांकन करण्यात येते. त्या व्यक्तीला पृष्ठांकिती असे म्हणतात. पृष्ठांकनानंतर त्या दस्तऐवजाचा ताबा व मालकी हक्क पृष्ठांककाकडून पृष्ठांकितीकडे येतो.

पृष्ठांकनाचे नियम :

१) चलनक्षम पत्राच्या धारकाने अथवा त्याच्या अधिकृत प्रतिनिधीने त्या पत्राच्या दस्तऐवजाच्या मालकीच्या हस्तांतरणाच्या उद्देशाने सही करावी.

२) अशी सही दस्तऐवजाच्या / पत्राच्या पुढील अगर मागील बाजूस अथवा दस्तऐवजावर जागा नसेल तर एका स्वतंत्र कागदावर करून तो कागद दस्तऐवजाला जोडण्यात यावा.

३) पृष्ठांकन हे लेखीच असले पाहिजे आणि ते आदाता (Payee) अथवा त्या काळातील धारक (Holder in due Course) यांनीच ते सही केलेले असावे.

४) पृष्ठांकन हे नेहमी शाईनेच करावे. पेन्सिलने केलेले पृष्ठांकन कायदेशीररित्या वैध असले तरी ते अपेक्षित धरले जात नाही. पृष्ठांककाचे पद रबरी शिक्याने त्याच्या सही खाली उमटवले तरी चालते.

५) छापील पृष्ठाकन सहसा गाह्य धरले जात नाही. छापील पृष्ठांकनाच्या बाबतीत त्या दस्तऐवजाच्या दात्याने पृष्ठांकनाच्या अधिकृतते विषयी खाकिरून घ्यावी.

६) पृष्ठांकन करीत असताना पृष्ठांककाने आपली सही त्या दस्तऐवजावरील सही प्रमाणेच तंतोतंत करावी पुढील पृष्ठांकन करीत असताना पृष्ठा कितीने आदाता (Payee) या नात्याने त्याचे नाव दस्तऐवजातील सहीत लिहिले असेल, तसेच लिहावे.

७) पृष्ठांकन हे दस्तऐवजाच्या सत्य प्रतीवर न करता ते मूळ दस्तऐवजांवरच करावे.

८) दस्तऐवज अदाता अथवा पृष्ठांकितीच्या नावाच्यापुढे अथवा मागे असलेले श्री श्रीमती, डॉक्टर साहेब, वकील असे उपसर्ग व प्रत्ययाचे शब्द पृष्ठांक नात टाळावेत.

९) दस्तऐवजावर अथवा त्याच्या पाठीमागे ज्या क्रमाने पृष्ठांकने दिसतात, त्याच क्रमाने ती करण्यात आली आहेत असे गृहित धरले जाते.

१०) पृष्ठांकन हे दस्तऐवजाची पाठवणी (delivery) केल्यानंतरच पूर्ण होत असते. पाठवणी करण्या अगोदर पृष्ठांकक पृष्ठांकन रद्द करून करार थांबवू शकतो.

११) पृष्ठांकनासाठी विशिष्ट शब्दांच्या नमुन्याची आवश्यकता नसते. त्यामध्ये पैसे देण्याच्या आदेशाचा समावेश गृहित धरलेला असावा.

ब) पृष्ठांकनाचे प्रकार (Types of Endorsement) : पृष्ठांकनाच्या व्याखेवरून असे दिसून येते, की एका व्यक्तीकडून दुसऱ्या व्यक्तीला चलनक्षमपत्र ताब्यात दिले जाते दिल्यास त्याला चलनक्षमपत्राचे प्रदान असे म्हणतात. ज्या व्यक्तीकडून पृष्ठांकन केले जाते त्यास पृष्ठांकक (Endorser) असे म्हणतात. ज्याला पृष्ठांकन करून चलनक्षमपत्र दिले जाते त्याला पृष्ठांकित किंवा पृष्ठांकिता (Endorsee) असे म्हणतात. पृष्ठांकन करण्याचे पुढील प्रमुख प्रकार आहेत.

१) कोरे किंवा सर्वसामान्य पृष्ठांकन (Blank or General Endorsement) : जेव्हा पृष्ठांकनकर्त्यांने केवळ स्वत:च्याच नावाचीच सही केली असेल त्या पृष्ठांकनास कोरे किंवा सर्वसामान्य पृष्ठांकन म्हटले जाते. ज्याला पृष्ठांकन केले जाते त्याचे नाव किंवा काहीही माहिती पृष्ठांकक लिहीत नाही म्हणून त्याला कोरे पृष्ठांकन म्हणतात. फक्त सही करून पृष्ठांकन केल्यामुळे चलनक्षमपत्र वाहक होते, तो चलनक्षमपत्रकाचा धारक असेल त्यास त्याचे पैसे मिळतात. फक्त प्रदानाने म्हणजेच एका व्यक्तीकडून दुसऱ्या व्यक्तीस चलनक्षमपत्राचा ताबा दिल्यामुळे त्याचे हस्तांतरण होते.

२) पूर्ण किंवा विशेष पृष्ठांकन (Full or Special Endorsement) : ज्या वेळेस पृष्ठांकन करताना पृष्ठांकक म्हणजेच ज्याला पृष्ठांकन करावयाचे आहे त्याचे नाव लिहितो तेव्हा त्या पृष्ठांकनास पूर्ण किंवा विशेष पृष्ठांकन असे म्हणतात. त्यामध्ये

ज्याच्यासाठी पृष्ठांकन करावयाचे त्याचे नाव पृष्ठांकन करताना लिहिले पाहिजे; तसेच चलनक्षमपत्रावर पृष्ठांकनकाची सही असणे आवश्यक आहे. उदा. जेव्हा धनादेशाचे पैसे 'क्ष' व्यक्तीला किंवा त्याच्या आदेशानुसार मिळवायचे असतात आणि 'क्ष' त्यावर 'य' ला किंवा त्याच्या आदेशानुसार पैसे द्यावेत अशा शब्दांची भर घालून सही करतो तेव्हा असे पृष्ठांकन पूर्ण किंवा विशेष पृष्ठांकन होते व पुढे ते चलनक्षमपत्र होण्यासाठी 'य'कडून आज्ञा व पृष्ठांकन यांची आवश्यकता निर्माण होईल.

३) प्रतिबंधित किंवा निर्बंधात्मक पृष्ठांकन (Restrictive Endorsement) : पृष्ठांकक फक्त एकाच व्यक्तीला पैसे द्यावेत, असे चलनक्षम पत्रावर लिहून सही करतो त्यास मर्यादित पृष्ठांकन असे म्हणतात. मर्यादित पृष्ठांकनामुळे चलनक्षमपत्र पुढे दुसऱ्या व्यक्तीस हस्तांतर होत नाही.

त्याचे पराक्रमण किंवा चलनक्षमत्व संपुष्टात येते.

उदा. श्री. चंद्रकात कदम यांनाच पैसे द्यावेत.

पृष्ठांककाची सही.

४) अंशत: किंवा अंशिक पृष्ठांकन (Partial Endorsement) : जर चलनक्षमपत्राची काही रक्कम रोख मिळाली असेल तर राहिलेली रक्कम मिळण्यासाठी दुसऱ्या व्यक्तीच्या नावाने पृष्ठांकन करता येते. म्हणजेच चलनक्षमपत्राच्या राहिलेल्या किंवा शिल्लक रकमेचे पृष्ठांकन केले असल्यास त्यास अंशत: पृष्ठांकन असे म्हणतात.

सर्वसाधारणपणे चलनक्षमपत्राचे अंशत: किंवा एकूण रकमेपेक्षा कमी रकमेचे चलनक्षम पत्राचे पृष्ठांकन करता येत नाही. मात्र, काही वेळेस चलनक्षम पत्राच्या स्वीकारकर्त्याने काही रक्कम अगोदर दिली असल्यास राहिलेल्या रकमेचे म्हणजेच अंशत: पृष्ठांकन करता येते.

५) सशर्त किंवा शर्तीचे पृष्ठांकन (Conditional Endorsement) : जेव्हा पृष्ठांकन घटना घडण्यावर अवलंबून असते तेव्हा ते पृष्ठांकन घटना सशर्तीचे होते. ज्या वेळेस पृष्ठांकन एखादी अट घालून चलनक्षम पत्रांचे दुसऱ्या व्यक्तीस धारक बनविण्याच्या उद्देशाने पृष्ठांकक करतो तेव्हा त्यास सशर्त किंवा अटीसहित पृष्ठांकन असे म्हणतात. सशर्त पृष्ठांकनामध्ये पृष्ठांक एखादी अट घालतो. तसेच सशर्त पृष्ठांकनामध्ये पृष्ठांककाची जबाबदारी काही अट घालून मर्यादित केली जाते.

६) जबाबदारीमुक्त पृष्ठांकन (Sans Resourse Endorsement) : चलनक्षमपत्राचे पृष्ठांकन करताना पृष्ठांकक त्या चलनक्षमपत्रामुळे निर्माण होणाऱ्या जबाबदारीतून मुक्त होण्याच्या उद्देशाने काही अटी घालतो. तेव्हा त्यास जबाबदारीमुक्त पृष्ठांकन असे म्हणतात.

उदा. 'क किंवा त्याच्या आदेशानुसार, त्याच्या जबाबदारीवर पैसे द्यावेत.'

सही

'क' ला पैसे द्यावेत. माझी जबाबदारी नाही.'

सही

जबाबदारीमुक्त पृष्ठांकन केल्यामुळे पृष्ठांकक चलनक्षमपत्राचा अनादर झाल्यास जी जबाबदारी किंवा दायित्व निर्माण होते त्यातून मुक्त होतो; म्हणून याला जबाबदारीमुक्त पृष्ठांकन असे म्हणतात.

७) हक्कत्याग किंवा अनुज्ञेय पृष्ठांकन (Facultative Endorsement) :
'जेव्हा पृष्ठांकक त्याच्या व्यक्त शब्दांनी चलनक्षमपत्र कायद्याखाली असणारा अधिकार कमी करतो तेव्हा अशा पृष्ठांकनास हक्कत्याग पृष्ठांकन म्हणतात. उदा. पृष्ठांकक स्पष्टपणे असे लिहितो की, 'क्ष' ला अगर त्याच्या आज्ञेनुसार पैसे द्यावेत.' अनादराची सूचना रद्द केली आहे. अशा पृष्ठांकनाने धारक अनादराची नोटीस काढून टाकू शकतो. मात्र, तो पैसे न देण्याबद्दल जबाबदार राहतोच.

म्हणजेच चलनक्षमपत्राचे पृष्ठांकन करताना ज्या वेळेस पृष्ठांकक त्याचे चलनक्षमपत्र कायद्यानुसार असलेले अधिकार सोडून देतो अथवा कायद्याने दिलेल्या अधिकाराचा त्याग करतो तेव्हा त्यास हक्कत्याग पृष्ठांकन असे म्हणतात.

क) पृष्ठांकनाचे परिणाम (Effects of Endorsement) :

जेव्हा चलनक्षमपत्राचे पृष्ठांकन केले जाते आणि ते पृष्ठांकिताकडे (endorsee) हस्तांतरित होते. पुढील चलनक्षमपत्राच्या हक्कांसह संलेखातील मालमत्ता हस्तांतरित होते. कोणत्याही चलनक्षमपत्राचे पृष्ठांकन केल्यामुळे चलनक्षमपत्राबाबतचे अधिकार बदलतात. तसेच धारकाच्या व ज्यांनी चलनक्षमपत्र हस्तांतरित केले आहे त्यांच्या जबाबदाऱ्या किंवा दायित्व यामध्येही बदल होतो. चलनक्षमपत्राच्या पृष्ठांकनामुळे पुढील परिणाम होतात. पृष्ठांकनाचे परिणाम (कलम ५०)

अ) जो चलनक्षमपत्राचा निर्माता धारक होता, तो संबंधित यथाविधी धारकास जबाबदार होतो.

ब) चलनक्षमपत्राच्या पृष्ठांकनामुळे चलनक्षमपत्राचे हस्तांतर किंवा पराक्रमण होते व त्याचा धारक बदलतो.

क) चलनक्षमपत्राची मालकी व पैसे मिळविण्याचा अधिकार ज्याच्या नावाने पृष्ठांकन केले आहे त्यास मिळतो.

ड) पृष्ठांकन झालेल्या चलनक्षमपत्राचे पुन्हा पृष्ठांकन करण्याचा अधिकार पृष्ठांकितास किंवा नवीन धारकास मिळतो.

इ) चलनक्षम दस्तऐवजाचे पृष्ठांकन केल्यानंतर तो दस्तऐवज पृष्ठांककाडून पृष्ठांकितीकडे जातो.

ई) त्या दस्तऐवजात नमूद केलेल्या रक्कमेचा मालकी हक्क पृष्ठांकितीकडे जातो.

उ) त्या दस्तऐवजाचे पुन्हा पुढील पृष्ठांकन करण्याचा अधिकार पृष्ठांकितीला मिळतो.

ऊ) परंतु जर पृष्ठांकनात स्पष्ट नमूद करण्यात आले असल्यास पृष्ठांकितीचा पुढील पृष्ठांकन करण्याचा अधिकार रोखता येतो अथवा काढून घेता येतो.

ए) दस्तऐवजाशी संबंधित सर्व व्यक्तींच्या विरूद्ध त्याच्या स्वत:च्या नावाने त्या दस्तऐवजावर दावा दाखल करण्याचा अधिकार पृष्ठांकितीला पृष्ठांकनामुळे प्राप्त होतो.

ऐ) विशिष्ट पृष्ठांकनाद्वारे पृष्ठांकितीला केवळ तो दस्तऐवज पृष्ठांकन करणारा प्रतिनिधी करता येते तसेच पृष्ठंकक अथवा इतर विशेष व्यक्तीच्या वतीने त्या दस्तऐवजाची रक्कम घेणारा प्रतिनिधीही बनविता येते.

अशा रीतीने पृष्ठांकन म्हणजे चलनक्षमपत्राचे हस्तांतर पराक्रमण असून पृष्ठांकनामुळे त्याचे चलनक्षमत्व वाढते.

प्रश्न :

प्र. १. खालील प्रश्नांची प्रत्येकी १०० शब्दांत उत्तरे लिहा.

१) चलनक्षमपत्र म्हणजे काय?

२) वचनपत्राचा अर्थ सांगून वैशिष्ट्ये सांगा.

३) धनादेशाची व्याख्या सांगून वैशिष्ट्ये सांगा.

४) पृष्ठांकन म्हणजे काय?

५) रेखांकनाविषयी विवेचन करा.

प्र. २. खालील प्रश्नांची प्रत्येकी २०० शब्दांत उत्तरे लिहा.

१) चलनक्षमपत्राची व्याख्या सांगा. चलनक्षमपत्राची वैशिष्ट्ये सांगा.

२) विनिमयपत्राची व्याख्या सांगून विनिमयपत्राची वैशिष्ट्ये सांगा.

३) धनादेश म्हणजे काय? धनादेशाच्या वैशिष्ट्यांची चर्चा करा.

४) पृष्ठांकन म्हणजे काय? पृष्ठांकनाचे प्रकार स्पष्ट करून परिणामांची चर्चा करा.

५) रेखांकनाचे प्रकार स्पष्ट करा.

प्र. ३. खालील प्रश्नांची ४०० शब्दांत उत्तरे लिहा.

१) चलनक्षमपत्राचा अर्थ सांगून वैशिष्ट्ये स्पष्ट करा.

२) वचनपत्राची व्याख्या सांगून वैशिष्ट्ये स्पष्ट करा.

३) धनादेशांच्या प्रकारांची चर्चा करा.

४) वाहक धनादेश आणि आदेश धनादेशातील फरक स्पष्ट करा.

५) विनिमय पत्र आणि वचन पत्रातील फरक स्पष्ट करा.

६) विनिमय पत्र आणि धनादेशातील फरक स्पष्ट करा.

७) रेखांकनाचे प्रकार स्पष्ट करा.

८) पृष्ठांकनाचे प्रकार सांगून पृष्ठांकनाचे परिणाम स्पष्ट करा.

प्र. ४. टीपा लिहा.

१) चलनक्षमपत्र

२) विनिमयपत्र

३) धनादेशाचे प्रकार

४) पृष्ठांकनाचे प्रकार

५) पृष्ठांकनाचे परिणाम

६) सर्वसाधारण रेखांकन

७) धनादेश

८) रेखांकन

प्रकरण ६

बँकांमधील नवीन तंत्रज्ञान

(New Tenchnology in Banking)

६.१ प्रास्ताविक

६.१ प्रास्ताविक

नव्या तंत्रज्ञानाने क्रांतिकारक पर्याय उपलब्ध करून दिल्याने बँक व्यवसायात आमूलाग्र बदल झाल्याचे दिसून येते. माहिती आणि तंत्रज्ञान क्रांतीमुळे बँक व्यवसाय फक्त पैशाशी संबंधित राहिला नसून वित्तीय व्यवहारातील माहितीशी संबंधित असे

व्यवसायाचे स्वरूप बदलत असल्याचे दिसून येते. संगणकाचा वापर सुरू झाल्याने किंवा होणाऱ्या बदलांमुळे बँकांचे विधीलिखित बदलत आहे. तसेच जागतिकीकरण, खासगीकरण, उदारीकरणामुळे बँक व्यवसाय मोठ्या प्रमाणात वाढत आहे. तसेच बँक व्यवसायाचे स्वरूपसुद्धा बदलत आहे. लोकांना बँक व्यवसायाची सवय झाल्याने बँकेमार्फत व्यवहार करणाऱ्या लोकांचे प्रमाणसुद्धा वाढले आहे. बँक तंत्रज्ञानातही बदल होत आहे. संगणकामुळे व्यवहाराच्या नोंदी हाताऐवजी यांत्रिक पद्धतीने होऊ लागल्या. तसेच ए. टी. एम., डेबिट कार्ड, क्रेडिट कार्ड यांसारख्या अनेक सुविधा बँकेने ग्राहकांना देऊ केल्या आहेत. बँकेतील आधुनिक तंत्रज्ञानामुळे बँकेच्या ग्राहकांना अनेक सुविधा प्राप्त झाल्या आहेत.

६.२ ई-बँकिग गरज आणि महत्त्व
(E-Banking-Need & Importance)

इलेक्ट्रॉनिक क्रांतीमुळे इलेक्ट्रॉनिक बँकिंग व्यवहारामध्ये ग्राहकांचा फायदा झाला. ई-बँकिंगच्या वापरामुळे बँकेची आणि ग्राहकांची मोठमोठ्या खातेवह्या आणि कागदपत्राच्या ढिगातून सुटका झाली तिने ई-धनादेश, डी-मॅट खाती, इलेक्ट्रॉनिक डेटा इंटरचेंज (EDI) अशा नवनवीन सुविधा ग्राहकांच्या सेवेसाठी सादर करण्याला सुरवात झाली. संगणक आणि इलेक्ट्रॉनिक साधनांच्या साहाय्याने पारंपरिक बँकिंगकडून ई-बँकिंगकडे बँक वळत असल्याने ग्राहकांच्या अपेक्षा सुद्धा मोठ्या प्रमाणावर बदलत आहेत.

इलेक्ट्रॉनिक निधी प्रेषणाचा अर्थ :

जेव्हा रकमेचे प्रेषण हे धनादेश, धनाकर्ष यासारख्या कागदी दस्तऐवजांद्वारे न करता ते इलेक्ट्रॉनिक टर्मिनल, दूरध्वनी, संगणक अथवा चुंबकीय पट्टी अशा इलेक्ट्रॉनिक व दूरसंदेशवहनीय साधनांद्वारे केले जाते तेव्हा त्यास इलेक्ट्रॉनिक निधी प्रेषण असे म्हणतात.

व्याख्या : इलेक्ट्रॉनिक निधी हस्तांतरण कायदा १९७८ कलम ९०.३ (६) अनुसार, "इलेक्ट्रॉनिक निधी प्रेषण (स्थानांतर) म्हणजे निधींचे असे स्थानांतर की जे धनादेश, धनाकर्ष, किंवा तत्सम कागदी दस्तऐवजामधून उद्‌भवत नाही तर ते इलेक्ट्रॉनिक टर्निमल, दूरध्वनी उपकरणे, संगणक अथवा चुंबकीय ध्वनिमुद्रित पट्टी याद्वारे केले जाते आणि वित्तीय संस्थांना खाते जमा अथवा नावे करण्याचा आदेश सूचना अथवा अधिकार दिला जातो."

सध्याच्या काळात बँकिंग व्यवसायात आधुनिक तंत्रज्ञानाचा वापर वाढत आहे. व्यवहारांची संख्या दिवसेंदिवस वाढत असल्याने बँकिंग व्यवहारांची गती, दर्जा व

कार्यक्षमता वाढविण्यासाठी तंत्रज्ञानाचा वापर केला जात आहे. इलेक्ट्रॉनिक निधी स्थानांतर ही निधीची कार्यक्षम प्रेषण आणि निरसन पद्धती आहे.

बँक तंत्रज्ञानांचे ग्राहकांना फायदे : घरबसल्या सोय, सर्वत्र बँकिंग, सदैव बँकिंग, सोईस्कर बँकिंग, स्वस्त बॅकिंग, सुलभ खरेदी, कार्पोरेट शाखा इत्यादीचे फायदे ग्राहकांना घेता येतात.

बँकाचे फायदे : स्पर्धा व्यत्यय नाही, जुळवणी नव्या सेवा, सेवांचा दर्जा, माहिती प्रवाह, खाते व्यवस्थापन, खर्च कमी इत्यादी फायदे बँकांना होतात. आधुनिक तंत्रज्ञानाच्या दृष्टिने बँका पुढील दिशेने वाटचाल करीत आहेत.

१) तंत्रज्ञानाचा वापर कार्यालयीन व्यवहारांबरोबरच ग्राहक सेवेसाठी वाढविणे.
२) सुरक्षितता संदेशवहन, नेटवर्किंग या दृष्टीने बँकाची पायाभूत मांडणी सुदृढ व दर्जेदार करणे.
३) वास्तवकाल स्थूल समाशोधन सेवा (R.T.G.S.) वातावरण निर्माण करणे.
४) चुंबकीय शाई अक्षर ओळख (MICR) तंत्रज्ञानाचा अधिकार करणे
५) धनादेशाच्या त्वरित निरसन आणि प्रदानासाठी प्रतिमा तंत्रज्ञानाच वापर करून संचारित धनादेश (Truncated Cheques) वापरण्याला सुरुवात करणे इत्यादी बँका सध्या वापरीत असलेल्या तंत्रज्ञानाचे प्रकार पुढीलप्रमाणे -

ई बँकिंग - गरज (E-Banking - Need)

बहुमोल उत्पादने आणि बहुविध सेवा आपल्या ग्राहकांना पुरविता यावीत, यासाठी बँकांनी माहिती-तंत्रज्ञानाचा अंगीकार केला आहे. रिझर्व्ह बँक ऑफ इंडियाने सुद्धा १९९५ मध्ये बँकेत एक स्वतंत्र माहिती-तंत्रज्ञान विभाग उभारला, जेणेकरून बँकेतील तंत्रज्ञानाचा दर्जा सुधारता यावा. दिवसेंदिवस तंत्रज्ञानात सुधारणा होत आहे, त्यात भर पडत आहे आणि आज असे एकही क्षेत्र नाही की, जे ई-बँकिंगच्या (इलेक्ट्रॉनिक बँकिंगच्या) फायद्यापासून अलिप्त आहे.

भारतात ई-बँकिंग हे अलीकडच्या काही वर्षांमध्ये सुरू झाले आहे. भारतात पारंपारिक बँकाचा विकास हा शाखापद्धतीच्या बँकिंगमधून झाला आहे. १९९० च्या दशकात आर्थिक उदारीकरण, खाजगीकरण, जागतिकीकरण या प्रक्रियेला सुरुवात झाली. त्यातून अ-शाखा बँकिंग पद्धती प्रोत्साहित झाली. नव्या खाजगी बँकाचा जन्म झाला. परकीय बँकाच्या शाखा मोठ्या संख्येने भारतात येऊ लागल्या. सार्वजनिक बँकाचा अगोदरच प्रचंड मोठा शाखा विस्तार झालेला असल्याने या नव्या खाजगी व विदेशी बँकांना शाखा - जाळ्याअभावी आपला व्यवसाय करून स्पर्धेत टिकून राहणे अवघड

दिसू लागले. त्यावर उपाय म्हणून या बँकांनी आधुनिक तंत्रज्ञानाचा स्वीकार केला. माहिती तंत्रज्ञानावर आधारित अशी नवनवी उत्पादने / साधने की जी ग्राहकांच्या दृष्टीने अत्यंत उपयुक्त, महत्त्वाची आणि सोयीची होती ती पुरविण्यास सुरुवात केली. ए.टी.एम., होम बँकिंग, टेलि बँकिंग, नेट बँकिंग यांच्या माध्यमातून ग्राहकांना सेवा देण्यास सुरुवात केली. त्यातून ग्राहक विस्तार केला आणि प्रचंड अशा सार्वजनिक बँकांशी यशस्वीपणे तोंड देऊन प्रगती करू लागल्या. ई-बँकिंगचे महत्त्व लक्षात घेता माहिती तंत्रज्ञानाशिवाय गत्यंतर नाही, याचा सार्वजनिक आणि सहकारी बँकांना प्रत्यय आला. त्यांनी सुद्धा आपल्या कार्यपद्धतीत, ग्राहकसेवेत आणि आंतरशाखा - आंतरबँक व्यवहारात तंत्रज्ञानाधारित प्रणालीचा अंगीकार केला.

महत्त्व (Importance)

ई-बँकिंग हे आत्तापर्यंत केवळ ए.टी.एम., टेलीबँकिंग इत्यादी पुरते मर्यादित होते; परंतु इंटरनेट बँकिंगच्या वापरामुळे बँकिंग सेवामध्ये आमूलाग्र बदल झालेला आहे. बँकाच्या कार्यपद्धतीत क्रांती झाली. सध्याचे ग्राहक बँकिंग सुविधा घेताना बँका पुरवित असलेल्या सेवा सुविधांचा तौलनिक अभ्यास करून जी बँक माहिती तंत्रज्ञानाधारित उत्कृष्ट सेवा पुरविते, त्याच बँकेची निवड करतात. त्यामुळे बँकांनी आपल्या तंत्रज्ञानाचा दर्जा सुधारणे अत्यंत गरजेचे आहे. ई-बँकिंगचा वापर केल्याशिवाय स्पर्धेत टिकणे व प्रगती साधणे अशक्य झाले आहे त्यामुळे खाजगी व सार्वजनिक बँकाबरोबरच सहकारी बँकांनीही त्या दिशेने पावले टाकली आहेत. मोठ्या बँकाशी तंत्रज्ञान सहकार्य करून त्यांनी निमशहरी भागातही डी-मॅट, ए.टी.एम. इ. सुविधा आपल्या ग्राहकांना उपलब्ध करून दिल्या आहेत. ग्रामीण भागाचा वित्तीय क्षेत्राशी संबंध जोडण्याचे परिणामकारक आणि गतिमान माध्यम म्हणून ई-बँकिंगचा उपयोग होतो. तसेच नव्या तंत्रामुळे कर्जाची सुरक्षितता आणि जोखीम स्वीकारणे बँकांना शक्य होत आहे. नव्याने निर्माण होणाऱ्या बँक सेवांमुळे बँकांना आपला आर्थिक विकासही साधता येतो आणि नफ्याचा विस्तार करता येतो. बँकाचे व्यवहार अधिक कार्यक्षमपणे करता येतात. सध्याच्या बदलत्या परिस्थितीत मार्केटिंगमध्ये टिकणे आणि प्रगती करणे यांसाठी ई-बँकिंग वापराचे महत्त्व वाढलेले आहे.

६.३ अर्थ, संकल्पना आणि व्यवहार :

६.३.१ स्वयंचलित टेलर यंत्र : अर्थ, संकल्पना आणि व्यवहार (ए.टी.एम.)
(Automated Teller Machine : Meanking Concet & Operation)

खातेदारांना मागणी प्रमाणे खात्यातील पैसे देणे आणि त्यांच्या बँक खात्यात रक्कम जमा करणे ही सेवा २४ तास उपलब्ध करणारे यंत्र म्हणजे ए.टी.एम. होय. स्वयंचलित

गणकयंत्राच्या वापरासाठी हे कार्ड दिले जाते. याच्या साहाय्याने आपण पैसे काढू शकतो आणि २४ तास ही सेवा उपलब्ध असते. हा या सेवेचा मोठा फायदा असतो. ग्राहक या यंत्रामुळे एटीएमची सोय असलेल्या बँकेच्या सर्व शाखांचा ग्राहक होतो. ए.टी.एम. चे यंत्र संगणकाद्वारे चालविले जाते ते उपग्रहाद्वारे बँकेच्या इतर शाखेतील ए.टी.एमशी जोडलेले असते. वेगवेगळ्या बँकेच्या वेगवेगळ्या प्रकारच्या ठेवींवर ए.टी.एम.ची सुविधा कोणत्याही प्रकारचा आकार न घेता देण्यात येते. ए.टी.एम.ची सुविधा मिळण्यासाठी एक अर्ज करावा लागतो. त्यामध्ये ग्राहकाचे नाव, पत्ता, खात्याचा प्रकार, खाते क्रमांक, एटीएम वापरणाऱ्या व्यक्तीचे नाव, ए.टी.एम. वापरासंबंधीचे नियम, अटी इ. चा उल्लेख असतो. ए.टी.एम.ची सुविधा मिळण्यासाठी ठराविक रक्कम खात्यामध्ये ठेवणे बंधनकारक असते.

बँक ग्राहकास यंत्राच्या वापरासाठी कार्ड देते. या कार्डावर ग्राहकाचे नाव व खाते क्रमांक कोरलेला असतो. कार्डाच्या मागे ग्राहकाची नमुन्याची स्वाक्षरी असते. कार्ड मिळाल्यानंतर ए.टी.एम च्या संगणकाला व्यक्तिगत ओळख क्रमांक (Personal Identification Number (PIN)) द्यावा लागतो. क्रमांक तीन आकडी, चार आकडी अथवा पाच आकडीसुद्धा असतो. हा क्रमांक बँकेला माहीत नसतो. हा क्रमांक गुप्त ठेवायचा असतो. कारण खात्याच्या सुरक्षिततेसाठी गुप्तता पाळणे आवश्यक असते.

ATM मुळे रोज २४ तास याप्रमाणे सर्व २६५ दिवसांत बँकसेवा उपलब्ध असते. ए.टी.एम.मुळे बँकेच्या असलेल्या कोणत्याही शाखेमधून ग्राहकाला आपल्या खात्यावरचे व्यवहार करता येतात. त्यामुळे तो सर्व शाखांचा ग्राहक बनतो; जर ए.टी.एम. कार्ड हरविले अथवा चोरीला गेले तर लगेच बँकेला कळवावे लागते. त्यामुळे कार्डचा गैरवापर होण्याचे टळते. एटीएममुळे बँकव्यवसायाची क्रांती झाली आहे.

ए. टी. एम. ची. कार्ये :

१) उपयोग : खात्यात पैसे ठेवणे; खात्यातून पैसे काढणे, खाते शिल्लक रक्कम चौकशी धनादेश पुस्तिकेची मागणी, खाते उतारा मिळणे.

२) मूल्यवर्धित सेवा : उपयोगिता बिलांचे प्रदान, रेल्वे व विमानांचे आरक्षण म्युच्युअल फंड व्यवहार सुविधा.

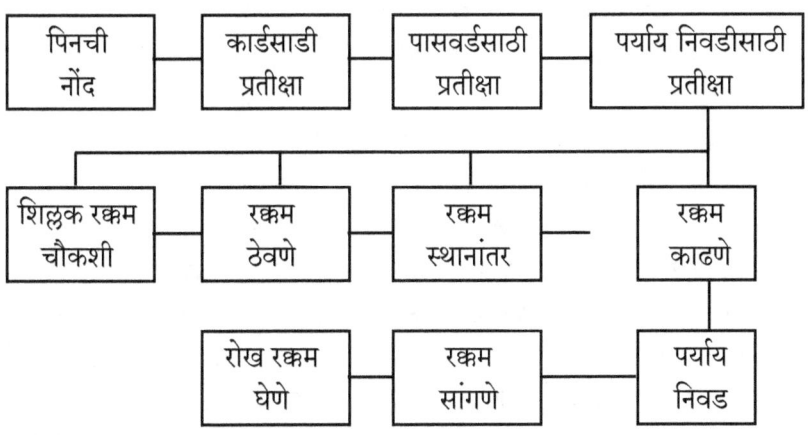

ए. टी. एम ची कार्यवाही

पिनची नोंद
कार्डसाडी प्रतीक्षा
पासवर्डसाठी प्रतीक्षा
पर्याय निवडीसाठी प्रतीक्षा
शिल्लक रक्कम चौकशी
रक्कम ठेवणे
रक्कम स्थानांतर
रक्कम काढणे
रोख रक्कम घेणे
रक्कम सांगणे
पर्याय निवड

नियम :

१) ए. टी. एम. नेहमी सुरक्षित ठेवावे.

२) आपला पिन (PIN) क्रमांक गुप्त ठेवावा. तो कोणाला सांगू नये.

३) कार्डवर पिन कधीही लिहू नये.

४) ए. टी. एम. कार्ड हरविल्यास तशी बँकेला त्वरित सूचना द्यावी.

ए.टी.एम.चे फायदे :

ए.टी.एम. कार्ड धारकाला केव्हाही ATM द्वारे पैसे काढता येतात. पैसे काढण्यासाठी प्रतीक्षा करावी लागत नाही, तसेच कमी वेळ लागतो व वेळेची बचत होते. ATM मधून खातेदाराशिवाय कोणीही पैसे काढू शकत नाही. तसेच खातेदाराच्या खात्याची गुप्तता राहते.

ए.टी.एम. कार्डमुळे बँकेचा वेळ वाचतो. पैसे देण्यासंबंधीचे कार्य सोईस्कर होते. ATM ची सेवा जेथे जेथे असेल त्या त्या ठिकाणीच शाखेतून ए.टी.एम. धारकाला पैसे काढता येतात.

६.३.२ क्रेडिट कार्ड अथवा पतकार्ड : अर्थ, संकल्पना आणि व्यवहार (Credit Card : Meaning Concept & Operation) :

पैशाच्या उत्क्रांतीमुळे बँक पैशाचे अनेक प्रकार निर्माण झाले. या उत्क्रांतीच्या प्रक्रियेमुळे क्रेडिट कार्डांनी भारतीय वित्तप्रणालीत भर टाकली आहे. वस्तू आणि सेवा खरेदी करण्यासाठी पतपुरवठ्याचे एक साधन म्हणून बँकेने ही कार्ड प्रचारात आणली. या कार्डचा उल्लेख प्लॅस्टिक पैसा असाही केला जातो; कारण यात प्लॅस्टिकचा वापर केलेला

असतो. हे प्लॅस्टिक टिकाऊ आणि सोईस्कर असते. हे खातेदाराला दिलेले प्लॅस्टिक कार्ड असते. खातेदारांना ठराविक रकमेपर्यंत खरेदी अथवा कर्जाची उचल उपलब्ध करून देण्यासाठी सांकेतिक क्रमांक असलेले प्लॅस्टिक कार्ड म्हणजे क्रेडिट कार्ड होय.

ज्यांच्या उत्पन्नाची खात्री असते अशा लोकांना बँक क्रेडिट कार्ड देते. क्रेडिट कार्ड योजनेत अ) कार्ड प्रस्तुत करणारी बँक ब) कार्डधारक क) या योजनेत सहभागी होणारी व्यवसाय संस्था किंवा सदस्य आस्थापना हे तीन पक्ष असतात.

व्यवहार : क्रेडिट कार्डची मुदत साधारणपणे दोन वर्षे असते क्रेडिट कार्ड धारकांना उधारीची किंवा क्रेडिटची विशिष्ट मर्यादा ठरवून दिलेली असते. क्रेडिट कार्ड धारकांना उधारीची अथवा क्रेडिटची विशिष्ट मर्यादा ठरवून दिलेली असते तो कार्ड घेऊन दुकानात गेल्यावर व माल खरेदी केल्यावर त्या दुकानात ठेवलेल्या यांत्रिक साधनात ते कार्ड फिरवले जाते. त्यातील चार्ज स्लीपवर नोंदी होतात. आणि त्या स्लीपवर कार्डधारकाची सही घेतली जाते त्या चार्ज स्लीपवरील सही व केडिट कार्डवरील सही सारखीच असावी लागते चार्जस्लीपवर देय रक्कम नोंद होते. मूळ बिल व चार्जस्लीपची प्रत कार्डधारकाला दिली जाते. काही व्यापारी कार्डधारकांना अपघात विमा, मेडीक्लेम, सूट अशा सवलती देऊ शकतात.

क्रेडिट कार्डच्या वाढत्या वापरामुळे बँकेचे उत्पन्नही वाढते लोकांच्या बँकिंग सवयीतही वाढ होते. मोठ्या बँका स्वत:च्या नावाने व इतर बँका क्रेडिट कार्ड देणाऱ्या संस्थाच्या सहकार्याने क्रेडिट कार्डची सुविधा देतात.

क्रेडिट कार्डची वैशिष्ट्ये :

१) या प्लॅस्टिकच्या कार्डवर बँकेचे नाव, कार्डाचा नंबर, कार्डधारकाचे नाव, कार्डधारकाची सही इ. तपशील असतो.

२) बहुतेक भारतीय बँकांनी प्रसृत केलेली क्रेडिट कार्ड प्रचलित आहेत.

३) काही बँका खातेदारांना क्रेडिट कार्ड देतात, तर काही बँका इतरांनाही अशी कार्ड देतात.

४) या सेवेबद्दल काही बँका कोणताही अतिरिक्त आकार (Charge) लावत नाहीत.

५) बँक आर्थिकदृष्ट्या सबळ ग्राहकांना क्रेडिट कार्ड देते.

६) क्रेडिट कार्ड मिळविण्यासाठी संबंधित व्यक्तीला बँकेकडे विहित नमुन्यात अर्ज करावा लागतो. त्या संदर्भातील सर्व कार्यवाही पूर्ण करावी लागते. दुकाने, हॉटेल्स, प्रवासी कंपन्या, पर्यटनसंस्था, डिपार्टमेंटल स्टोअर्स, खासगी बसचालक, रेल्वे कंपन्या, विमान कंपन्या इ. नी ही कार्ड स्वीकारण्यास अलीकडच्या काळात सुरुवात केली आहे.

७) क्रेडिट कार्ड देताना बँका कार्डधारकास अधिकर्ष सवलत उपलब्ध करून देतात.

क्रेडिट कार्डचे फायदे :

१) बँकेच्या दृष्टीने क्रेडिट कार्ड हे चांगला नफा मिळवून देणारे साधन असते. क्रेडिट कार्डधारकांची संख्या जेवढी जास्त असेल तितके बँकेचे उत्पन्न वाढते. क्रेडिट कार्डच्या माध्यमातून बँका ग्राहकांना सेवा उपलब्ध करून देतात. त्यामुळे बँकेच्या सेवाक्षेत्राचा विस्तार होतो.

२) व्यवसाय संस्थेच्या दृष्टीने अनेक फायदे होतात. अ) व्यवसाय संस्थेची विक्री व नफ्यात वाढ होते. ब) या योजनेत सहभागी होणाऱ्या संस्थेची प्रसिद्धी होते. क) कार्डधारकाच्या दृष्टीने वेळेची बचत होते. ग्राहकास वारंवार पैसे काढण्यासाठी जावे लागत नाही. ग्राहकांना विविध वस्तू व सेवेची खरेदी करता येते, तसेच प्रवासात मोठी रक्कम जवळ बाळगण्याची आवश्यकता नसते.

क्रेडिटकार्डचा उपयोग राष्ट्रीय व आंतरराष्ट्रीय पातळीवर करता येतो. तसेच क्रेडिट कार्ड धारकास आर्थिक सवलत उपलब्ध करून देतात.

६.३.३ डेबिट कार्ड/जमा कार्ड : अर्थ, संकल्पना आणि व्यवहार (Debit Card : Meaning Concept & Operation) :

ज्या कार्डच्या साहाय्याने ग्राहकाच्या खात्यावर असणाऱ्या रकमेवर खरेदी करण्याची सुविधा बँकेकडून केली जाते. त्यास 'क्रेडिट कार्ड' असे म्हणतात. धनादेशाऐवजी कार्ड वापरण्याची सुविधा डेबिट कार्डमधून पुरविली जाते. डेबिट कार्ड बँका देतात. मात्र, त्याचा वापर बँक व्यवहारासाठी नाही तर दुकानातून होणाऱ्या खरेदीसाठी केला जातो. रोख पैसे देण्याऐवजी डेबिट कार्ड वापरले तर लगेच आपल्या खात्यातून तेवढी रक्कम काढून घेतली जाते आणि विक्रेत्याच्या खाती जमा होते. अनेक बँका एकत्रितपणे ए.टी.एम./डेबिट कार्ड देतात.

हा इलेक्ट्रॉनिक बँकिंग अंतर्गत प्लॅस्टिक कार्डचा प्रकार आहे. मात्र क्रेडिट कार्डप्रमाणे उधारिची सवलत डेबिट कार्डवर मिळत नाही. डेबिट कार्ड खात्यावर जेवढी रक्कम शिल्लक असेल त्या मर्यादितच कार्डधारक खर्च करू शकतो खर्च केलेल्या रकमेची नोंद खात्यावर डेबिट (नावे) बाजूला होऊन शिल्लक तेवढ्या रकमेने कमी होते. ज्यांना त्यांच्या उत्पन्नाच्या मर्यादेतच खर्च करावयास आवडते अशा व्यक्तीसाठी डेबिट कार्ड सोयीचे ठरते. डेबिटकार्डचा फायदा म्हणजे खरेदीचा खर्च होईपर्यंत बँकेतील शिल्लक रकमेवर कार्ड धारकाला व्याज मिळते.

डेबिट कार्डची कार्यप्रणाली क्रेडिट कार्डप्रमाणे असते. दुकानातील यांत्रिक साधनाद्वारे त्या कार्डधारकाचे बँकेतील खाते आपोआप डेबिट होते. डेबिट कार्ड स्वीकारणाऱ्या व्यापारी व व्यवसायिकांची संख्या मर्यादित आहे.

डेबिट कार्डचे फायदे :

१) धनादेशासारखा उपयोग डेबिट कार्डचा होत असल्याने चेकबुक घेऊन फिरण्याची आवश्यकता नसते. तसेच ओळख पटवून देण्याची गरज नसते.

२) क्रेडिट कार्डाच्या वापरात बिल नंतर येते. तसे येथे नसते. लगेच बिल भरून हिशेब चुकता करता येतो.

३) डेबिट कार्डमुळे ग्राहकाला रोख रक्कम जवळ बाळगावी लागत नाही.

४) डेबिट कार्डमुळे ग्राहकाला केव्हाही खरेदी करता येते.

तोटे :

१) खात्यात रक्कम शिल्लक असल्याशिवाय खरेदी करता येत नाही.

२) डेबिट कार्ड हरविल्यास सांकेतिक क्रमांक इतरांना समजल्यास खात्यातील रकमेचा खरेदीसाठी गैरवापर होण्याची शक्यता असते.

३) डेबिट कार्डवरील व्यवहारासाठी सेवाखर्च आकारतात. इत्यादी.

६.३.४ दूरभाष बँकसेवा किंवा टेली बँकिंग : अर्थ, संकल्पना आणि व्यवहार (Tele Banking : Meaning Concept & Operation) :

प्रत्यक्ष बँक कार्यालयात न जाता दूरध्वनीवरून आपल्या खात्याची माहिती, देवघेवीच्या व्यवसायांची माहिती, चेकबुक हरविल्याची माहिती देता व घेता येते. टेलीबँकिंगमध्ये खात्यातील शिलकीविषयी माहिती, जमा, नावे व्यवहारांचा तपशील, विशिष्ट तारखेनंतरचे व्यवहार, चेक, ड्राफ्ट इ. विषयी माहिती, खाते उतारा दाखला मागविणे इत्यादी सुविधा प्राप्त होतात. त्यामुळे ग्राहकांचा वेळ व प्रवास खर्च वाचतो. म्हणूनच टेली बँकिंगद्वारे व्यवसाय करणाऱ्या बँकांची संख्या वाढली आहे.

टेली बँकिंग म्हणजे ग्राहकाने प्रत्यक्ष बँकेमध्ये न जाता दूरध्वनी, भ्रमणध्वनी इ. द्वारे बँकेशी संपर्क साधून बँक व्यवहार करणे होय.

टेली बँकिंगद्वारे माहिती घेण्यासाठी ग्राहकांसाठी विशिष्ट ओळख क्रमांक दिलेला असतो. याला Login ID असे म्हणतात. ग्राहक खाते नंबर व्यतिरिक्त वेगळा नंबर दिलेला असतो. हा नंबर खातेदाराने गुप्त ठेवणे आवश्यक असते. ग्राहकाला या सुविधा मिळविण्यासाठी विशिष्ट नमुन्यात अर्ज करावा लागतो. त्यातून निर्माण होणाऱ्या जबाबदाऱ्या व संबंधित नियम या संदर्भात ग्राहक व बँक यामध्ये एक करार झालेला

असतो. अशा प्रकारच्या सुविधा बचत खाते, चालू खाते, मुदत ठेव खाते इ. साठी बँका स्वतंत्र सेवा खर्च आकारतात. सद्यस्थितीत व सतत अनेक तास कार्यालयात काम करणाऱ्या व्यक्तींसाठी ही पद्धत चांगली आहे.

टेली बँकिंगंचे फायदे म्हणजे, बँकांबरोबर ताबडतोब संपर्क साधता येतो, प्रवास खर्चात बचत होते, व्यवहार ताबडतोब पूर्ण होतात, बँकेत न जाता व्यवहार करता येतात, पैसे रोख सांभाळणाऱ्यामधील धोके कमी करता येतात.

६.३.५ मोबाईल बँकिंग : अर्थ, संकल्पना आणि व्यवहार

(Mobile Banking : Meaning Concept & Operation)

आधुनिक बँकेच्या कार्यामध्ये मोबाईल बँकिंग क्षेत्र हे अधिक गतीने विस्तारले जात आहे. मोबाईल बँकिंगमध्ये संबंधित बँक ग्राहकाच्या मोबाईल (भ्रमणध्वनी) वर बँक त्याच्या बँक खात्यावरील होणार तपशील जमा खर्च / देणी, येणी या स्वरूपात माहिती वजा (Message) च्या माध्यमातून सांगत असते. ग्राहकांची असलेली परवानगी अथवा ग्राहकांनी बँकेकडून घेतलेली परवानगीनुसार बँक ग्राहकाला आपले पैसे पाठविण्याचे (Billing) व्यवहार करण्याची परवानगी देते त्यानुसार बँकेने दिलेल्या संबंधित खातेदाराला पीन (PIN) त्यातून पैसे पाठवित असतो. असे व्यवहार करताना त्याच्या खात्यावर जेवढी रक्कम असते त्यानुसारच त्याला व्यवहार करता येतात. अधिक रक्कमेचे व्यवहार त्याला करता येत नाही. याबाबतचे व्यवहार करण्याची जबाबदारी ग्राहकांची राहते चुकीच्या व्यवहाराला बँक जबाबदार राहत नाही. त्यामुळे संबंधित खातेदारानेच जबाबदारीचे भाभ बाळगून व्यवहार करणे गरजेचे असते.

सुरुवातीस मोबाईल बँकिंग ही सुविधा SMS संदेशाद्वारे दिली जात असे वॅप सपोर्ट असलेले स्मार्ट फोन्स तयार झाल्यावर १९९९ पासून मोबाईल वेब सेवेचा प्रारंभ झाला. युरोपीय देशांनी प्रथमत: आपल्या खातेदारांना सेवा पुरविण्यासाठी त्याचा वापर सुरू केला. २०१० साली ॲपल कंपनीने इ. फोन तयार केला. तसेच गुगल च्या ॲड्राइड या ऑपरेटिंग प्रणालीवर आधारित फोन्सची संख्या अलीकडे वाढली आहे त्यामुळे बँकांना ॲप्सस् सारख्या विशेष ग्राहक सेवा पुरविता येणे शक्य झाले आहे.

मोबाईल बँकिंगची सेवा तीन प्रकारे असते.

१) मोबाईट अकाऊंटिंग - बँकिंग व्यवहाराची सुविधा.

२) मोबाईल ब्रोकरेज - भाग बाजारातील व्यवहारांची सुविधा.

३) मोबाईल वित्तीय माहिती सेवा - ग्राहकधिष्ठित माहिती पुरविणे व खात्याचे व्यवस्थापन करणे.

मोबाईल बँकिंग सेवा : खात्यावरील व्यवहार पुढीलप्रमाणे

१) देशात व परदेशात रकमा वर्ग करणे.

२) छोट्या रकमांच्या खर्चाचे प्रदान.

३) मोबाईल रिचार्जिंग.

४) व्यावसायिक देणी देणे.

५) बिले देण्याची प्रक्रिया.

६) व्यक्तिगत देणे.

७) बँकिंग अधिकर्त्यांकडे पैसे काढणे.

८) बँकिंग अधिकर्त्याकडे पैसे भरणे.

तसेच खात्याची माहिती गुंतवणूक आणि इतर सेवा मोबाईल बँकिंगद्वारे पुरविल्या जातात.

६.३.६ नेट बँकिंग/इंटरनेट बँक व्यवसाय : अर्थ, संकल्पना आणि व्यवहार (Net Banking : Meaning Concept & Operation) :

बँकांनी आपले व्यवहार इंटरनेटच्या साहाय्याने सुरू केले आहेत. खातेदारांनी इंटरनेटद्वारे बँकेशी संपर्क साधून बँक व्यवहार करण्याची सुविधा बँकांनी उपलब्ध करून दिली आहे. प्रत्येक खातेदाराला संगणकाचे काही ज्ञान असणे आवश्यक आहे. खातेदाराच्या घरी संगणक इंटरनेटच्या सुविधा उपलब्ध असतील तर अधिक कार्यक्षमतेने नेट बँकिंगंचा उपयोग करता येतो.

नेट किंवा इंटरनेट बँकिंग म्हणजे इंटरनेटच्या माध्यमातून बँकेचे व्यवहार करणे होय.

नेट बँकिंगच्या साह्याने पुढील व्यवहार करता येतात.

थोडक्यात ज्या खातेदाराजवळ संगणक व त्यला इंटरनेटची जोडणी असेल तर तो इंटरनेट बँकिंगची सुविधा वापरू शकतो त्याला बँकेत न जाता घरबसल्या बँकिंगचे नेहमीचे व्यवहार इंटरनेटद्वारा पार पाडता येतात.

थोडक्यात खातेदार बँकेत प्रत्यक्ष न जाता संगणकाच्या साहाय्याने बँक खात्यावरील व्यवहार करणे त्याला 'नेट बँकिंग' असे म्हणतात.

नेट बँकिंग व्यवहार :

खातेदाराला संगणकावरील इंटनेट सुरू करून त्याद्वारे बँकेच्या वेबसाईटला भेट द्यावी लागते. तो त्या होमसाईटला त्याच्या युजर नेम व पासवर्डच्या साहाय्याने लॉग ऑन झाला की, त्याला संगणकाच्या पडद्यावर त्याला त्याचे खाते व बँकेच्या विविध सेवांचे पर्याय दिसू लागतात. त्याला हव्या असलेल्या सुविधेच्या पर्यायांवर त्याने क्लिक

केले असता त्या सुविधे संबंधिचा अर्ज दिसू लागतो. तो ऑनलाईन अर्ज भरून ई-मेलद्वारे बँकेला पाठविला जातो. बँकेला ती माहिती मिळाल्यावर त्या प्रमाणे कार्यवाही करून त्याचे उत्तर पुन्हा खातेदाराला ई-मेलद्वारे पाठवले जाते.

नेट बँकिंगद्वारे बँका पुढील प्रकारची कार्य अथवा सुविधा पुरवितात.

अ) खात्यावर किती रक्कम शिल्लक आहे त्याची माहिती व खाते उतारा मिळणे.

ब) खातेदाराने दिलेला धनादेश सध्या कोणाकडे आहे तो कोणत्या स्थितीत आहे याची माहिती

क) त्याने दिलेल्या धनादेश थांबविण्याची सूचना अंमलात आणण्यासाठी त्यात धनादेश क्रमांक व कारण द्यावे लागते.

ड) धनादेश पुस्तिका संपली असेल तर तिची मागणी.

इ) दोन वेगवेगळ्या शहरातील दोन खात्यातील रकमा एकाकडून दुसऱ्या खात्यात वर्ग करणे.

प) खातेदाराच्या खात्यातून देय असलेल्या मागणी धनाकर्ष अथवा बँक धनाकर्ष देण्याची विनंती केली जाते.

नेट बँकिंगचे फायदे :

१) मुदत ठेव खाते नेटद्वारे उघडता येते. त्यासाठी मुदत रक्कम, बँकेची शाखा इ. तपशील पुरवावा लागतो.

२) एका शाखेतील पैसे दुसऱ्या शाखेत हस्तांतर करता येतात.

३) बचत अथवा चालू खात्यातील शिल्लक, करकपात इ. बाबत माहिती मागविता येते.

४) खात्याचा तपशील पाहता येतो.

५) पेमेंट थांबविण्याचा आदेश देता येतो.

६) कंपन्यांना पतपत्रे, विपत्रांची वसुली इत्यादीसाठी ही सेवा वापरता येते.

७) लवकरच 'ऑनलाईन ई ब्रोकिंग' सेवा सुरू करण्याचा बँकांचा विचार आहे. त्यासाठी बँका 'शॉपिंग पोर्टल्स' उभारतील व त्यांच्या मदतीने ग्राहकांची बिले परस्पर त्यांच्या खात्यात खर्ची टाकून विक्रेत्याच्या खात्यात जमा करण्यात येईल.

८) नेट बँकिंगमुळे बँकेतील गर्दी कमी होऊन व्यवहारसुलभता वाढते.

९) बँकेत जाण्याच्या प्रवासखर्चात बचत होते. तसेच वेळेची मोठ्या प्रमाणात बचत होते. बँकेत व्यवहारासाठी जावे लागत नाही.

नेट बँकिंगच्या प्रसाराला भारतात वाव आहे. या सेवेचे फायदे लक्षात घेता पुढील काळात भारतात नेट बँकिंगचा मोठ्या प्रमाणात वापर केला जाईल. उच्च शिक्षणात नेट

बँकिंगला मोठा प्रतिसाद मिळत आहे; परंतु भारताच्या ग्रामीण भागातून या पद्धतीचा वापर करण्यासाठी सोई-सुविधांचा आजही अभाव दिसून येतो.

६.३.७ जगद्व्यापी आंतरबँक वित्तीय दूरसंचार संस्था : अर्थ, संकल्पना आणि व्यवहार (Society for world wide Interbank financial Telecommunication (SWIFT) : Meaning Concept & Operation)

जगद्व्यापी आंतरबँक वित्तीय दूरसंचार संस्थांची स्थापना बेल्जियम येथील देशातील ब्रुसेल येथे १९७३ मध्ये झाली. आज तिचे मुख्य कार्यालय ला हुलूप (La - Hulpe) येथे आहे. ही संस्था सर्व सदस्य बँकांना परस्परांच्या मदतीने ताबडतोब अचूक पद्धतीने निधीचे हस्तांतरण करते. २१२ सदस्य देशाच्या संस्थाच्या सहभागाच्या आधारे काम करणाऱ्या जगद्व्यापी आंतरबँक वित्तीय दूरसंचार संस्था (स्विफ्ट) कमी खर्चात, कार्यक्षमपणे वित्तीय व्यवहाराची विश्लेषणात्मक संपर्क सेवा देत आहे. स्विफ्टचे व्यवहार हे अत्यंत सुरक्षित आणि विश्वसनीय असे वैशिष्ट्यपूर्ण मानले जातात. २१२ आपल्या सदस्य देशांनामधील त्यांची स्पर्धात्मकता वाढविण्याचे काम या संस्थेमार्फत होत आहे. संस्थेमध्ये असलेल्या कुशल तज्ज्ञांच्या मदतीने उद्‌भवणारे सामाईक प्रश्न आव्हाने यांचा मुकाबला करण्याचे सामर्थ्य या संस्थेमार्फत सभासद देशास मिळते.

स्विफ्ट संस्थेची परिणामकारकता, कार्यक्षमता, व्यवस्थापन आणि ध्येय धोरणे या बाबत देखील स्विफ्ट या संस्थेने नावलौकिक मिळवला आह. या संस्थेच्या २१२ सदस्य देशांच्या १०,००० हून अधिक बँक व वित्तसंस्था स्विफ्ट च्या कार्याशी जोडलेल्या आहेत जवळ पास १५० कोटीपेक्षा अधिक मेसेज (Message) दर दिवसाला संस्थेमार्फत पाठविली जातात.

स्विफ्टच्या सदस्यामध्ये गुंतवणूक व्यवस्थापन संस्था, निरसन गृहे कस्टडी, मनी ब्रोकर्स, रोखे दलाल, सेंट्रल डिपॉझिट्स शेअर बाजार, व्यापारी संस्था, कंपन्या, विश्वस्त संस्था इ. चा समावेश होतो.

स्विफ्टचा अर्थ (पूर्ण रूप) सोसायटी फॉर वर्ल्डवाईड इंटर बँक फायनान्शियल टेलिकम्युनिकेशन असा आहे; संपूर्ण जगरभर पसरलेले हे असे नेटवर्क आहे की, ज्याद्वारे या संस्थेचे सदस्य उदा. बँका, वित्तिय संस्था इ. संदेशाची आपापसात देवाण-घेवाण करतात आणि त्याद्वारे आपल्या खातेदारांचे पैसे एका देशातून दुसऱ्या देशात पाठवतात.

स्विफ्ट व्यवहार : स्विफ्ट पुढील सेवा पुरविते (संदेशवहनाद्वारे) १) भाग व रोखे खरेदी-विक्री २) ट्रेझरी व डेरिव्हेटिव्हज् निरसन इत्यादी ३) रोकड व्यवस्थापन, रक्कम स्थानांतर प्रदान समेट, इत्यादी ४) व्यापार सेवा, परकीय चलनाचे रुपांतरण, पतपत्रे देणे इ. ५) स्थायी आदेशाद्वारे नियमित प्रदान अकाउंटिंग एन्ट्री इ.

प्रत्येक सदस्य संस्थेला स्विफ्ट कोड (एम. टी. व्ही.) दोन अक्षरे व नंतर ३ अंक दिला जातो. संदेशाच्या देवाण-घेवाणीचे व्यवस्थापन व नियंत्रणासाठी अमेरिका, नेदरलॅण्ड्स व स्विल्झर्लंड येथे ३ डेटा सेंटर्स उभारण्यात आलेली आहेत. दररोज अहोरात्र लक्षावधी संदेशांची देवाण - घेवाण चालू असते. स्वस्त, वेगवान, सुरक्षित व सोईस्कर अशी ही सेवा आहे ही केवळ संदेशाची देवाण-घेवाण करते. बँकामधील रक्कम स्वत: प्रत्यक्ष वर्ग करीत नाही. खातेदारांची बँक डेटा सेंटरला संदेश प्रत्यक्ष वर्ग करीत नाही. खातेदाराची बँक डेटा सेंटरला संदेश पाठवून विशिष्ट देशातील विशिष्ट क्रमांकाच्या खातेदाराला विशिष्ट रक्कम स्थानांतरणाची विनंती करते. काही मिनिटातच संबंधित खातेदाराच्या खात्यात रक्कम जमा केली जाते. डेटा सेंटरच्या माध्यमातून स्विफ्ट ह्या आदेशित बँकेला तसा संदेश पाठवून संबंधित खातेदाराच्या खात्यात रक्कम जमा करण्याची ग्वाही देते व या दोन देशातील दोन बँका नंतर आपल्या रोख रकमेच्या समेटाचे व्यवहार समांतर पद्धतीने करतात. परदेशातील बँकेची शाखा जर आदेशक बँकेच्या देशात असेल तर रोख रकमांचे हस्तांतरण सोपे होते.

६.३.८ कोअर बँकिंग अथवा मध्यवर्ती बँक व्यवसाय पद्धती : अर्थ, संकल्पना आणि व्यवहार (Core Banking : Meaning Concept & Operation):

मध्यवर्ती अथवा केंद्रीय बँक व्यवसाय (Core Banking) म्हणजे संगणक व इंटरनेटद्वारे सर्व शाखांचे नियंत्रण व नियमन बँकेच्या केंद्रीय कार्यालयाद्वारे केले जाते व प्रत्येक शाखेमध्ये झालेल्या व्यवहाराची नोंद केंद्रीय किंवा मध्यवर्ती कार्यालयातील संगणकावर केली जाते. बँकेच्या कामासाठी विविध प्रकारच्या संगणकप्रणाली वापरल्या जातात. नोंदी ठेवणे, रजिस्टर्ड, खतावण्या इ. सर्व सांभाळणे. त्यात नोंदी अद्ययावत ठेवून त्याची माहिती मुख्य कार्यालयास देण्यासाठी संगणक व इंटरनेटचा वापर केला जातो व प्रत्येक शाखेच्या व्यवहाराची नोंद मध्यवर्ती कार्यालयात होते. अशी पद्धत वापरणे म्हणजे कोअर बँक किंवा मध्यवर्ती बँक व्यवसाय होय. बँक कर्ज व्याजदरात सतत बदल होतात. हे बदल संगणकाद्वारे ताबडतोब अमलात आणले जातात. जर एखाद्या बँकेने कर्ज व्याजदरात वाढ केली असल्यास त्यामुळे होणारे बदल व व्याजआकारणी संगणक ताबडतोब एकाच वेळी सर्व शाखामध्ये करतो. व्याजआकारणी ही संगणकाद्वारे केली जाते.

मध्यवर्ती बँक व्यवसायात ज्या वेळेस बँकेच्या सर्व शाखांचे व्यवहार केंद्रीय अथवा मध्यवर्ती बँक कार्यालयातील संगणकास इंटरनेटद्वारे जोडलेले असतात व बँक कर्मचारी फक्त त्यांना दिलेल्या स्वतंत्र कर्मचारी सांकेतिक क्रमांकाने नोंदी करत असतात. त्या वेळेस त्यास कोअर बँकिंग किंवा केंद्रीय बँक व्यवसाय पद्धती असे म्हणतात.

कोअर बँकिंगचे व्यवहारातील घटक / व्यवहार :

केंद्रीय बँक पद्धत ही बँकेच्या सर्व शाखांचे व्यवहार एकत्रितपणे संगणक व इंटरनेटद्वारे ठेवण्याची पद्धती असून त्यासाठी बँकेकडे पुढील महत्त्वाचे घटक असणे गरजेचे आहे.

१) खाते वही : बँकप्रणालीत सर्वांत महत्त्वाची बाब म्हणजे खातेवही होय. खातेवही अथवा जनरल लेजर हे व्यवहाराची नोंद करण्याचे महत्त्वाचे रजिस्टर आहे. हे रजिस्टर संगणकाद्वारे केंद्रीय कार्यालयात ठेवले जाते. प्रत्येक शाखेत होणाऱ्या व्यवहाराची नोंद या खातेवहीत होते, तसेच एका व्यवहाराचे बँकेच्या ठेवी, उत्पन्न, मालमत्ता या सर्वांवर होणारे परिणाम एकाच वेळेस नोंदविले जातात.

२) ग्राहक ओळख क्रमांक : प्रत्येक ग्राहकाला एक स्वतंत्र सांकेतिक नंबर दिलेला असतो. त्यास ग्राहक ओळख क्रमांक म्हणतात. या नंबरमुळे ग्राहकाचे नाव, पत्ता, फोन इ. सर्व माहिती उपलब्ध होते. या पद्धतीमुळे ग्राहक बँकेच्या कोणत्याही शाखेतून व्यवहार करू शकतो.

३) ठेवप्रणाली : बँकेतील सर्व प्रकारच्या ठेवींचे एकत्रितपणे संकलन व विश्लेषण करणे या प्रणालीमुळे शक्य होते. बँकेत विविध प्रकारच्या ठेवी असतात. उदा. चालू, बचत, मुदत व इतर ठेवींची माहिती दररोज केंद्रीय कार्यालयात उपलब्ध होते.

४) कर्जप्रणाली : यामध्ये मालमत्ता बाजूची काळजी घेतली जाते. यामध्ये व्यक्तींना दिलेले कर्ज, व्यावसायिकांना, मोठ्या कंपन्यांना दिलेले कर्ज असे वर्गीकरण केले जाते. त्यामुळे जमाखर्चाचा तपशील अद्ययावत केला जातो.

५) व्यवस्थापन प्रणाली : व्यवस्थापनात आवश्यक असणारी माहिती दररोज अथवा ठराविक काळाने उपलब्ध होते. ती माहिती पुढीलप्रमाणे -

सर्वसाधारण खातेवही, ग्राहक माहिती, ठेवप्रणाली, कर्जप्रणाली ही सर्व माहिती घेऊन ती व्यवस्थापकांसह सर्व संबंधित अधिकाऱ्यांसमोर हजर करण्याचे काम माहिती प्रणाली करते.

६) बँकेच्या सर्व शाखा इंटरनेटद्वारे जोडणे आवश्यक आहे. त्यासाठी प्रत्येक व्यवहाराची नोंद मध्यवर्ती कार्यालयात होणे गरजेचे आहे.

कोअर बँकिंगची वैशिष्ट्ये :

१) संदेश वहन तंत्रज्ञान व माहिती यांचे एकत्रिकरण करून त्यांचा बँकेच्या कोअर (महत्त्वाच्या) गरजांसाठी वापर म्हणजे कोअर बँकिंग होय.

२) इन्फोसिस कंपनीने तयार केलेले फिनॅकल व टाटा कन्सल्टन्सी सर्व्हिसेसने तयार केलेले टी. सी. एस. बॉक्स ही कोअर बँकिंग सोल्यूशनची सॉफ्टवेअर्स व बँका वापरतात.

३) ॲक्सेंचर, आय. बी. एम., एच. पी. या कंपन्या बँकांना कोअर बॅंकिंगची आऊटसोअर्स सुविधा पुरवितात.

४) प्रत्येक खातेदाराला ११ अंकी युनिक आयडेंटिटी क्रमांक देण्यात येतो. बँकेशी कोणताही व्यवहार करताना हा क्रमांक नमूद करावा लागतो.

५) इंटरनेट व मोबाईल सुविधा मिळण्यासाठी खात्यात विशिष्ट किमान शिल्लक रक्कम असावी लागते बँकेकडून खातेदाराला युजर आय. डी. आणि पासवर्ड दिला जातो. त्याचा वापर व्यवहार करताना करावा लागतो.

कोअर बँकिंग सेवा पुरविण्याचे मार्ग :

१) ए. टी. एम. - इलेक्ट्रॉनिक डिलीव्हरी प्रणालीच्या साहाय्याने ऑटो मेटेड टेलर मशिनच्या आधारे बँकेत न जाता सोयीच्या वेळी केव्हाही पैसे काढता येतात.

२) क्रेडिट कार्ड - खात्यातून पैसे काढण्यासाठी अथवा उधारीवर खरेदी करण्यासाठी बँकेने पुरविलेल्या या प्लॅस्टिक कार्डचा उपयोग होतो.

३) डेबिट कार्ड - हे असे ए. टी. एम. कार्ड आहे ज्याचा उपयोग विशिष्ट यांत्रिक ठिकाणी पैसे देण्यासाठी होतो डेबिट कार्ड खातेदाराच्या खात्यातून रक्कम आपोआप नावे (डेबिट) होते.

४) इंटनेट बँकिंग - इंटनट बँकिंगच्या द्वारे बँकेमध्ये न जाता संगणकाच्या साहाय्याने खातेदार पुढील कार्ये पार पाडू शकतो.

अ) खात्याची चौकशी ब) धनादेश पुस्तिकेची मागणी क) धनादेश थांबविण्याची सूचना ड) धनादेश जमा झाला आहे का त्याची चौकशी इ) स्वत:च्या खात्यातील निधी हस्तांतरण करणे ई) अंतर्गत निधी स्थानांतरण स) इतर ग्राहक सुविधा ह) कर्जपरतफेडे इत्यादी

५) मोबाईल बँकिंग - याद्वारे खातेदाराला पुढील सुविधा मिळतात.

अ) खात्यातील शिल्लक समजणे ब) कारणास्तव बँक स्टेटमेंटसाठी विनंती क) धनादेश पुस्तक देण्याची विनंती ड) धनादेश देण्याचे थांबवणे सूचना ई) धनादेश जमा झाला का ते विचारणे.

कोअर बँक पद्धतीचे फायदे :

१) बँकांना होणारे फायदे : प्रत्येक बँकेचा व शाखेचा ताळेबंद, एकूण ठेवी, एकून खर्च यांची माहिती ताळेबंदाच्या स्वरूपात दररोज समजते.

सर्व शाखांची माहिती कर्ज, ठेवी, वसुली ताबडतोब मध्यवर्ती कार्यालयाला मिळते.

संगणकाद्वारे मोठ्या प्रमाणातील आकडेमोड बेरीज, वजाबाकी या पद्धतीने बँकांचा वार्षिक अहवाल, माहिती जलद गतीने उपलब्ध होते.

संगणक खतावण्या लिहिण्याचे काम करते. त्यामुळे खतावणी सांभाळण्याचे काम कमी होते.

संगणक व इंटरनेटद्वारे व्यवसाय पद्धतीत संपूर्ण बँकेचे एकच कॅशबुक किंवा रोजकिर्द ठेवली जाते.

२) ग्राहकांचे फायदे : ग्राहकांना कोणत्याही शाखेतून पैसे काढता येतात, भरता येतात. तसेच ग्राहकांचा वेळ वाचतो व कमी वेळेत बँक सुविधा उपलब्ध होते. तसेच एटीएमसारख्या सुविधा ग्राहकांना मिळतात.

६.३.९ वास्तवकाल स्थूल समाशोधन सेवा : अर्थ, संकल्पना आणि व्यवहार (Real Time Gross Settelement RIGS : Meaning Concept & Operation)

बँकींग व्यवसायामध्ये चेक्स् ड्राफ्ट व इतर मार्गांनी बँकेच्या ग्राहकांनी केलेल्या देवाण-घेवाणीच्या व्यवहारातून बँका बँकांमधील येणी-देणीचे व्यवहार निर्माण होतात. एका भागातील बँकेच्या खात्यावर जमा केलेला चेक दुसऱ्याने दिलेल्या वेगळ्या बँकेचा राहत असेल तर त्याचे हस्तांतर देय बँकेच्या खात्यावर देणी बाब नोंदवून ग्राहकांच्या जमा खात्यावर जमा केला जातो त्याला समाशोधन (Clearing) असे म्हणतात. ही देवाणघेवाण वेगवेगळ्या चलन दस्तऐवजामार्फत होत असते. त्यासाठी मध्यवर्ती बँकेला समाशोधनाचे काम करावे लागते. वास्तव काल स्थूल समाशोधन सेवा (RTGS) ही २००४ पासून भारतात चालू झाली बँकेची RTGS व्यवस्थापनाची जबाबदारी ही रिझर्व्ह बँकेची आहे. समाशोधनचे कार्य अहोरात्र चालू असते.

आर. टी. जी. एस. या प्रकारच्या प्रेषणामध्ये रकमेचे एका बँकेतील खात्यातून दुसऱ्या बँकेत इ-स्थानांतर वास्तव वेळेत आणि ढोबळ समेट पद्धतीने होते भारतीय बँकिंग प्रवाहातून होणाऱ्या आंतरबँक रक्कम स्थानांतर सुविधांपैकी ही सर्वांत वेगवान अशी पद्धती आहे. या पद्धतीतून किमान इ. २ लाख व कमाल किती रक्कम पाठविता येते. पेषक बँकेने पाठविलेली रक्कम प्राप्त कर्ता बँकेला अगदी वास्तव वेळेला पैशांचे स्थानांतर होते पैशाचे स्थानांतर हे रिझर्व्ह बँकेच्या खाते पुस्तकात नोंदविले जात असल्याने ते अंतिम व रद्द न करता येण्याजोगे असते. थोडक्यात आर. टी. जी. एस. ही मोठ्या रकमेचे स्थानांतर इलेक्ट्रॉनिक पद्धतीने कमी वेळात देशाच्या कोणत्याही भागात करता येणारी ग्राहकाधारित आंतरबँक प्रेषण पद्धती आहे.

आर. टी. जी. एस. चे व्यवहार :

आर. टी. जी. एस. चे पक्ष :

१) रिझर्व्ह बँक ऑफ इंडिया : आर. टी. जी. एस. प्रेषणामध्ये आर. बी. आय. हा शिखर घटक असतो त्या बँकेत सर्वोच्च पातळीवरचे सर्व्हर आहे ते सर्व्हर सदस्य बँकाच्या सर्व्हरशी जोडलेले असते.

२) सदस्य बँका : ज्या आणि वित्तीय संस्थाना आर. टी. जी. एस. सुविधेत सहभागी व्हावयाचे असते. त्यांना रिझर्व्ह बँकेकडे अर्ज करावा लागतो. ते सदस्य झाल्यावर त्यांना आर. टी. जी. एस. सदस्य असेही म्हणतात. या सदस्यांचे अ, ब, क, ड असे चार प्रकार पडतात. प्रत्येक सदस्याला रिझर्व्ह बँक मुंबई येथील खाते विभागात आर. टी. जी. एस. समेट खाते समाशोधन खाते उघडावे लागते (समेट याचा अर्थ प्रदान व्यवहार हे एकेकटे निपटले जातात. इतर व्यवहारांबरोबर त्यांना एकत्र केले जात नाही.) हे विशेष प्रकारचे चालू खाते असते त्यामधील शिल्लक रक्कम प्रदान करण्यासाठी नेहमी पुरेशी शिल्लक असावी लागते. आर. टी. जी. एस. चे प्रदान करताना हे खाते नावे (Debt) तर प्राप्त कर्ता व्यक्तीचे खाते जमा (Credit) होते. हे सर्व कोणताही व्यत्यय न येता अपोआप होते.

३) बँकाच्या शाखा : सदस्य बँकाच्या सर्व शाखा या सदस्य बँकाच्या सर्व्हरशी USAT नेटवर्कने जोडलेल्या असतात. ग्राहकांकडून आलेली प्रेषणाची लेखी विनंती त्या आपल्या बँकांना कळवितात. टी. आर. टी. जी. एस. प्रेषणात एक बँकशाखा ही पैसे पाठविणारी असते तर दुसरी बँक शाखा प्राप्ती कर्त्याच्या खात्यात रक्कम आर. बी. आय. कडून जमा करून घेणारी असते.

४) प्रेषक : ही व्यक्ती आर. टी. जी. एस. द्वारे पैसे पाठविण्याची विनंती करते ती इंटरनेट बँकिंग वापणारी व व्यवहार करण्याचे अधिकार असणारी असावी. तिने आपल्या विनंतीमध्ये पुढील तपशील भरावा लागतो-

अ) पाठवावयाची रक्कम ब) ज्या खात्यात रक्कम जमा करावयाची तो खाते क्रमांक क) प्राप्त कर्ता बँकेचे नाव ड) प्राप्त कर्ता खातेदाराचे नाव इ) प्राप्त कर्ता बँकेचा आय. एफ. एस. जी. सांकेतांक फ) प्रेषकाचा मोबाइल नंबर इ.

५) प्राप्ती कर्ता : प्राप्त कर्ता बँक या व्यक्तीच्या खात्यात रक्कम जमा करते प्राप्ती कर्ता हा त्या बँकेचा खातेदार असावा असे बंधन असते.

आर. जी. एस. ची कार्य प्रक्रिया :

१) विनंती : ग्राहकाकडून प्रदानाविषयी संदेश आल्यावर बँक शाखा आपल्या बँकांना त्या बाबत कळवितात.

२) जावक संदेश : सदस्य बँक आर. टी. जी. एस. प्रदानाची प्रक्रिया सुरू करते डिजिटल कार्ड सही अगर पासवर्ड आधारित पद्धतीने त्या प्रदानाचा Message तयार करून त्याचे अधिकृतकरण करून तो जावक संदेश रिझर्व्ह बँकेकडे पाठविला जातो.

३) अकाउंटिंग एन्ट्री : रिझर्व्ह बँकेकडे आलेले सर्व संदेश रांगेत ठेवलेले असतात. प्रभाव आलेला प्रथम या तत्त्वाने एकेक प्रदान करते अकाउंटिंग एन्ट्री करताना संबंधित बँकेचे रिझर्व्ह बँकेत असलेले आर. टी. जी. एस. सेटलमेंट खाते नावे (Debit) व प्राप्त कर्ता बँकेचे खाते जमा (Credit) होते. आर. टी. जी. एस. समेट खात्यात पुरेशी रक्कम शिल्लक असल्यास प्रश्न येत नाही.

४) प्राप्त कर्ता बँकेचा संदेश : प्राप्त कर्ता बँकेला रिझर्व्ह बँकेकडून प्राप्ती कर्ता बँकेच्या खात्यावर रक्कम जमा केली आहे असा संदेश येतो.

५) प्राप्ती कर्ता खातेदाराला सूचना : प्राप्ती कर्ता बँकेत असा संदेश मिळाल्यावर ती बँक लगेचच प्राप्ती कर्ता खातेदाराच्या खात्यात बँकेकडे जमा झालेली रक्कम जमा करते. तशी सूचना प्राप्तीकर्ता खातेदाराला देते.

६) रक्कम काढणे : प्राप्ती कर्ता खातेदाराला ऑनलईन बॅकिंगद्वारा अथवा स्वत: बँकेत जाऊन ती रक्कम काढून घेतो.

७) सेवा शुल्क दर : पाठवावयाची रक्कम २ लाख ते ५ लाखापर्यंत २८ रुपये सकाळी ९ ते १२ या वेळेत दुपारी १२ ते ३.३० पर्यंत २ ते ५ लाख २९ रुपये ५ लाखाच्या वर ५७ रुपये दुपारी ३.३० ते ४.३० पर्यंत २ ते ५ लाखावर ३३ रुपये ५ लाखाच्यावर ६१ रुपये हे सेवा शुल्क १ ऑक्टोबर २०११ पासूनचे आहेत.

८) सेवेचा कालावधी : रिझर्व्ह बँकेच्या वेळा (आंतरबँक व्यवहार सोडून) सोमवार ते शुक्रवार सकाळी ९ ते सायं. ४.३० वाजेपर्यंत शनिवारी सकाळी ९ ते दुपारी १.३० वाजेपर्यंत आर. टी. जी. एस. सेवा ३६२ दिवस चालू असते. २६ जानेवारी १५ ऑगस्ट आणि २५ डिसेंबर यातील दिवशी बंद असते.

भारतात २६ मार्च २००४ रोजी भारतात रिझर्व्ह बँक ऑफ इंडियाने आर. टी. जी. एस. प्रदान प्रणाली सुरू केली, स्टेट बँक ऑफ इंडिया, एच. डी. एफ. सी. बँक, स्टँडर्ड चार्टर्ड बँक व सारस्वत सहकारी बँक हे पाहिले सहभागी सदस्य झाले. १६ सप्टेंबर २००४ मध्ये ८३ सदस्य संस्था होती. ३१ जानेवारी २००७ पर्यंत २६००० हून अधिक बँका शाखा आर. टी. जी. एस. च्या सभासद झाल्या आहते.

९) प्रेषक बँकेला संदेश : रिझर्व्ह बँक रक्कम पाठविणाऱ्या बँकेलाही प्राप्तीकर्ता बँकेच्या खात्यात रक्कम जमा केली आहे असा संदेश पाठविते.

१०) रक्कम परत : काही कारणांनी प्राप्ती कर्ता खातेदाराच्या खात्यावर रक्कम जमा झाली नाही तर प्राप्ती कर्ता बँकेने ती रक्कम २ तासांच्या आत प्रेषक बँकेकडे परत पाठवावी लागते.

वैशिष्ट्ये :

१) मोठी रक्क : एक व्यक्ती दुसऱ्या व्यक्तीला अथवा एक बँक दुसऱ्या बँकेला आर. टी. जी. एस. पद्धतीने मोठ्या रकमा कमी वेळात (२ तासाच्या) आत पाठवू शकतात.

२) प्रणालीचे नाव : रियल टाईम ग्रॉस सेटलमेंट असे या प्रमाणिके नाव आहे. या प्रणालीत वेळ जाण्याचे कारण नसते.

३) व्यवहार क्रमांक : या पद्धती अंतर्गत झालेल्या प्रत्येक व्यवहाराला एकमेव व्यवहार संदर्भ क्रमांक (UTR) दिला जातो.

४) बँकिंग प्रणाली सांकेतांक : प्रत्येक सदस्य बँकेला ११ अंकी बँकिंग सांकेतांक (IFSC) दिलेला असतो.

५) रोखतेसाठी पाठिंबा : सदस्य बँकेच्या निव्वळ स्वनिधीच्या तिप्पट रक्कम दिवसभराच्या रोखतेसाठी पाठिंबा म्हणून रिझर्व्ह बँक पुरविते.

६) आर. बी. आय. धनादेश : सध्या सर्व आंतर बँक व्यवहार हे आर.टी.जी.एस. पद्धतीने होतात. मात्र दोन बँकांपैकी एक बँक आर टी. जी. एस. प्रणालीची सदस्य नसेल तर ते प्रदान रिझर्व्ह बँक धनादेशाने होते.

फायदे :

१) प्रदानातील धोके. उदा. रोखता, पतप्रणाली धोका इ. कमी केले जातात.

२) सर्व व्यवहार व त्यातील क्रमावर रिझर्व्ह बँकेचे निमंत्रण राहते.

३) मानवी हस्तक्षेप टाळला जातो.

४) नाणेबाजारातील व्यवहार रोखे खरेदी-विक्री इ. मधील आंतरबँक व्यवहार सोपे व संगणकाच्या मदतीने त्वरित होतात.

५) कमी वेळात पैशाची पाठवणी होते.

६) पैसे लगेच मिळाल्याने रोखता वाढते.

७) एका ठिकाणाहून दुसऱ्या ठिकाणी पैसे लगेच मिळतात.

प्रश्न :

प्र. १. खालील प्रश्नांची प्रत्येकी १०० शब्दांत उत्तरे लिहा.

१) ई-बँकिग अंतर्गत बँका कोणकोणत्या प्रकारचे आधुनिक तंत्रज्ञान वापरतात ते सांगा.

२) ए. टी. एम. चा अर्थ आणि संकल्पना स्पष्ट करा.

३) टेली बँकिंगची कार्य प्रणाली सांगा.

४) नेट बँकिंग म्हणजे काय स्पष्ट करा.

५) कोअर बँकिंग विषयी माहिती सांगा.

६) आर. टी. जी. एस. प्रणाली म्हणजे काय स्पष्ट करा.

प्र. २. खालील प्रश्नांची प्रत्येक २०० शब्दांत उत्तरे लिहा.

१) ई-बँकिंग विषयी विवेचन करा.

२) स्वयंचलित टेलर यंत्राची कार्यप्रणाली व व्यवहार स्पष्ट करा.

३) डेबिट कार्डचा अर्थ सांगून व्यवहार स्पष्ट करा.

४) स्वीफ्ट म्हणजे कार्य त्याची कार्य प्रणाली व्यवहार स्पष्ट करा.

५) आर. टी. जी. एस. म्हणजे काय ते सांगून कार्यप्रणाली व्यवहार स्पष्ट करा.

६) कोअर बँकिंग पद्धत सविस्तर स्पष्ट करा.

प्र. ३. खालील प्रश्नांची ४०० शब्दांत उत्तरे लिहा.

१) ए. टी. एम. चा अर्थ सांगून व्यवहार स्पष्ट करा.

२) क्रेडिट कार्ड विषयी सविस्तर वर्णन करा.

३) स्विफ्टची कार्यप्रणाली व फायदे सांगा.

४) कोअर बँकिंग म्हणजे काय ते सांगून कार्यप्रणाली व फायदे सांगा.

५) आर. टी. जी. एस. म्हणजे काय ते सांगून कार्यप्रणाली वैशिष्ट्ये व फायदे सांगा.

प्र. ४. टिपा लिहा -

१) ई-बॅंकिंग

२) कोअर बँकिंग प्रणाली

३) ए. टी. एम.

४) क्रेडिट कार्ड

५) टेली बँकिंग

६) मोबाईल बँकिंग

७) स्विफ्ट

८) आर. टी. जी. एस. प्रणाली

प्रकरण ७

रिझर्व्ह बँक ऑफ इंडिया
(Reserve Bank of India)

७.१ प्रास्ताविक

७.२ मध्यवर्ती बँक - व्याख्या

७.२.१ रिझर्व्ह बँक ऑफ इंडियाची कार्ये

७.३ रिझर्व्ह बँकेची पैशाची मापने (M_0, M_1, M_2, M_3, M_4)

७.१ प्रास्ताविक

रिझर्व्ह बँक ऑफ इंडिया ही भारताची मध्यवर्ती बँक आहे. जगात देशाच्या आर्थिक व्यवस्थेत मध्यवर्ती बँकेचे एक विशिष्ट स्थान आहे. त्यांची भूमिका, कार्ये, कामाची पद्धती ही १९ व्या शतकात हळूहळू विकसित होत गेली आहे. मध्यवर्ती बँकेच्या इतिहासाकडे पाहिले असता असे दिसून येते की, 'रिक्स बँक ऑफ स्वीडन' (१६५६) (Riks Bank of Sweden) ही जगातील पहिली स्थापन झालेली मध्यवर्ती बँक होय; पण ही बँक दीर्घकाळ टिकू शकली नाही आणि अनेक कारणांमुळे अडचणीत आली. जगातली दुसरी महत्त्वाची मध्यवर्ती बँक म्हणजे 'बँक ऑफ इंग्लंड' होय. 'बँक ऑफ इंग्लंड'ची स्थापना १६९४ साली झाली. तिची कार्यपद्धती पाहून ती जगातील खऱ्या अर्थाने पहिली मध्यवर्ती बँक होय. जगातील बहुतांशी सर्व मध्यवर्ती बँका या 'बँक ऑफ

इंग्लंड'च्या मॉडेलवर आधारित आहेत. ही बँक इंग्लंडची मध्यवर्ती बँक म्हणून काम करते. या बँकेला 'मध्यवर्ती बँकांची आई' असे म्हटले जाते. भारतात मध्यवर्ती बँकेची स्थापना रिझर्व्ह बँक ऑफ इंडिया फार उशिरा म्हणजे १९३५ साली झाली. १९४९ मध्ये रिझर्व्ह बँकेचे राष्ट्रीयीकरण करण्यात आले. आज जगात बहुतांशी सर्व देशांत मध्यवर्ती बँकांची स्थापना झाली आहे. या सर्व मध्यवर्ती बँका राष्ट्रीयीकृत आहेत किंवा सरकारच्या मालकीच्या आहेत. मध्यवर्ती बँक ही देशाची सर्वोच्च संस्था आहे. देशाचे चलनविषयक धोरण तिच्याद्वारे राबविले जाते. भारतीय रिझर्व्ह बँक बँकव्यवस्थेला, चलनव्यवस्थेला आणि अर्थव्यवस्थेला स्थैर्य प्राप्त करून देण्याचे महत्त्वाचे कार्य करीत आहे.

७.२ मध्यवर्ती बँक (Central Bank)

मध्यवर्ती बँकेच्या अनेक प्रकारच्या व्याख्या केलेल्या आहेत. त्यापैकी काही व्याख्या पुढीलप्रमाणे

(१) 'मध्यवर्ती बँक म्हणजे अशी बँक की, जिच्याकडे देशातील चलन व पतपैसा यांच्या नियंत्रणाचे काम सोपविलेले असते.' - अशी व्याख्या **बँक फॉर इंटरनॅशनल सेटलमेंट यांनी केली.**

(२) 'चलननिर्मितीचे आणि प्रसाराचे हक्क ज्या बँकेकडे आहेत तिला मध्यवर्ती बँक असे म्हणतात.'

(३) **डब्ल्यू.ए. शॉ यांच्या मते,** 'अर्थव्यवस्थेतील पतपुरवठ्यावर नियंत्रण ठेवणारी बँक म्हणजे मध्यवर्ती बँक होय.'

(४) **डिकॉक यांच्या मते,** 'इतर व्यापारी बँका या आपल्या व्यवहारातून नफा मिळविण्यासाठी कार्य करतात; पण मध्यवर्ती बँक ही सामाजिक आणि राष्ट्रीय हित जोपासण्यासाठी कार्य करत असते.'

(५) **प्रो. सेयर्स यांच्या मते,** 'ही बँक इतर बँकांपेक्षा वेगळी असून ही बँक इतर व्यापारी बँकांचे विनिमय करत असते आणि त्याप्रमाणे मौद्रिक धोरणे ठरवत असते.'

मध्यवर्ती बँक ही सर्व बँकांची शिखर संस्था आहे; म्हणून मध्यवर्ती बँकेची व्याख्या पुढीलप्रमाणे करता येते.

'राष्ट्राच्या आर्थिक आणि मौद्रिक व्यवस्थेवर प्रभावी नियंत्रण ठेवणारी ही एक मध्यवर्ती शिखर संस्था होय.'

प्रा. सॅम्युलसन यांच्या मते, 'जी संस्था बँकांची बँक म्हणून काम करते तसेच जिचे कर्तव्य उच्च ताकदीच्या पैशावर नियंत्रण ठेवून देशाचा चलनविषयक आधार नियंत्रित करणे आणि समाजातील लोकांच्या पैशाच्या पुरवठ्यावर नियंत्रण व नियमन घालणे असे असते ती संस्था म्हणजे मध्यवर्ती बँक होय.'

देशाची मध्यवर्ती बँक ही पतनिर्मितीवर नियंत्रण करते आणि कर्ज देण्याचा अंतिम मार्ग म्हणून तिच्याकडे पाहिले जाते. नफा मिळविण्याचे उद्दिष्ट मध्यवर्ती बँकेचे नसते. देशाच्या अर्थव्यवस्थेमध्ये तिचा कृतिशील सहभाग असतो. कोणत्याही राजकीय पक्षाला ती पाठिंबा देत नाही, तर संपूर्ण अर्थव्यवस्थेचे हित होण्याच्या दृष्टीने कृती करीत असते.

अर्थव्यवस्थेत मध्यवर्ती बँक पुढील प्रकारचे काम करते :

१) चलनपुरवठा व नियंत्रण २) सरकारी बँक म्हणून काम ३) बँकांची बँक म्हणून कार्य करणे. ४) पतव्यवहारावर नियंत्रण ठेवणे. ५) माहितीचे संकलन, संशोधन प्रसिद्ध करणे. ६) (क्लिअरिंग हाऊस) समाशोधन गृहाचे व्यवस्थापन ७) परकीय चलनाचे नियंत्रण ८) इतर विकासात्मक कार्ये इत्यादी.

रिझर्व्ह बँक ऑफ इंडियाचा विकास (Developmental of RBI)

कायद्यान्वये १ एप्रिल १९३५ रोजी स्थापन झालेल्या भारताच्या मध्यवर्ती बँकेचे नाव 'रिझर्व्ह बँक ऑफ इंडिया' असे आहे. तत्पूर्वी या बँकेच्या स्थापनेसाठी अनेक प्रकारे प्रयत्न आणि घटना घडल्या आहेत. स्वतंत्र अशा मध्यवर्ती बँकेची आवश्यकता १७७३ साली प्रतिपादन करण्यात आली. भारतातल्या तीन इलाख्यांतील प्रेसिडेन्सी बँका अनुक्रमे बँक ऑफ बॉम्बे, बँक ऑफ बेंगॉल १९२१ मध्ये आणि बँक ऑफ मद्रास यांचे विलीनीकरण होऊन इम्पिरियल बँक ऑफ इंडियाची स्थापना झाली. मात्र, ही बँक मध्यवर्ती बँकेला अपेक्षित असलेली सर्व कामे करत नव्हती. परंतु ती सरकारची आणि इतर व्यापारी बँकांची बँक म्हणून काम पाहत होती. हिल्टन यंग कमिशनने देशात एक मध्यवर्ती बँक असावी अशी शिफारस १९२६ साली केली. त्याप्रमाणे कायदा करण्याची प्रक्रिया सुरू झाली. मात्र, दुर्दैवाने तो कायदा बारगळला. इंडियन सेंट्रल बँक इनक्वायरी समितीने १९२९ मध्ये मध्यवर्ती बँकेची आवश्यकता आहे, असे म्हटले. भारतीय घटना सुधारणा समितीने १९३३ साली एक श्वेतपत्रिका सादर केली आणि भारतीय रिझर्व्ह बँकेच्या स्थापनेची शिफारस केली. त्यामुळे ८ सप्टेंबर १९३३ रोजी नवीन कायदेशीर प्रक्रिया सुरू झाली आणि त्याला रीतसर संमती मिळून १९३४ साली गव्हर्नर जनरलने त्या विधेयकास मान्यता दिली. त्याप्रमाणे भारतीय रिझर्व्ह बँकेचा जन्म झाला आणि १ एप्रिल १९३५ रोजी भारतीय रिझर्व्ह बँकेची स्थापना झाली.

एप्रिल १९३५ पासून रिझर्व्ह बँकेचे कामकाज सुरू झाले.

रिझर्व्ह बँकेच्या अधिनियमाप्रमाणे रिझर्व्ह बँकेची स्थापना ही पाच कोटी रुपयांच्या भागभांडवलावर झाली. यातील प्रत्येक भागाची किंमत १००/- रु. होती. हे सर्व भागभांडवल खासगी भागधारकांनी धारण केले होते. केंद्र सरकारकडे रुपये २,२२,०००/- चे नाममात्र भांडवल होते.

स्वातंत्र्यानंतर १९४९ साली भारतीय रिझर्व्ह बँकेचे राष्ट्रीयीकरण करण्यात आले आणि त्याचा कारभार पूर्णत: केंद्र सरकारच्या अधिपत्याखाली आला.

मध्यवर्ती बँकांना जी कामे करावी लागतात ती कामे रिझर्व्ह बँकेकडे देण्यात आलेली आहेत. तसेच भारतातील विशिष्ट परिस्थितीमुळे काही विशेष कामेही रिझर्व्ह बँकेला करावी लागतात. जसे कागदी चलन निर्माण करण्याची मक्तेदारी रिझर्व्ह बँकेला दिलेली आहे. बँकाची बँक म्हणून कार्य करताना देशातील बँक व्यवसायावर नियंत्रण ठेवण्याचे कमा रिझर्व्ह बँकेला करावे लागते. तसेच १९४९ च्या कायद्याने तपासणी व नियंत्रण ह्या बाबतचे अनेक अधिकार रिझर्व्ह बँकेला दिलेले आहेत. सरकारची बँक या दृष्टीने केंद्र व राज्यसरकार यांची शिल्लक सांभाळणे, कर्ज उभारणे, व्याज देणे, परदेशी रक्कम पाठविणे, आर्थिक व चलन विषयक सल्ला देणे ही कामे रिझर्व्ह बँकेला करावी लागतात. शिवाय आंतरराष्ट्रीय नागेनिधी तसेच आंतरराष्ट्रीय संस्थाचे सभासदत्व भारताने स्वीकारल्याने रिझर्व्ह बँकेची जबाबदारी वाढलेली आहे. तसेच नाबार्डच्या द्वारे भारतीय शेतीला कर्ज देणे, कर्ज पुरवठा करण्यासाठी उपाय योजना करणे ही महत्त्वाची कामे या बँकेला करावी लागतात. तसेच माहिती गोळा करून ती सरकारला पुरविण्याचे कामही करावे लागते. रिझर्व्ह बँकेने आत्तापर्यंत फारच यशस्वी कार्य केले आहे. व्याज दरात स्थैर्य निर्माण करणे, सरकारला वेळोवेळी कर्ज मिळवून देणे व त्याची व्यवस्था पहाणे ही कार्ये रिझर्व्ह बँक चांगल्या रितीने पार पाडीत आहे. औद्योगिक विकासाला मदत करण्यासाठी वित्तीय संस्था स्थापन केल्या आहेत. पंचवार्षिक योजना यशस्वी होण्यासाठी रिझर्व्ह बँकेकडून उपयुक्त कामगिरी केली जात आहे. राष्ट्रीय उत्पन्न, परकीय भांडवल ग्रामीण भागातील कर्जव्यवहार, उदार आर्थिक धोरण इत्यादी बाबत रिझर्व्ह बँकेची कामगिरी उपयुक्त ठरली आहे. तसेच रिझर्व्ह बँकेने अशा विविध बाबतीतील संशोधन व मार्गदर्शन उपयुक्त ठरले आहे. रिझर्व्ह बँकेच्या सिकांद्वारे आर्थिक व्यवहारांची माहिती व आकडे प्रसिद्ध करण्याचे काम केले जाते.

भारतीय रिझर्व्ह बँकेच्या केंद्रीय मंडळामध्ये २० सभासद आहेत. या २० सभासदांची रचना पुढीलप्रमाणे :

एक मुख्य गव्हर्नर (१) केंद्र सरकार नियुक्त ४ डेप्युटी गव्हर्नर तसेच केंद्र सरकार नियुक्त १० संचालक असतात. (२) स्थानिक मंडळ नियुक्त ४ संचालक व केंद्र सरकार नियुक्त एक संचालक असतो.

असे एकूण २० संचालक केंद्र सरकारकडून नियुक्त केले जातात. या केंद्रीय संचालक मंडळाद्वारे कामकाज पाहिले जाते. रिझर्व्ह बँकेचे मुख्य कार्यालय मुंबई येथे आहे. त्यांची क्षेत्रीय कार्यालये कोलकाता, चेन्नई, दिल्ली, पाटणा, कानपूर येथे आहेत.

विविध कामांसाठी विविध विभाग स्थापन केले आहेत. चलन-विभाग, बँकिंग

विभाग, विदेश विनिमय विभाग, शेती - कर्ज विभाग इ. विभाग रिझर्व्ह बँकेत आहेत.

RNI चे पहिले गव्हर्नर श्री. ऑसबॉर्न अर्कल स्मिथ (१ एप्रिल १९३५ ते ३० जून १९३७) तर पहिले भारतीय गव्हर्नर सी. डी. देशमुख (१९४३ - १९४९) सध्याचे २२ वे (फेब्रु. २०१३) गव्हर्नर डॉ. डी. सुब्बाराव हे आहेत. RBI ची चार स्थानिक मंडळे आहेत. मुंबई, कोलाकता, चेन्नई, नवी दिल्ली RBI च्या पाच प्रशिक्षण संस्था आहेत. RBI ची प्रकाशने वार्षिके, त्रैमासिके, मासिके व साप्ताहिक अशी आहते. RBI ३० जून ला जमा-खर्चाचा अहवाल केंद्र सादर करते.

७.२.१ रिझर्व्ह बँक ऑफ इंडियाची कार्ये (Functions of Reserve Bank of India) :

रिझर्व्ह बँक ही व्यापारी बँकांची शिखर बँक आहे. तसेच ती चलनविषयक अधिकारी म्हणून मध्यवर्ती बँकेची सर्व पारंपरिक कार्ये सांभाळते.

'भारतीय रिझर्व्ह बँक कायदा १९३४' प्रमाणे चलनी नोटा निर्गमित करणे, आर्थिक स्थैर्य निर्माण करणे, चलननिर्मिती आणि पतपैसा निर्माण व नियंत्रित करून देशाचे आर्थिक हित पाहणे; बँकिंग क्षेत्र नियंत्रित करणे इ. अधिकार बँकेला दिलेले आहेत. हीच मध्यवर्ती बँकेची कामे. या कायद्याप्रमाणे रिझर्व्ह बँकेची कामे दोन भागांत केली जातात.

१) रिझर्व्ह बँकेची पारंपरिक अथवा नियंत्रणात्मक कार्ये.

२) रिझर्व्ह बँकेची विकासात्मक कार्ये.

अ) रिझर्व्ह बँकेची पारंपरिक अथवा नियंत्रणात्मक कार्ये (Traditional Functions) : रिझर्व्ह बँक ऑफ इंडिया मध्यवर्ती बँकेची जी कामे करते त्याला पारंपरिक स्वरूपाची कार्ये म्हणतात. रिझर्व्ह बँक कामकाजाचे कायदेशीर नियंत्रण करते. हे कामकाज पुढीलप्रमाणे केले जाते.

१) चलनाची निर्मिती आणि प्रचालन करणे : भारतीय रिझर्व्ह बँक १९३४ कलम २२ (१) प्रमाणे चलनी नोटा छापण्याचा मक्तेदारी अधिकार केवळ रिझर्व्ह बँकेला सुरुवातीपासून आहे. हे काम रिझर्व्ह बँक १९३५ पासून पाहते. रिझर्व्ह बँक सर्व प्रकारच्या नोटा आणि नाणी छापते. मात्र, एक रुपयाच्या नोटा आणि नाणी केंद्र सरकार छापते. ती बाजारात रिझर्व्ह बँकेमार्फत आणली जातात. सध्या रिझर्व्ह बँक रुपये २, ५, १०, २०, १००, ५००, १००० च्या नोटा छापते. त्यासंबंधीचे सर्व कार्य 'चलन-निर्गमन' विभाग अथवा चलन-निर्मिती विभाग सांभाळत असतो. चलन काढण्याच्या (चलन छापण्याच्या) दोन पद्धती आहेत. आधार म्हणून अ) चलनी तत्त्व पद्धती - यात चलननिर्मितीसाठी १००% सोन्याचा राखीव साठा असतो. ही अलवचिक पद्धती आहे.

ब) बँकिंग तत्त्व पद्धती (banking principle) यात चलननिर्मितीच्या ठराविक प्रमाणात सोन्याचा राखीव साठा आधार असतो. ही लवचिक चलनपद्धती आहे. भारतात चलननिर्मितीसाठी बँकिंग तत्त्वप्रणालीचा वापर केला जातो. रिझर्व्ह बँक ठराविक प्रमाणात राखीव पद्धतीचा अवलंब १९५९ पर्यंत करीत होती. ते आधार प्रमाण एकूण मालमत्तेच्या ४०% असायचे. यामध्ये सोने, परकीय चलन इ. स्वरूपात असायचे. रिझर्व्ह बँक किमान राखीव निधी (minimum reserve system) पद्धतीचा १९५७ पासून वापर करत आहे. या पद्धतीप्रमाणे रिझर्व्ह बँकेला एकूण रु. २०० कोटींचा राखीव निधी ठेवावा लागतो. त्यापैकी रुपये ११५ कोटी सोन्याच्या रूपात आणि ८५ कोटी रुपये परकीय सरकारी कर्जरोखे या स्वरूपात सरकार रिझर्व्ह बँकेमध्ये नोटा निर्गमित करण्यासाठी ठेवते. हा चलनाचा आधार आहे. चलन निर्गमन आणि व्यवस्थापनाचे काम रिझर्व्ह बँक पाहते. यामध्ये अर्थव्यवस्थेत चलन आणणे, काढून घेणे, त्याचे संख्येतून दुसऱ्यात रूपांतर करणे याचे निर्णय रिझर्व्ह बँकेच्या चलन विभागाकडून घेतले जातात.

२) सरकारची बँक म्हणून कार्य करणे - रिझर्व्ह बँकेच्या कायद्यानुसार २०, २१ आणि २१ अ प्रमाणे रिझर्व्ह बँक ही सरकारची बँक म्हणून काम पाहते आणि पुढील कार्य करते :

सरकारतर्फे पैसे / रकमा स्वीकारणे व सरकारी खर्चाचे व्यवस्थापन व हिशेब ठेवणे; सरकारचा अतिरिक्त ठेव निधी स्वीकारणे. सार्वजनिक कर्जाची उभारणी व व्यवस्थापन करणे. परकीय चलनसाठा सांभाळणे - हस्तांतरण करणे व उपलब्ध करून देणे, केंद्र व राज्य सरकारला गरज असेल तेव्हा अल्पकालीन तात्पुरत्या स्वरूपाचे कर्ज उपलब्ध करून देणे. सरकारच्या चालू खात्यातून कोषागार पत्रे काढून पैशाची निर्मिती करणे, तसेच इतरही शासकीय प्रतिभूतींची निर्मिती व व्यवस्थापन करणे. सरकारला मान्य केलेल्या कर्जापेक्षा अधिक कर्जाची गरज असेल तेव्हा ओव्हरड्राफ्ट / अधिकर्षाची सवलत देणे. सध्या राज्यांकडून अधिक प्रमाणात ओव्हरड्राफ्टची सुविधा वापरली जात असल्याने त्याचे व्यवस्थापन करणे ही रिझर्व्ह बँकेची एक मोठी जबाबदारी बनली आहे. तसेच केंद्र सरकारतर्फे ते विदेश - विनिमय याचेही व्यवस्थापन करणे. आणि सरकारचे आंतरराष्ट्रीय पातळीवर प्रतिनिधित्व करणे इ. कामे करते. तसेच रिझर्व्ह बँक ही सरकारची प्रतिनिधी आणि आर्थिक सल्लागार म्हणून काम पाहत असते. शासनाला विविध बाबतीत सल्ला देते. उदा. आर्थिक आणि बँकिंग क्षेत्रातील सरकारची सल्लागार म्हणून रिझर्व्ह बँक काम करते, आंतरराष्ट्रीय वित्त व व्यापारासंबंधी सरकारला सल्ला देते. केंद्र व राज्य सरकारला आर्थिक व बँकिंगसंबंधी सल्ला देते. परदेशी कर्ज, त्या संबंधीच्या अटी, व्याजदर यासंबंधी सरकारची प्रतिनिधी म्हणून रिझर्व्ह बँक काम करते. जागतिक बँकेबरोबर एखादा आर्थिक प्रकल्प अथवा कर्जासंबंधी चर्चा किंवा अटी ठरवावयाच्या असतील, तर रिझर्व्ह बँक

सरकारची प्रतिनिधी म्हणून भाग घेते अशा रीतीने रिझर्व्ह बँकेची भूमिका अत्यंत महत्त्वाची व मोलाची असल्याने रिझर्व्ह बँकेला सरकारची बँक असे संबोधले जाते.

३) बँकांची बँक : सर्व अनुसूचित व्यापारी बँका, सहकारी बँका, सरकारी बँका आणि क्षेत्रीय ग्रामीण बँका या सर्वांची बँक म्हणून रिझर्व्ह बँक काम करते. बँकांची बँक म्हणून रिझर्व्ह बँक बँकांच्या ठेवी स्वीकारते, बँकांना कर्ज देते, त्यांच्याजवळ ठेवलेल्या ठेवीचे संरक्षण करते. प्रत्येक व्यापारी व सहकारी बँकेला रिझर्व्ह बँकेकडे आपल्या ठेवींच्या प्रमाणात काही निधी ठेवावा लागतो. बँकिंग विनिमय कायदा १९४९ प्रमाणे बँकांना आपल्या मागणी आणि मुदत ठेवीच्या मागणी ठेवीच्या ५%, मुदत ठेवीच्या २% प्रमाणात रिझर्व्ह बँकेकडे रोख राखीव निधीत ठेवणे बंधनकारक होते. १९६२ च्या कायद्यातील बदलामुळे हा फरक काढून टाकला आणि आता बँकांना आपल्या ठेवीच्या किमान ३% रक्कम रिझर्व्ह बँकेत ठेवावी, असे बंधन घालण्यात आले.

बँकांची बँक म्हणून रिझर्व्ह बँक बँकांचे हिशेब तपासते, बँकांची मालमत्ता व गुंतवणूक तपासते, आवश्यक वाटल्यास मार्गदर्शन करते; बँकांची विनिमय पत्रे आणि वचनचिठ्ठ्या यांची पुनर्वटवणूक करते आणि त्यांना निधी उपलब्ध करून देते. आंतरराष्ट्रीय नाणेनिधीकडून आलेली विपत्रे वटविते. सर्व अनुसूचित बँकांना, राज्य सहकारी बँकांना योग्य तारणावर, बॉण्ड्सवर आर्थिक साह्य करते. विनिमयपत्र तारणावर निधी उपलब्ध करून देते. बँकांनाही आवश्यकतेनुसार कर्ज उपलब्ध करून देते. सर्व बँकांची अंतिम कर्जदाता म्हणून कार्य करते. बँकांना कार्यपद्धती व धोरणात्मक बाबींसाठी सूचना देते.

४) विदेशी-विनिमय (Foreign Exchange) साठ्याचा रक्षक म्हणून काम करणे : विदेश-विनिमय साठा निधीचा रक्षक म्हणून रिझर्व्ह बँक महत्त्वपूर्ण कामगिरी पार पाडते. तसेच RBI ला चलनाचे अंतर्गत आणि बाह्य मूल्य स्थिर ठेवावे लागले.

विनिमय दर स्थिर ठेवण्याचे कार्य रिझर्व्ह बँकेकडे सोपविण्यात येते. त्यासाठी रिझर्व्ह बँक विदेशी चलनाची खरेदी-विक्री करते. परकीय चलनाची खरेदी-विक्री करण्यासाठी बँक स्वत:जवळ विदेशी-चलन साठा बाळगते.

विदेश विनिमयाची गुंतवणूक आणि व्यवस्थापनाचे महत्त्वपूर्ण कार्य रिझर्व्ह बँकेला करावे लागते. तसेच या निधीचा अत्यंत उपयुक्तरीत्या वापर करण्याची जबाबदारी रिझर्व्ह बँकेची आहे. परकीय विनिमय व्यवहार रिझर्व्ह बँकच नियंत्रित करते.

परकीय चलनाचे अधिकृत व्यवहार करणारे प्रतिनिधी आणि अनुसूचित बँका यांच्याकडून परकीय चलन विकत घेणे व त्यांना विकते. अर्थव्यवस्थेत ते योग्य त्या प्रमाणात उपलब्ध करून देते.

परदेशात गुंतवणूक म्हणून ठेवलेल्या सुवर्ण खात्यातील व्यवहार पाहते.

परकीय सरकार आणि संस्थांचे भाग अथवा हमीपत्रे याचे व्यवस्थापन करते.

तरल व्याज पद्धतीने निर्माण झालेल्या परिस्थितीत स्थिरता निर्माण करते.

रुपयाच्या परकीय मूल्यामध्ये स्थैर्य ठेवते.

परकीय चलन गंगाजळी किंवा विदेश - विनिमय साठा सुरक्षित ठेवते. त्याची किमान पातळी राखते.

रिझर्व्ह बँक विदेश विनिमय क्षेत्रात सर्वोच्च संस्था असते.

विदेश विनिमय साठ्यावर नियंत्रण ठेवणे आणि त्यासंबंधात आवश्यक ते विनिमय करणे, हे रिझर्व्ह बँकेच्या विनिमय केंद्र विभागाचे कर्तव्य आहे. परकीय चलनाच्या भारतातील गुंतवणुकीस आणि त्याचा फरक पाठवणीसाठी रिझर्व्ह बँकेची पूर्वपरवानगी लागते. विदेश विनिमयाच्या संबंधातील सर्व बाबी रिझर्व्ह बँकेचा हा विभाग पहातो.

५) निरसनगृह म्हणून कार्य (Clearing House function) - रिझर्व बँक ही देशाची मध्यवर्ती बँक असल्याने तिला निरसनगृह म्हणून कार्य करावे लागते.

रिझर्व्ह बँक ही मध्यवर्ती बँक म्हणून निरसन केंद्र चालविते. हे काम चालविणे हे रिझर्व्ह बँकेच्या दृष्टीने सुलभ आहे; कारण त्यांच्या अखत्यारीत येणाऱ्या सर्व बँकांचा राखीव निधीचा साठा त्यांच्याकडे असतो. त्यामुळे बँकांच्या आपसातील देवाण-घेवाणीचे व्यवहारातील जमा / वजाबाकी करून बँकांना आपसांतील देणी - घेणी निरसन केंद्राच्या माध्यमातून पूर्ण करून घेता येतात; जर एखाद्या बँकेचा निधी अपुरा पडत असेल, तर ते रिझर्व्ह बँकेकडून कर्ज घेऊ शकतात आणि नंतर आवश्यक तो निधी भरू शकतात अथवा कमी पडत असलेल्या रकमेची पुनर्वटावणी केली जाते. अशा प्रकारे मध्यवर्ती बँक निरसनगृह म्हणून काम पाहते. यामुळे निधी स्थलांतरणसाठी कोणत्याही प्रकारची दिरंगाई होत नाही. निधी स्थलांतरणाचा खर्च कमी होतो. या व्यवहारात येणारी जोखीम कमी होते.

ज्या ठिकाणी रिझर्व्ह बँकेची कार्यालये नसतात, तेथे स्टेट बँक ही रिझर्व्ह बँकेची प्रतिनिधी म्हणून निरसनगृह चालविते. तसेच ज्या ठिकाणी अनेक निरसनगृहे असतात तेथे रिझर्व्ह बँक अशा कामाचे पर्यवेक्षण करते. निरसन केंद्र व्यवहारामुळे रिझर्व्ह बँकेला अर्थव्यवस्थेतील तरल निधीची माहिती मिळते. याचा उपयोग पतनियंत्रणासाठी रिझर्व्ह बँक करते. सध्या निरसनप्रक्रिया कमीत कमी वेळात व्हावी म्हणून इलेक्ट्रॉनिक तंत्रज्ञानाचा वापर केला जातो. सर्व बँका, पोस्ट खाते, राज्य सहकारी बँक, जिल्हा सहकारी बँका निरसन केंद्राच्या सदस्य असतात. त्यांच्याकडील धनादेश व इतर चलनक्षम पत्रांचे व्यवहार या ठिकाणी निरसित होतात. प्रथम बँका शाखा अंतर्गत निरसन करतात. त्यानंतर बँका - बँका अंतर्गत निरसन केले जाते. छोट्या बँका जिल्हा सहकारी बँकांच्या सहकार्याने निरसन सेवा घेऊ शकतात.

६) बँकांचे पर्यवेक्षणात्मक कार्य : अर्थव्यवस्थेत व्यापारी आणि सहकारी बँकांची निर्दोष प्रगती व्हावी यासाठी रिझर्व्ह बँकेकडे पर्यवेक्षण, निरीक्षण आणि नियंत्रण करण्याचे सर्व अधिकार आहेत. या संदर्भात रिझर्व्ह बँकेकडे पुढील अधिकार आहेत:-

१) बँकिंग विनियमनाच्या विभाग (२२) खाली नवीन बँक सुरू करण्यास परवाना देणे.

२) तसेच बँकांच्या शाखा / कार्यालये उघडण्यास परवाना देणे.

३) भागभांडवल, राखीव निधी आणि रोखता - निधी आणि इतर तरल मालमत्तेसाठी कमी मर्यादा ठेवणे.

४) बँकिंग विनिमय कायद्याच्या विभाग ३५ अंतर्गत रिझर्व्ह बँकेला सर्व बँका आणि त्यांच्या शाखांचे निरीक्षण करण्याचे अधिकार आहेत.

५) बँकांच्या कार्यातील अनियमितता तक्रारी या संबंधात तक्रारी करणे.

६) बँकांच्या कर्ज व्यवहारांवर देखरेख ठेवणे.

७) बँक अध्यक्षांच्या नियुक्तीसाठी तसेच संचालक मंडळाच्या नियुक्तीसाठी शिफारस करणे.

८) बँकांचे संपादन / विलीनीकरणाविषयी शिफारस करणे.

९) सार्वजनिक हिताचे रक्षण करण्यासाठी बँकांना आवश्यक ते निर्देश देणे.

१०) गैरव्यवहार अथवा दुर्बल बँकांचा परवाना रद्द करणे.

११) संचालक मंडळात अधिक संचालकांची नियुक्ती करण्याचा अधिकार.

१२) बँकिंग नियमन कायदा विभाग ३५/१ (ब) अन्वये रिझर्व्ह बँकेला कोणत्याही बँक अधिकाऱ्याची, त्यांच्या व्यवहाराची, बँकेतील लेखा पुस्तकांची तपासणी करण्याचे अधिकार आहेत.

१३) बँकिंग नियमन कायद्यातील विभाग (४५) अन्वये बँकांतील गैरव्यवहाराचे प्रकार थांबविण्यासाठी निरीक्षणाचे सर्व अधिकार आहेत.

नरसिंहम समितीने रिझर्व्ह बँकेच्या **अधिकाराबाबत पर्यवेक्षण अशी शिफारस केली** आहे की, रिझर्व्ह बँकेची परंपरागत कार्ये आणि कार्ये यांच्यात विभागणी केली जावी. त्याप्रमाणे २२ नोव्हेंबर १९९३ रोजी पर्यवेक्षणाचा एक नवीन विभाग स्थापन झाला. रोखे-घोटाळ्यांच्या प्रकरणानंतर १६ नोव्हेंबर १९९४ रोजी वित्तीय पर्यवेक्षण मंडळाची स्थापना झाली. पर्यवेक्षण विभागाने व्यापारी बँकांचे १९९५ पासून पर्यवेक्षण सुरू केले. तसेच त्यांनी सर्व वित्तीय संस्था आणि गैर बँक वित्तीय संस्थेबाबत आपले पर्यवेक्षण सुरू केले.

रिझर्व्ह बँकेच्या पर्यवेक्षण विभागाच्या कामामुळे भारतातील बँकांच्या कामात

सुधारणा होऊन अनियमितता कमी होण्यास मदत झाली आहे आणि त्यांना आपल्या कामाच्या पद्धतीत सुधारणा करता आली आहे.

७) पतनियंत्रण कार्ये - व्यापारी बँकांच्या कर्जविषयक धोरणावर रिझर्व्ह बँकेचे महत्त्वाचे धोरण आहे. अर्थतज्ज्ञ डिल्कॉकच्या मते पतनियंत्रण हे मध्यवर्ती बँकांचे धोरणात्मक आणि महत्त्वाचे काम आहे आणि त्यामुळे इतर सर्व कार्ये एका हेतूच्या दिशेने एकत्रित झाली आहेत. यामुळे रिझर्व्ह बँकेला विनिमयदरात आणि किंमतदरात स्थैर्य आणणे शक्य झाले आहे.

रिझर्व्ह बँक आपल्या विविध साधनांच्या मदतीने पतनियंत्रण करते. ही साधने १) संख्यात्मक २) गुणात्मक प्रकारची असतात. त्यात अ) बँक दर धोरण ब) खुल्या बाजारातील रोख्यांची खरेदी-विक्री क) पुनर्वित्त आणि पुनर्वटवणूक सुविधा ड) व्याजदर नियंत्रण इ) नैतिक आवाहन फ) प्रसिद्धी इ. चा समावेश असतो.

ब) रिझर्व्ह बँकेची विकासात्मक कार्ये :

रिझर्व्ह बँक देशाचा आर्थिक विकास साध्य करण्यासाठी जी कार्य करते त्या कार्यांना विकासात्मक कार्ये म्हणतात. ही कार्ये पुढील प्रकारची आहेत :

१) शेतीला कर्जपुरवठा करणे : रिझर्व्ह बँक ही देशाची मध्यवर्ती बँक असल्याने ती स्वत: शेतीसाठी प्रत्यक्षात कर्जपुरवठा करू शकत नाही. मात्र, अप्रत्यक्षरीत्या विविध बँकांच्या द्वारे शेतीला कर्जपुरवठा करू शकते. रिझर्व्ह बँकेने शेती कर्जपुरवठा विभाग स्थापन केला आहे.

रिझर्व्ह बँकेच्या कायद्याप्रमाणे शेती कर्जासाठी रिझर्व्ह बँकेला सर्व अधिकार दिले आहेत. त्याप्रमाणे रिझर्व्ह बँकेने शेती कर्ज विभागाची स्थापना केली आहे. या विभागाकडे पुढील कामे सुपुर्द केली आहेत.

अ) शेती कर्जाच्या सुविधेसाठी तज्ज्ञ कर्मचाऱ्यांची नियुक्ती करणे.

ब) केंद्र आणि राज्य सरकार, व्यापारी बँक, सहकारी बँक यांना शेतीच्या प्रश्नाविषयी सल्ला देणे.

क) व्यापारी बँका, सहकारी बँका आणि इतर तत्सम संस्थांमध्ये शेतीकर्जाच्या पुरवठ्याबाबत समन्वय निर्माण करणे.

सुरुवातीच्या काळात शेती कर्जाबाबत रिझर्व्ह बँकेने आवश्यक तेवढे स्वारस्य दाखविले नाही. फक्त एकात्मिक ग्रामीण विकास योजनेंतर्गत रिझर्व्ह बँकेला ही जबाबदारी स्वीकारावी लागली आणि शेतीकर्जात विशेषज्ञाची भूमिका बजवावी लागली. ही जबाबदारी नाबार्डने १९८२ नंतर स्वतंत्रपणे स्वीकारली.

कृषी विभागाद्वारे शेती क्षेत्रासंबंधी संशोधन केले जाते, तसेच त्यानुसार शेतीविषयक धोरण ठरविले जाते. त्यामुळे रिझर्व्ह बँक शेतीविकासाला हातभार लावते.

२) उद्योगांना कर्जपुरवठा : उद्योगांचा विकास होणे आवश्यक आहे. त्यासाठी १९५७ साली औद्योगिक विकासाच्या कामासाठी रिझर्व्ह बँकेने स्वतंत्र अशा औद्योगिक वित्त विभागाची स्थापना केली आणि त्यानंतर शासनाने विशेष अशा औद्योगिक वित्तसाह्य संस्थांची स्थापना केली. या संस्था अथवा विकास बँका व्यापार आणि उद्योग यांच्या आर्थिक गरजा पूर्तीसाठी साहाय्य करतात.

१) इंडस्ट्रियल फायनान्स कॉर्पोरेशन ऑफ इंडिया (भारतीय औद्योगिक वित्त साहाय्य महामंडळ)
२) स्टेट फायनान्स कॉर्पोरेशन (राज्य वित्तीय महामंडळे)
३) भारतीय औद्योगिक बँक (आय.डी.बी.आय.)
४) इंडस्ट्रियल क्रेडिट अॅण्ड इन्व्हेस्टमेंट कॉर्पोरेशन ऑफ इंडिया (भारतीय औद्योगिक वित्त आणि गुंतवणूक महामंडळ)
५) भारतीय युनिट ट्रस्ट आणि भांडवली बाजार
६) आयात - निर्यात बँक (एक्झिम बँक)
७) टेक्नॉलॉजी कॉर्पोरेशन ऑफ इंडिया
८) भारतीय लघुउद्योग विकास बँक (सिडबी)
९) औद्योगिक गुंतवणूक महामंडळे

वरील बँका आणि महामंडळांना प्रत्यक्ष अथवा अप्रत्यक्षरीत्या वित्तीय साह्य केले जाते. परकीय व्यापाराला आणि निर्यातीला चालना मिळण्यासाठी आयात - निर्यात बँकेने साहाय्य केले. तंत्र-अंतरण, विपणनसेवा इ. आधुनिक साधनांचे साहाय्यही या संस्थांमार्फत केले जाते.

भारतातल्या भांडवली बाजारात उदारीकरणाची प्रक्रिया सुरू झाल्यानंतर रिझर्व्ह बँक आपल्या सेवा आणि सवलतीसाठी या माध्यमाचा वापर करत आहे. या विशेषज्ञ संघटना लघु, मध्यम आणि दीर्घकालीन वित्तीय सेवा पुरवीत असतात. तसेच जोखीम भांडवल आणि म्युच्युअल फंडद्वाराही उपक्रमशील उद्योगांना वित्तीय साह्य होत असते. विकास बँकांच्या माध्यमातून औद्योगिक संशोधन आणि विकासात्मक कार्याला प्रोत्साहन दिले जाते. देशाच्या औद्योगिक विकासात रिझर्व्ह बँकेने महत्त्वाची भूमिका पार पाडली आहे.

३) निर्यात कर्जे : परदेशी व्यापाराला उत्तेजन देण्याचे मोठे कार्य रिझर्व्ह बँकेकडून होत असते. त्यासाठी रिझर्व्ह बँक अनेकविध प्रकारचे उपाय योजत असते. निर्यातदाराला

रिझर्व्ह बँक प्रत्यक्ष मदत करत नाही. यासाठी त्यांच्या विविध योजना आणि विशेषज्ञ संघटना काम करत असतात. भारतीय आयात-निर्यात बँकेची यासाठी खास स्थापना केली असून निर्यात बँकेची यासाठी खास स्थापना केली असून तिचे या संदर्भातील कार्य उल्लेखनीय आहे. पूर्वी हे काम औद्योगिक विकास बँक पाहत असे. एक्झिम बँक ही निर्यातीसाठी आर्थिक साह्य करते, सल्लासेवा देते, परदेशांतील संयुक्त प्रकल्पासाठी साह्य करते तसेच तांत्रिक साहाय्यही देते. परदेशांत शाखा असलेल्या भारतीय बँकांना एक्झिम बँकेकडून कर्ज आणि इतर सुविधाही मिळू शकतात. यामध्ये हमीपत्र आणि जागतिक बाजारपेठेशी संबंधित इत्यादी कामे केली जातात.

एक्स्पोर्ट क्रेडिट गॅरण्टी कॉर्पोरेशन ऑफ इंडिया (ECGC) याची स्थापना निर्यातीतील जोखीम सांभाळण्यासाठी झाली आहे. निर्यात व्यापारात येणाऱ्या संभाव्य नुकसानीचा विमा उतरविला जातो. या बँकेचे पूर्ण स्वामित्व केंद्र सरकारकडे आहे. या बँकेला रिझर्व्ह बँकेच्या निर्देशानुसार काम पाहावे लागते. परकीय निर्यातीला आणि व्यापाराला अधिक चालना मिळण्यासाठी रिझर्व्ह बँक वेळोवेळी नवनवीन उपक्रम आणि योजना राबवीत असते.

४) आर्थिक विश्लेषणाचे प्रकाशन : रिझर्व्ह बँकेकडे आर्थिक बाबीसंबंधीची सांख्यिकी माहिती सातत्याने गोळा होत असते. त्याचा वापर नियोजन आणि विश्लेषणासाठी केला जातो. रिझर्व्ह बँक याचा वापर संशोधनासाठी करून त्यातील महत्त्वाचे आणि उपयुक्त असे संशोधन वेळोवेळी प्रसिद्ध करत असते. वेळोवेळी जमा झालेल्या माहितीचे (आकडेवारी) विश्लेषण करून त्यातील उपयुक्त अशा बँकिंग सांख्यिकी, मौद्रिक नीती भांडवली बाजार आणि पायाभूत सुविधा इ. प्रकाशित केले जातात. तसेच त्यांची मासिक, तिमाही आणि वार्षिक इत्यादी नियतकालिकेही प्रकाशित होतात- उदा. भारतीय रिझर्व्ह बँक बुलेटिन, करन्सी आणि फायनान्स रिपोर्ट, रिपोर्ट ऑन ट्रेण्ड ॲण्ड प्रोग्रेस आणि बँकिंग इन इंडिया (वार्षिक), रिझर्व्ह बँक ऑफ इंडिया ॲन्युअल इ. प्रकाशित करित असतात.

५) बँक कर्मचाऱ्यांना प्रशिक्षण : रिझर्व्ह बँकेने १९५४ मध्ये मुंबई येथे 'बँकर्स ट्रेनिंग कॉलेज' सुरू केले आहे. येथे देशातील बँकांचे कर्मचारी व अधिकाऱ्यांना प्रशिक्षण दिले जाते. त्यामुळे कर्मचाऱ्यांची कार्यक्षमता वाढते.

६) आंतरराष्ट्रीय संस्था : सरकारची प्रतिनिधी म्हणून रिझर्व्ह बँक आंतरराष्ट्रीय नाणेनिधी, जागतिक बँक, आशियाई विकास बँक इ. संस्थांवर प्रतिनिधित्व करून भारतीय अर्थव्यवस्थेत या संस्थांकडून कसा लाभ होईल, यासाठी प्रयत्नशील असते. उदा. कर्ज मिळवून देणे इ.

अशा रीतीने रिझर्व्ह बँक आर्थिक विकासात महत्त्वपूर्ण भूमिका बजावते; म्हणून या कार्यांना विकासात्मक कार्ये म्हणतात.

याशिवाय काही पर्यवेक्षणात्मक आणि प्रवर्तनात्मक कार्ये सांगता येतात.

१) बँकाचे विलीनीकरण / पुनर्रचना : व्यवस्थापन अकार्यक्षम असलेल्या तसेच आजारी असलेल्या बँकाचे सक्तीने विलीनीकरण घडवून आणण्याचा अधिकार रिझर्व्ह बँकेला आहे. तसेच रिझर्व्ह बँक त्यांची पुनर्रचना घडवून आणते. उदा. तोट्यात चाललेल्या न्यू बँक ऑफ इंडियाचे विलीनीकरण १९९३ मध्ये पंजाब नॅशनल बँकेत केले, रोख्यांच्या व्यवहारात मोठ्या प्रमाणात गैर व्यवहार केलेल्या बँक ऑफ कराडसाठी लिक्वीडेटर नेमला व १९९४ मध्ये बँक ऑफ इंडियाने तिच्या सर्व शाखा ताब्यात घेतल्या. तसेच ग्लोबत ट्रस्ट बँकेचे २००४ मध्ये ओरिएंटल बँक ऑफ कॉमर्स मध्ये विलीनीकरण केले.

२) वित्तीय पर्यवेक्षणाची स्थापना : रिझर्व्ह बँकेने वित्तीय व्यवस्थेचे काटेकोर पर्यवेक्षण आणि नियंत्रण करण्यासाठी १९९४ मध्ये वित्तीय पर्यवेक्षण मंडळाची स्थापना केली. या विभागाकडे बँका आणि बँकेतर वित्तीय संस्थांवर देखरेख ठेवण्याची जबाबदारी सोपविण्यात आली.

३) सहकारी बँक व्यवसायाचे प्रवर्तन : रिझर्व्ह बँक भारतातील सहकारी बँकांचा प्रत्यक्ष आणि अप्रत्यक्ष विस्तार घडवून आणते तसेच वित्त पुरवठ्याचे काम प्रत्यक्ष आणि अप्रत्यक्षरीत्या करते.

४) बँक व्यवस्थापनावर नियंत्रण : रिझर्व्ह बँकेचे बँकांच्या संचालक मंडळाच्या रचनेवर नियंत्रण असते. खासगी बँकेचे अध्यक्ष तसेच मुख्य कार्यकारी अधिकाऱ्याची नेमणूक रिझर्व्ह बँक करते तसेच पुनर्नेमणूक, सेवामुक्ती इ. साठी रिझर्व्ह बँकेची परवानगी घ्यावी लागते. तसेच संचालकांची संख्या, त्यांचे पगार, सेवाशर्ती इ. बाबत बदल घडवून आणण्यासाठी रिझर्व्ह बँकेची पूर्व परवानगी घ्यावी लागते.

७.३ रिझर्व्ह बँकेची पैशाची मापने M_0, M_1, M_2 M_3, M_4
(RBI's Money Measures M_0, M_1, M_2 M_3, M_4) :

पैसा म्हणजे काय, हे ठरविण्यात मतभेद दिसून येत असले तरी पैशाच्या पुरवठ्याबाबत मध्यवर्ती बँकांना लक्ष द्यावे लागते. त्यासाठी पैसापुरवठ्याचे मापन तयार करणे आवश्यक असते. उदाहरण म्हणून भारताच्या रिझर्व्ह बँकेने स्वीकारलेली चार प्रकारची पैसापुरवठा मापने पुढीलप्रमाणे :-

सध्या भारत आणि त्याचप्रमाणे विकसित देशांत पैसापुरवठ्याच्या चार संकल्पना

प्रचलित आहेत. १९७७ पासून रिझर्व्ह बँक ऑफ इंडियाने पैसापुरवठ्याचीच चार मापने स्वीकारली आहे. लोकांजवळील पैशाचा पुरवठा चार प्रकारांत मोजला जातो. ती मापने पुढीलप्रमाणे :-

१) M_1 = यामध्ये लोकांजवळील चलनी नोटा आणि नाणी, मागणी ठेवी, रिझर्व्ह बँकेकडील परकीय सरकारांच्या ठेवी, निमसरकारी ठेवी, इतर मध्यवर्ती बँकेच्या ठेवी तसेच आंतरराष्ट्रीय नाणेनिधी आणि जागतिक बँकेच्या ठेवी.

M_1 किंवा संकुचित पैसा यामध्ये तीन घटकांचा समावेश होतो -

$M_1 = C + DD + OD$ येथे C = लोकांजवळील चलनी नोटा आणि नाणी सर्व बँकांच्या ताब्यात असलेला रोख राखीव पैसा DD = व्यापारी बँकांतील आणि सहकारी बँकांतील मागणी ठेवी. OD = रिझर्व्ह बँक ऑफ इंडियाकडे असलेल्या लोकांच्या ताब्यातील इतर ठेवी. यामध्ये १) युनिट ट्रस्ट ऑफ इंडिया, इंडस्ट्रियल फायनान्स कॉर्पोरेशन ऑफ इंडिया, इंडस्ट्रियल डेव्हलपमेंट बँक ऑफ इंडिया, नॅशनल बँक फॉर ॲग्रीकल्चरल ॲन्ड रूरल डेव्हलपमेंट (नाबार्ड) इत्यादींच्या ठेवी, २) परकीय मध्यवर्ती बँका आणि परकीय सरकार यांच्या ठेवी, ३) आंतरराष्ट्रीय नाणेनिधी आणि जागतिक बँकेच्या मागणी ठेवी इत्यादी समाविष्ट केल्या जातात.

२) $M_2 = M_1$ + पोस्ट ऑफिसातील आणि बचत बँकांमधील बचत ठेवी.

३) $M_3 = M_2$ + सर्व व्यापारी आणि सहकारी बँकांकडील मुदतबंद ठेवी.

४) $M_4 = M_3$ + पोस्ट ऑफिसातील आणि बचत संघटनांकडील सर्व प्रकारच्या एकूण ठेवी. (राष्ट्रीय बचत प्रमाणपत्रे वगळून)

संकल्पनात्मक दृष्टीने M_1 म्हणजे पैशाचा पुरवठा तर M_3 म्हणजे एकूण पैसारूपी साधनसंपत्ती. M_1 हे मापन पैशाची परंपरागत मर्यादित व्याख्या देते, तर M_3 ही पैशाची व्यापक व्याख्या देते. या मापनात व्यापारी बँकांच्या ठेवीबरोबर राज्य सहकारी बँकांकडील ठेवी, मध्यवर्ती सहकारी बँकांकडील ठेवी, नागरी सहकारी बँकांकडील ठेवी व पगारदार लोकांच्या सहकारी पतपेढ्यांकडील ठेवी याही विचारात घेतल्या जातात.

अलीकडच्या काळात रिझर्व्ह बँकेने पैशाच्या पुरवठ्याच्या मापनासंदर्भात काही बदल केले आहेत. १९९२ नंतरची आकडेवारी या नव्या अंदाजानुसार देण्यात आली आहे. नव्या मापनपद्धतीप्रमाणे आणि मापनपद्धतीबाबत १९९८ मध्ये नेमलेल्या अभ्यास गटाच्या शिफारशी मान्य केल्या. १९ नोव्हेंबर १९९७ च्या परिपत्रकाद्वारे रिझर्व्ह बँकेने बँकांना असे कळविले की, नव्या व्याख्येप्रमाणे वर्गीकरण करून दरवर्षी सप्टेंबर व मार्च महिन्याच्या अखेरीस बँकांनी ठेवीबाबत माहिती कळवावी.

नवीन मापनपद्धतीप्रमाणे ही मापने पुढीलप्रमाणे :

(१) राखीव पैसा (Reserve Money) (M_0) : या मापनात चलनातील नोटा आणि नाणी, रिझर्व्ह बँकेतील इतर ठेवी आणि रिझर्व्ह बँकेजवळील अन्य बँकांच्या ठेवी.

(२) संकुचित पैसा (Narrow Money) (M_1) : या मापनात संकुचित पैसा म्हणजे पैशाची संकुचित वा मर्यादित व्याख्या असा अर्थ आहे. या प्रकारात अंतर्भूत होणारा पैसा विनिमयाचे माध्यम म्हणून प्रत्यक्षपणे खर्च करण्यासाठी उपलब्ध असतो. त्यामुळे M_1 या प्रकारातील पैसा म्हणजे लोकांजवळील असलेला पैशाचा पुरवठा असा घेतला जातो. यामध्ये लोकांजवळील चलन, रिझर्व्ह बँकेजवळील 'इतर' ठेवी आणि बँकांजवळील मागणी ठेवी यांचा समावेश होतो.

(३) विस्तृत सेवा (Board Money) (M_3) : पैशाची विस्तृत व्याख्या, एकूण चलनी संसाधने या नावाने ओळखली जाणारी चलनपुरवठा संकल्पना यामध्ये वर दिलेल्या व्याख्यांप्रमाणे संकुचित पैसा आणि बँकांजवळील कालबद्ध ठेवी.

या अगोदर स्पष्ट केल्याप्रमाणे M_2 आणि M_4 या संकल्पनाही विशिष्ट परिस्थितीत विशिष्ट संदर्भात उपयोगी पडतात. अलीकडे झालेला बदल हा व्याख्येत थोडी दुरुस्ती आणि आकडेवारी प्रसिद्ध करण्यासाठी प्रथेमध्ये बदल केला आहे.

M_0 = राखीव पैसा (Reserve money) यामध्ये चलनातील नोटा आणि नाणी, रिझर्व्ह बँकेतील इतर ठेवी आणि रिझर्व्ह बँकेजवळील अन्य बँकाच्या ठेवी.

नव्या पद्धतीप्रमाणे मापन :

M_1 = संकल्पनेत बदल केला नाही

M_2 = M_1 + बँकामधील बचत ठेवी पैकी मुदत ठेवी + बँकांनी विकलेल्या CDs चे पैसे + १ वर्षापर्यंतच्या मुदत ठेवी.

M_3 = M_2 + २ वर्षापेक्षा जास्त काळाच्या मुदत ठेवी + बँकेची मागणी देय व मुदती कर्जे.

M_4 = ही संकल्पना रद्द केली आहे.

रोखता मापन पद्धती :

L_1 = नवीन M_3 + पोस्ट ऑफीस बचत बँकेतील सर्व ठेवी (NSC वगळता)

L_2 = L_1 + FIs कडील मुदत ठेवी + F/s कडील मुदत कर्जे + F/s कडील CDs

L_3 = L_2 + NBFCs कडील लोकांच्या ठेवी.

७.४ चलनविषयक धोरण – अर्थ आणि उद्दिष्टे
(Monetary Policy - Meaning & Objectives) :

चलनविषयक धोरण अनेक देशांत सरकारकडून ठरविले जाते. मात्र, चलनविषयक धोरण ठरविताना मध्यवर्ती बँकेचा सल्ला घेतला जातो. चलनविषयक धोरण जरी सरकारने ठरविले असले तरी त्याची अंमलबजावणी मध्यवर्ती बँक करते. या दृष्टीने मध्यवर्ती बँकेच्या चलनविषयक धोरणाला महत्त्व प्राप्त होते. देशाच्या मध्यवर्ती बँकेकडून या धोरणाद्वारे अर्थव्यवस्थेत होणाऱ्या पतपुरवठ्याचे नियमन आणि नियंत्रण केले जाते. देशाचे चलनविषयक धोरण आर्थिक विकास साह्य करणे, किंमतपातळीत स्थैर्य, परकीय क्षेत्राशी समतोल आणि पूर्ण रोजगार ही चार उद्दिष्टे गाठण्याचा प्रयत्न करते.

अ) अर्थ आणि व्याख्या :

मध्यवर्ती बँक देशातील चलनपुरवठा आणि पतपुरवठा नियंत्रित करण्यासाठी ज्या धोरणाचा अवलंब करते, त्या धोरणास मध्यवर्ती बँकेचे चलनविषयक धोरण अथवा चलननीती म्हणतात. अर्थव्यवस्थेत पैसा कार्य करत असताना त्यापासून काही फायदे मिळतात व काही दोष निर्माण होतात. चलनाचे दोष निर्माण करून त्यापासून जास्त फायदे मिळतील, असे चलनविषयक धोरण स्वीकारणे आवश्यक असते. चलनविषयक धोरणाची व्याख्या पुढील अर्थशास्त्रज्ञांनी केलेली आहे.

१) प्रा. क्राऊथर यांच्या मते, 'चलनविषयक धोरण म्हणजे पैसा अस्तित्वात असल्याने निर्माण होणारे दोष कमी करण्यासाठी केलेले प्रयत्न होय.' ("As the efforts to reduce to a minimum the disadvantages resulting from the existence of the monetary policy - Crowther)

२) पॉल इन्झिंग (Paul Einzing) यांच्या मते, चलननीती म्हणजे पैशाच्या अस्तित्वामुळे व कार्यामुळे निर्माण होणारे दोष कमी करून त्यापासून मिळणारे फायदे मिळविण्याचा प्रयत्न करणे होय.

("As the effort to reduce to a minimum the disadvantages and increase the advantages, resulting from the existence and operation of a monetary system" - Paul Einzing)

मध्यवर्ती बँकेने देशातील एकूण चलन व पतपुरवठ्यावर नियंत्रण ठेवण्यासाठी स्वीकारलेल्या धोरणास 'चलननीती' असे म्हणतात. म्हणजेच पैसा, पतपैसा, व्याजदर नियंत्रण करण्यासाठी मध्यवर्ती बँकेने केलेली उपाययोजना म्हणजे चलनविषयक धोरण होय. भारतात चलनविषयक धोरण म्हणजे मध्यवर्ती सरकार आणि रिझर्व्ह बँक यांचे चलनपुरवठा आणि पतपुरवठा नियंत्रण करण्याचे धोरण मानले जाते.

चलनविषयक धोरणात मुख्यत: बँकदर धोरण, खुल्या बाजारात रोख्यांची खरेदी-विक्री, रोख राखीव निधीच्या प्रमाणात बदल इत्यादीसारख्या पतनियंत्रणाच्या संख्यात्मक साधनांबरोबरच गुणात्मक साधनांचा उपयोग करून मध्यवर्ती बँक देशातील पैशाची मागणी आणि पैशाचा पुरवठा यात योग्य ते बदल करून आपल्या आर्थिक धोरणाची उद्दिष्टे गाठते तेव्हा त्या धोरणाला चलननीती असे म्हणतात.

ब) चलनविषयक धोरणाची उद्दिष्टे (Objectives of Monetary Policy):

चलनविषयक धोरण किंवा चलननीती आर्थिक, सामाजिक आणि राजकीय उद्देशाने ठरविता येऊ शकते. उदा. चलनाचे अंतर्गत आणि आंतरराष्ट्रीय मूल्य यांच्यात स्थैर्य राखणे, चलनासाठी आवश्यक तो सुवर्णसाठा वाढविणे आणि त्याचे रक्षण करणे या दृष्टीने चलननीती आखणे इ. आर्थिक उद्देशाने चलननीती ठरविता येते. मध्यवर्ती बँकेच्या चलनविषयक धोरणांची किंवा चलननीतीची उद्दिष्टे पुढीलप्रमाणे सांगितली जातात.

१) तटस्थ पैसा धोरण (Neutral Money Policy) : अर्थव्यवस्थेत पैसा तटस्थ असावा, असा विचार प्रा. रॉबर्टसन, विकस्टीड आणि प्रा. हायेक यांनी मांडला आहे. त्यांच्या मते, अर्थव्यवस्थेत चढउतार निर्माण होण्याचे कारण पैशाच्या पुरवठ्यात होणारे चढउतार होय. जर पैशाचा पुरवठा तटस्थ ठेवला तर अर्थव्यवस्थेत चढउतार निर्माण होणार नाहीत.

पैसा तटस्थ किंवा निष्क्रिय ठेवणे याचा अर्थ एवढाच की, अर्थव्यवस्थेवर विशेषत: किमतीच्या पातळीवर परिणाम न होऊ देणे. याचा अर्थ असा नव्हे की, पैसा तटस्थ ठेवणे किंवा निष्क्रिय ठेवणे म्हणजे पैशाची संख्या कायम ठेवणे किंवा कमी-जास्त न करणे - याउलट अर्थव्यवस्थेत पैसा तटस्थ ठेवण्यासाठी पैसा कमी-जास्त करावा लागतो; जर पैसा कमी-जास्त केला नाही तर पैसा तटस्थ राहू शकत नाही. उदा. लोकसंख्या वाढल्यावर व्यवहारासाठी जास्त पैसा लागतो. म्हणून पैशाची संख्या वाढवावी लागते. उलट चलनगती वाढल्यास किमती वाढण्याची शक्यता असते; म्हणून पैसा कमी करावा लागतो. जर उत्पादकतेने उत्पादन वाढले (नवीन शोध, कार्यक्षमता इ. कारणाने उत्पादन वाढले) तर पैशाची संख्या कमी करू नये. उलट किमती कमी होणे योग्य असते, तसेच वाहतुकीच्या साधनात सुधारणा झाल्याने व्यापार वाढला तर अधिक पैसा पुरवावा लागतो. थोडक्यात तटस्थ चलन धोरण म्हणजे पैशाची संख्या कायम ठेवणे असे नसून अर्थव्यवस्थेतील पैशाच्या मागणीच्या प्रमाणात पैशाच्या पुरवठ्यात वाढ करणे होय.

तटस्थ पैसा धोरणाची कल्पना वरीलप्रमाणे सोपी असली तरी प्रत्यक्षात ती कल्पना राबविता येत नाही. या कल्पनेत टीकाकारांनी दोष दाखविले आहेत.

(२) किंमतपातळीत स्थैर्य राखणे (Price Stability) : किंमतपातळीत स्थैर्य

राखणे म्हणजे देशातील चलन किंवा पैसा अशा प्रकारे नियंत्रित करावा (कमी-जास्त करावा) की, त्यामुळे किमती स्थिर राहतील.

वस्तूंच्या किमती कमी-जास्त न होता आहे त्या पातळीत राहणे याला किंमतस्थैर्य म्हणतात. बाजारात विविध वस्तू आणि सेवांच्या किमती वेगवेगळ्या असतात आणि पुष्कळदा या परस्परांवर अवलंबून असतात.

किंमतवाढ अथवा मंदीत देशाच्या अर्थव्यवस्थेवर अनिष्ट परिणाम होतो व अर्थव्यवस्था अस्थिर बनते; जर वस्तूंच्या किमती अधिक प्रमाणात वाढल्या तर किंमतवाढीची झळ स्थिर उत्पन्न गटातील लोकांना बसते. व्यापारी, उद्योजक, व्यावसायिकांचा नफा वाढतो. त्यामुळे समाजात आर्थिक विषमता वाढते, तर मंदीच्या काळात बेकारी वाढते. भांडवल गुंतवणूक कमी होते. परिणामी, बेकारी वाढते. त्यामुळे किंमतवाढ व किंमतघटीला आळा घालण्यासाठी किंमतपातळी स्थिर ठेवणे चलनविषयक धोणाचे महत्त्वाचे उद्दिष्ट आहे. मात्र, आर्थिक विकास करण्यासाठी किंमतपातळी स्थिर ठेवण्याऐवजी किमतीत हळुवारपणे वाढ करणे या उद्दिष्टाला महत्त्व द्यावे लागते.

३) घटत्या किमती किंवा किमती हळुवारपणे खाली नेणे : नवीन तांत्रिक ज्ञान, शोध, कार्यक्षमता यांच्यात वाढ झाल्याने जर उत्पादनखर्च कमी झाला व त्याचा फायदा समाजाला मिळवून द्यावयाचा असेल तर किमती घटत्या असणे किंवा किमती हळुवारपणे खाली नेणे आवश्यक असते. त्याचप्रमाणे जेव्हा किमती फार वरच्या पातळीवर असतात तेव्हा त्याची झळ समाजातील सर्वच वर्गांना बसते. अशा प्रसंगी किमती हळुवारपणे खाली आणणे आवश्यक असते; म्हणून चलन धोरण असे स्वीकारले की ज्यामुळे किमती हळुवारपणे खाली येतील.

४) पूर्ण रोजगार (Full Employment) : पूर्ण रोजगार म्हणजे काम करण्याची इच्छा आणि पात्रता असणाऱ्या व्यक्तीला प्रचलित वेतनदरावर काम उपलब्ध होणे. जेव्हा अर्थव्यवस्थेत पूर्ण रोजगाराची अवस्था असते तेव्हा उत्पादनघटकांचा जास्तीत जास्त उपयोग केला जातो व उत्पादन जास्तीत जास्त असू शकते.

चलनविषयक धोरण पूर्ण रोजगार निर्माण करू शकेल का? यावर उत्तर म्हणजे लोकांना पूर्ण रोजगार देण्यासाठी मोठ्या प्रमाणावर उद्योग-व्यवसाय निर्माण होणे आवश्यक असते. मात्र, उद्योगधंद्यासाठी भांडवल लागते अशा वेळी मध्यवर्ती बँक कमी व्याजदरात पैसा उपलब्ध करून देते. त्यामुळे गुंतवणूक वाढून नवीन व्यवसाय स्थापण्यास मदत होते. त्यातून रोजगार वाढतो व पूर्ण रोजगाराची परिस्थिती निर्माण होते.

देशात फक्त पूर्ण रोजगाराची परिस्थिती निर्माण करून चालत नाही, तर ती टिकवून ठेवण्यासाठी मध्यवर्ती बँकेला खास प्रयत्न करावे लागतात; कारण अर्थव्यवस्थेत असणाऱ्या अंगभूत घटकांमुळे पूर्ण रोजगाराचा समतोल ढळू शकतो. म्हणजेच पूर्ण रोजगार

निर्माण झाल्यावर मध्यवर्ती बँकेने बचत आणि गुंतवणूक समान राहू शकते, याकडे लक्ष पुरवावे. काही कारणाने हे असमान झाल्यास पूर्ण रोजगाराची परिस्थिती नष्ट होऊ शकते. उदा. बचतीपेक्षा गुंतवणूक जास्त झाली तर उत्पादनवाढ, किंमतवाढ व त्यातून चलनवाढ तेजी - मंदी असा धोका निर्माण होतो, तर बचतीपेक्षा गुंतवणूक कमी झाल्यास त्यातून उत्पादन कमी - रोजगार - कमी - उत्पन्न कमी व किंमतघट अशी परिस्थिती निर्माण होऊ शकते. आजच्या विचारसरणीप्रमाणे पूर्ण रोजगाराची परिस्थिती निर्माण करणे व ती टिकवून ठेवणे हे चलनविषयक धोरणाचे महत्त्वाचे उद्दिष्ट आहे.

५) आर्थिक विकास (Economic Growth) : जो देश आर्थिकदृष्ट्या विकसित झालेला आहे. उदा. अमेरिका, इंग्लंड, जपान, जर्मनी इ. त्या देशांतील चलन धोरणाचा उद्देश पूर्ण रोजगार परिस्थिती निर्माण करणे व टिकवून ठेवणे असावा हे तत्त्व मान्य झालेले आहे.

आर्थिक विकास साध्य करणे हे चलनविषयक धोरणाचे महत्त्वाचे उद्दिष्ट मानले जाते. आर्थिक विकास ही प्रत्येक देशासाठी मूलभूत आवश्यकता आहे; कारण त्यामुळे किंमतपातळी स्थिर ठेवणे, पूर्ण रोजगार, विनिमयदर स्थिर ठेवणे, आर्थिक स्थैर्य निर्माण करणे ही उद्दिष्टे साधली जातात. त्यामुळे आर्थिक विकास हे उद्दिष्ट महत्त्वाचे आहे.

६) विनिमयदराचे स्थैर्य : विनिमयदर स्थिर ठेवणे हे चलनविषयक धोरणाचे महत्त्वाचे उद्दिष्ट आहे; कारण विनिमयदरात सतत चढउतार झाल्यास लोकांचा चलनावरील विश्वास कमी होऊन आयात-निर्यातीवर त्याचा प्रतिकूल परिणाम होऊ शकतो. त्यामुळे विनिमयदराच्या स्थैर्याला महत्त्व आहे. दोन देशांमधील चलनांची देवाण-घेवाण ज्या दराने होते, त्या दरास विनिमयदर असे म्हणतात. विनिमयदर स्थिर असल्यास देशांतील चलनांवर लोकांचा विश्वास बसतो व आंतरराष्ट्रीय व्यापारात वाढ होते. मध्यवर्ती बँक विदेशी चलनाची खरेदी-विक्री करून दोन देशांतील चलनांचा विनिमयदर स्थिर ठेवण्याचा प्रयत्न करते.

७) आर्थिक स्थैर्य : तेजी-मंदीच्या चक्रामुळे (व्यापारचक्रामुळे) अर्थव्यवस्थेत उत्पादन, रोजगार, भांडवल गुंतवणूक आणि उत्पन्नात चढउतार होतात. हे परिणाम टाळण्यासाठी आर्थिक स्थैर्य प्राप्त करणे हे चलनविषयक धोरणाचे महत्त्वाचे उद्दिष्ट आहे. त्यासाठी मध्यवर्ती बँक चलनपुरवठा व पतपुरवठ्यावर नियंत्रण ठेवण्यासाठी संख्यात्मक आणि गुणात्मक साधनांचा वापर करते. तेजी-मंदीच्या काळात चलनविषयक धोरण जाहीर करून आर्थिक स्थैर्य निर्माण करावे लागते.

८) व्यवहारतोल : जागतिक व्यापारात मोठ्या प्रमाणात वाढ झाल्यामुळे व्यवहार तोलातील तूट दूरकरण्यासाठी नियंत्रणात्मक चलनविषयक धोरणाचा अवलंब करावा

लागतो. व्यवहार तोलातील तूट कमी करण्यासाठी निर्मातीला प्रोत्साहन देऊन आयात कमी करण्याला सुद्धा मदत करावी लागते. त्याचबरोबर अवमूल्यनासारखे उपाय करावे लागतात. थोडक्यात व्यवहार तोल नीट ठेवण्याचा प्रयत्न चलन विषयक धोरणात केला जातो.

९) याशिवाय व्यापारी बँकांच्या पतनिर्मिती प्रक्रियेवर नियंत्रण ठेवावे लागते. अर्थव्यवस्थेतील तेजी-मंदीच्या चक्राचे दुष्परिणाम टाळणे तसेच उत्पादन आणि वाणिज्य विषयक प्रक्रियांना गती देऊन उद्योग व्यवसायांच्या गरजा पूर्ण करणे इत्यादी चलनविषयक धोरणांची उद्दिष्टे सांगता येतात.

वार्षिक चलनविषयक धोरण एप्रिलमध्ये जाहीर केले जाते. त्याला वार्षिक चलन व पतधोरण म्हणतात. जुलैमध्ये पहिली तिमाही पाहणी जाहीर होते; ऑक्टोबरमध्ये मध्यावधी आढावा घेतला जातो तर जानेवारीत तिमाही पाहणी जाहीर केली जाते.

७.५ पतनियंत्रणाची साधने (Instrument of credit control)

मध्यवर्ती बँक पतनियंत्रणासाठी कोणकोणती साधने वापरते याचे विश्लेषण यामध्ये केले आहे.

मध्यवर्ती बँक पतनियमन करते त्यासाठी संख्यात्मक आणि गुणात्मक साधने वापरते. मध्यवर्ती बँक चलनविषयक धोरणाशी संबंधित पतनियंत्रणाचे काम करते. पतनियंत्रण म्हणजे 'पत व्यवहाराची एकूण व्यवहाराशी सांगड घालणे होय.'

भारतीय रिझर्व्ह बँक कायदा १९३४ आणि बँकिंग विनिमय कायदा १९४९ अन्वये, भारतीय रिझर्व्ह बँकेला पतनियंत्रणाच्या पद्धती ठरविण्यासाठी कायदेशीर अधिकार देण्यात आले आहेत. अर्थव्यवस्थेत स्थैर्य निर्माण करणे या कामाबरोबरच भारतीय रिझर्व्ह बँक चलनपुरवठा आणि बँक पतपुरवठा दोन महत्त्वाच्या विभागांवर लक्ष ठेवून असते.

बँकेच्या कर्जपुरवठ्याच्या संदर्भात तीन महत्त्वाचे मुद्दे ध्यानात ठेवणे जरुरीचे आहे.

१) बँकांच्या कर्जपुरवठ्यात नियमितता आणि नियंत्रण असावे यासाठी रिझर्व्ह बँक असे नियम करत असते की, जेणेकरून त्यांना पतपुरवठा करणे सोईचे जाते.

२) ज्या वेळेला बँकेकडे खूप पैसा असतो तेव्हा पतपुरवठा नियंत्रित करणे गरजेचे असते आणि ज्या वेळेला बँकेकडे पैसे / निधी नसतो तेव्हा मुद्रा - नीति शिथिल होते. उदा. रोखता निधीचे प्रमाण कमी होते आणि मुद्राबाजारात तरलता वाढते.

थोडक्यात याद्वारे चलन अतिवृद्धी व चलनघट नियंत्रित केली जाते.

३) ज्या वेळेला एकत्रित बँक कर्ज नियंत्रित केले जाते तेव्हा खासगी क्षेत्राला जादा अर्थपुरवठा आणण्यावर बंधन आणले जाते.

केवळ व्यापारी बँकांवर रिझर्व्ह बँकेचे हे पतनियंत्रणाचे हत्यार चालते, असे नाही.

हे नियंत्रण सर्व वित्तीय संस्थांना लागू आहे. पतनियंत्रणासाठी रिझर्व्ह बँकेकडे सर्व प्रकारच्या पारंपरिक तसेच आधुनिक साधनांचा वापर करतात. तसेच ते व्यापारी बँकांना आपल्या कर्जविषयक धोरणात बदल करण्याचा आणि व्याजाच्या दरात बदल करण्यासंबंधी आदेश देऊ शकतात.

रिझर्व्ह बँकेच्या पतनियंत्रण साधने किंवा पद्धती पुढीलप्रमाणे विभागल्या गेल्या आहेत.

(१) संख्यात्मक पतनियंत्रण (सर्वसामान्य पद्धत) (Quantitative)

(२) गुणात्मक पतनियंत्रण (निवडक पद्धत) (Qualitative)

पतनियंत्रणाची साधने संख्यात्मक आणि गुणात्मक :

मध्यवर्ती बँक देशातील पतनियंत्रण करण्यासाठी साधनांचा वापर करते, अशी साधने पुढीलप्रमाणे सांगता येतात :

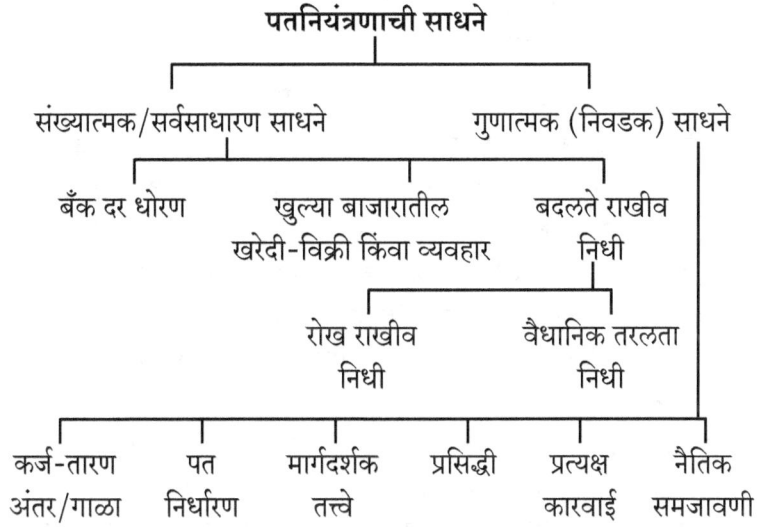

अ) पतनियंत्रणाची संख्यात्मक साधने : पतनियंत्रणाची संख्यात्मक साधने म्हणजे देशातील संख्यात्मक पतपुरवठ्यामध्ये संख्यात्मक बदल घडवून आणण्यासाठी म्हणजेच पतपुरवठा वाढविण्यासाठी किंवा कमी करण्यासाठी मध्यवर्ती बँक पतनियंत्रणाच्या साधनांचा वापर करते.

संख्यात्मक पद्धतीच्या नियंत्रणांमध्ये अशी साधने समाविष्ट आहेत की, ज्यामध्ये सर्व बँकांनी दिलेल्या कर्जावरचे नियंत्रण समाविष्ट आहे. त्याला सर्वसामान्य पद्धती असे म्हटले जाते; कारण रिझर्व्ह बँकेचे धोरण हे सर्व बँकांच्या कर्जासाठी सारखेच असते. यामुळे पतनिर्मितीच्या संख्येवर किंवा आकारमानावर नियंत्रण घातले जाते.

तसेच रिझर्व्ह बँक प्रत्येक क्षेत्रातील कर्जासाठी काही मर्यादा ठेवते; जर एखाद्या बँकेचे कर्ज या मर्यादेबाहेर गेले तर ते आपल्या पतनियंत्रणाच्या धोरणाप्रमाणे आवश्यक त्या पातळीपर्यंत खाली आणण्यास भाग पाडते; जर एकूण बँक कर्ज- वितरण खूप कमी प्रमाणात झाले असेल, तर रिझर्व्ह बँक व्यापारी बँकांना अधिक कर्ज देण्यासाठी प्रोत्साहित करते.

१) बँक दर धोरण :

पतनियंत्रणाचे एक महत्त्वाचे साधन म्हणून बँक दर धोरणाचा अवलंब रिझर्व्ह बँक सुरुवातीपासून करत आहे. मध्यवर्ती बँक व्यापारी बँकांना दिलेल्या कर्जावर जो दर आकारते त्याला 'बँक दर' असे म्हणतात. बँक दराची व्यापक व्याख्या पुढीलप्रमाणे करता येईल, नाणेबाजारातील विविध संस्थांना मध्यवर्ती बँक ज्या अटीवर व ज्या व्याजाच्या दराने त्या संस्थांनी वटविलेल्या हुंड्या पुन: वटवून देते किंवा ज्या व्याजाच्या दराने उपलब्ध करून देते त्याला 'बँक दर' असे संबोधिले जाते.

रिझर्व्ह बँक व बँक दर :

सुरुवातीला रिझर्व्ह बँकेने स्वस्त चलन (Cheap Money) धोरणाचा अवलंब केला होता. त्यामुळे १९५१ साली बँक दर खूप कमी म्हणजे फक्त ३% होता; पण हळूहळू १९७४ नंतर त्याची जागा महाग चलन (Dear Money) धोरणाने घेतली आणि बँक दर ३% हून १९९१ मध्ये तो १२% पर्यंत जाऊन पोहोचला. याबाबत १९९७ मध्ये रिझर्व्ह बँकेने एक धोरण जाहीर केले. बँक दर हा सांकेतिक तसाच संदर्भदर असावा आणि त्यामुळे त्यांनी तो दर खाली आणायला सुरुवात केली. ३० एप्रिल २००३ पासून तो स्थिर असा ६% राहिला आहे.

तो फेब्रुवारी २०१२ रोजी ९% तर १७ एप्रिल २०१२ रोजी ९.५% करण्यात आला. रोख राखीव निधीचे प्रमाणात - जानेवारी २००७ मध्ये RBI कायदा १९३४ मध्ये सुधारणा करून RBI ला अधिकार दिला गेला की, आवश्यकता वाटल्यास ३ टक्क्यांची न्यूनतम सीमा १५ टक्क्यांची अधितम सीमा प्राप्त करू शकते. २०१२ मध्ये सी.आर.आर. टप्प्याटप्प्याने कमी करण्यात आला. ३ नोव्हेंबर २०१२ पासून ४.२५ टक्के करण्यात आला. २९ जानेवारी २०१३ रोजी तो ४ टक्के केला.

रोख वैधानिकतेचे प्रमाण (SLR) प्रत्येक व्यापारी बँकेला जमा झालेल्या एकूण ठेवीपैकी (मागणी आणि मुदत ठेवी पैकी) काही प्रमाणात ठेवी स्वत:कडे रोख स्वरूपात अथवा सोन्याच्या स्वरूपात अथवा सरकार रोख्यांच्या स्वरूपात ठेवाव्या लागतात; त्या प्रमाणाला SLR म्हणतात. १६ डिसेंबर २०१० रोजी २४ टक्के करण्यात आला. ऑगस्ट २०१२ मध्ये तो २३ टक्के इतका करण्यात आला.

बँक दराच्या चढ- उतारावरचा परिणाम व्यापारी बँकांच्या व्याजदरावर होत असतो. ज्या वेळेस बँक दर कमी होतो, तेव्हा व्याजदरही कमी होतो. बँकांच्या कर्जाचा ओघ वाढेल म्हणून बँक दर हे परिणामकारकरीत्या चलन-नियंत्रणासाठी वापरले जाणारे हत्यार आहे; पण याचा वापर आणि त्यामागची भूमिका ही भारतापुरती मर्यादित असून याची कारणे पुढीलप्रमाणे आहेत.

१) व्याजदर आणि बँकदर हे परस्परांशी संबंधित नाहीत. ही पद्धत बाजारातील मंदी आणि तेजीवर परिणाम करणारे असून त्या प्रमाणात बाजारात कमी-जास्त असा चलनपुरवठा होत राहतो. बँक दर धोरण एकटे प्रभावी हत्यार ठरत नसल्याने रिझर्व्ह बँक त्याचा इतर पतसाधनांबरोबर वापर करत असल्याचे दिसते.

२) व्यापारी बँकांना पुनर्वित्त सुविधा मिळतात. व्यापारी बँकांना या सुविधा मिळत असल्याने त्या रिझर्व्ह बँकेकडे हुंड्याच्या पुनर्वटावणीसाठी जात नाहीत.

३) भारतातील हुंडी-बाजारात अविकसित आहे परंतु बँक दरातील बदलामुळे मुद्राबाजारावर परिणाम होत नाही.

बँक दर धोरणातील महत्त्वाच्या उणिवा पुढीलप्रमाणे आहेत.

अ) ठेवीवरचे आणि कर्जाचे दर हे बँक दराशी संबंधित नाहीत.

ब) बाजारातील व्याजदर आणि मुद्राबाजार हे बँक दरातील बदलाशी अनेकदा सुसंगत नसतात.

यामुळे केंद्र सरकार आणि रिझर्व्ह बँक यासंबंधीच्या बिलाच्या पुनर्वटावणीच्या पद्धतीचे निरीक्षण करत आहेत. बँक दराचा परिणामकरीत्या वापर व्हायला हवा, असे रिझर्व्ह बँकेचे मत आहे. त्याच्या आधारे बिल - वटावणी, वचनचिठ्ठ्या डिस्काऊण्ट करतात. तसेच व्यापारी बँका, सहकारी बँका, औद्योगिक बँक, आयात - निर्यात बँक आदी बँकांना आवश्यकतेनुसार कर्ज दिले जाते.

व्यापारी बँका रिझर्व्ह बँकेकडून बँक दराने बिले वटविण्याऐवजी इतर मार्गाने कर्जे घेणे जास्त पसंत करतात. त्यामुळे बँक दर हा कर्जावरचा दर बनतो अथवा पुनर्वित्त सुविधेचा दर बनतो. त्यामुळे बँकदर धोरण फारसे प्रभावी होत नसल्याचे दिसते.

रिझर्व्ह बँकेचे तंत्र आणि पुनर्वित्तासाठी विवेकशील नियंत्रण हे बँकांना आणि वित्तीय संस्थांना देण्यासाठी नियम आणि नियंत्रणाला अनुसरून कर्ज निधीचा वापर केला जातो. बँक दराचे धोरण परिणामकारक होण्यासाठी पुढील उपाययोजना हवी - १) व्यापारी बँकांनी पुनर्वटावणीची सुविधा वापरली पाहिजे.

२) बँकांनी आपल्याकडे आवश्यकतेपेक्षा जादा निधी ठेवू नये.

३) बँकांनी आपल्याकडे आवश्यक इतके कर्ज - दस्तऐवज आपल्याकडे ठेवावेत. म्हणजे गरजेनुसार वटवू शकतात.

भारतातील बँक दराचे प्रमाण (१९५० - २००४)

वर्ष	बँक दर %	रोख राखीव निधी(CR%)	वैधानिक तरलता प्रमाण (SLR%)	राखीव बँक निधीवर व्याज
१९५०	३	३	२०	-
१९५१-५६	३.५	३	२०	-
१९५७	३.५ ते ४	३	२०	-
१९५८-६२	४	३	२०	-
१९६३	४.५	३	२०	-
१९६४	४.५ ते ५	३	२० ते २५	-
१९६५	५ ते ६	३	२५	-
१९६६-६७	६	३	२५	-
१९६८	५	३	२५	-
१९६९-७०	५	३	२५-२६-२७-२८	-
१९७१-७२	६	३	२८,२९,३०	-
१९७३	६-७	३,५,६,७	३०,३२	४.७५
१९७४	७-९	७,५,४.५,४	३२,३३	४.७५ ते ५.२५
१९७५-८०	९	४-५-६	३३, ३४	५.२५ ते ७
१९८१	१०	६,६.५,७,७.५	३४,३४.५,३५	६.५ ते ७
१९८२	१०	७,७.५,७	३५	६.५ ते ७
१९८३	१०	७, ७.५, ७	३५	८
१९८४	१०	८.५ ते ९	३५, ३५.५, ३५	९ ते १०
१९८५	१०	९	२७	१० ते १०.५
१९८९	१०	११-१५	३८	दुहेरी दर
१९९०	१०	१५	३८ ते ३८.५	१०.५
१९९१	११-१२	१५ आकारणी	वेगवेगळे दर आकारणी	वेगवेगळे दर
१९९३	१२	१५,१४.५,१४ आकारणी	वेगवेगळे दर आकारणी	वेगवेगळे दर

वर्ष	बँक दर %	रोख राखीव निधी(CR%)	वैधानिक तरलता प्रमाण (SLR%)	राखीव बँक निधीवर व्याज
१९९६	१२	१४,१३.५,१०.५ आकारणी	वेगवेगळे दर आकारणी	वेगवेगळे दर
१९९७-९८	१२,११, १०,९	१०.५, ९,१५	वेगवेगळे दर आकारणी	वेगवेगळे दर आकारणी
२००१	७	७.५	२५	बँक दराइतकाच ६%
२०१२	९.५	४.२५	२३	-

रिझर्व्ह बँकेच्या मुद्रानियंत्रणातील बदलाच्या तक्त्यावरून पुढील निष्कर्ष काढता येतात.

१) १९५१ पासून २००४ पर्यंत बँक दरातला बदल ३% दरावरून १०% गेला. २०१२ मध्ये ९.५% इतका करण्यात आला.

२) १९८० च्या काळात बँकांचा व्याजदर बदलला; पण बँक दरात बदल झाला नाही.

३) वारंवार बदल करण्याच्या धोरणाऐवजी कोटा अथवा क्षेत्रीय वेगवेगळे दर पद्धत हा नवीन उपक्रम राबविला जावा आणि निव्वळ तरलता प्रमाण पद्धतीमुळे बँक दरात वारंवार बदल होत आहेत.

२) खुल्या बाजारांतील रोख्यांची खरेदी-विक्री (Open Market Operation)

ही पतनियंत्रण पद्धत खूप उशिरा विकसित झाली आहे. ज्या वेळेला बँक दरातील बदल परिणामकारक ठरले नाहीत तेव्हा या पद्धतीचा वापर उपयुक्त ठरला असल्याचे दिसते.

खुल्या बाजाराचा अर्थ

रिझर्व्ह बँकेमार्फत सरकारी रोख्यांच्या खरेदी - विक्रीचे व्यवहार ज्या बाजारात होतात त्याला ढोबळमानाने खुला बाजार असे संबोधिले जाते.

सूक्ष्म अर्थ घ्यायचा असेल तर रिझर्व्ह बँकेकडून सरकारी रोख्यांच्या खरेदी-विक्रीपुरताच हा अर्थ सीमित आहे.

याचा वापर रिझर्व्ह बँकेकडून बाजारातील पतनियंत्रणावर केला जातो तेव्हा त्याला खुल्या बाजारातील परिचालन असे म्हणतात.

स्वरूप :

व्यापारी बँकांच्या राखीव निधीवर परिणाम करण्यासाठी मध्यवर्ती बँक आपल्याकडील सरकारी रोख्यांची खरेदी - विक्री करते आणि त्यातून बँकांच्या पतनिर्मितीच्या अधिकारांवर मर्यादा आणते.

ज्या वेळेला मध्यवर्ती बँक सरकारी रोख्यांची विक्री व्यापारी बँका आणि व्यक्तींना करते तेव्हा पैसा रिझर्व्ह बँकेकडे वळविला जातो. व्यक्ती जेव्हा राखे खरेदी करतात, तेव्हा ते चेकद्वारे बँकेतून पैसे काढतात त्यामुळे व्यापारी बँकांच्या ठेवी कमी होतात. त्याचा परिणाम असा होतो की, व्यापारी बँकांकडे कर्जासाठी उपलब्ध असणारा कमी होतो आणि त्यामुळे साहजिकच पतनिर्मिती कमी होते. त्यामुळे मध्यवर्ती बँकेला पतनिर्मिती कमी करायची असते तेव्हा ते आपल्याकडील रोख्यांची विक्री करतात आणि ज्या वेळेला बँकांची पतनिर्मिती वाढवायची असेल तेव्हा ते रोखे खरेदी करतात. यामुळे बँकेच्या रोख निधीमध्ये भर पडून पतनिर्मितीची त्यांची क्षमता वाढते.

अशा प्रकारे मध्यवर्ती बँक तेजीच्या काळात कर्जरोख्यांची विक्री करतात, तर मंदीच्या काळात कर्जरोख्याची खरेदी करून पतनियंत्रण केले जाते.

खुल्या बाजारातील रोख्यांची ही खरेदी - विक्री तेव्हाच यशस्वी होते जेव्हा पुढील अटींचे पालन होते.

१) विकसित नाणे / मुद्रा बाजार आणि भांडवल बाजाराचे अस्तित्व.

२) व्यवहार करण्यासाठी सरकारी रोख्यांची मुबलक संख्या.

३) रिझर्व्ह बँकेकडे विक्री आणि खरेदीसाठी भरपूर रोख साठा आणि रोखे.

४) खुल्या बाजारातील बदल हे व्यापारी बँकांच्या रोख निधीवर परिणाम करतात.

रिझर्व्ह बँकेचे खुल्या बाजारातील व्यवहार

रिझर्व्ह बँकेच्या कायद्याप्रमाणे विभाग १७ (८) नमूद केल्याप्रमाणे रिझर्व्ह बँकेला सरकारी रोखे, ट्रेझरी बिले आणि इतर रोखे यांच्या खरेदी-विक्रीचे सर्व अधिकार आहेत. तसेच ते अल्प मुदतीचे व्यापारी बिलांचीही खरेदी - विक्री करू शकतात.

रिझर्व्ह बँकेने हे हत्यार कैक वर्षे वापरले नाही. याचे एकमेव कारण म्हणजे भारतातील बिल बाजार हा अविकसित राहिला आहे. तसेच रिझर्व्ह बँकेकडून विक्रीसाठी काढलेले सरकारी रोखे हे बहुतांशी व्यापारी बँका आणि विमा कंपन्याच खरेदी करतात. त्यामुळे खुल्या बाजारातील ही विक्री या दोन संस्थांपुरतीच मर्यादित राहिलेली होती.

गेल्या दोन दशकांत रिझर्व्ह बँकेने यात आवश्यकतेनुसार बदल केला आहे. म्हणजे एखादे कर्ज विकत घेणे त्याबरोबरच दुसऱ्याची विक्री करणे आणि उलटपक्षी ही क्रिया

करणे होय. आता रिझर्व्ह बँक कोणतेही रोखे पैसे देऊन विकत घेत नाही. ते रोख्याच्या विक्रीची अदलाबदल करतात. यामुळे बाजारात अमर्यादित तरलता राहत नाही.

मर्यादा :

१) यासाठी चांगल्या विकसित झालेल्या नाणेबाजाराची आणि भांडवलबाजाराची गरज आहे. त्यामुळे कमी विकसित देश रिझर्व्ह बँकेप्रमाणे ही पद्धत परिणामकारकरीत्या राबवू शकत नाहीत.

२) याची परिणामकारकता पुढील गोष्टींवर अवलंबून आहे.

अ) रिझर्व्ह बँकेकडे रोख्यांची भरपूर उपलब्धता.

ब) व्यापारी बँकांनीही आपल्याकडे भरपूर रोखे ठेवले पाहिजेत.

याशिवाय खुल्या बाजारातील परिचालन परिणामकारकरीत्या चालू शकत नाही.

क) खुल्या बाजारातील व्यवहारांची माहिती व कौशल्यपूर्ण ज्ञान आवश्यक आहे.

(३) राखीव निधीच्या प्रमाणात बदल करणे

(Changes in Cash Reserve Ratio) :

मध्यवर्ती बँक रोख राखीव निधीच्या प्रमाणात वाढ किंवा घट करून देशातील एकूण पतपुरवठ्यावर नियंत्रण ठेवू शकते. प्रत्येक देशातील बँकांनी आपल्याकडे जमा झालेल्या ठेवींची काही विशिष्ट रक्कम मध्यवर्ती बँकेत ठेवली पाहिजे, असे कायदेशीर बंधन बँकेवर असते. या प्रमाणालाच रोख राखीव निधीचे प्रमाण असे म्हणतात.

पतनियंत्रणाचे आणखी एक महत्त्वाचे हत्यार म्हणजे 'बदलते राखीव निधी प्रमाण' हे होय. पहिल्यांदा अमेरिकेत वापरले गेले आणि नंतर इतर राष्ट्रांनी सुरू केले.

बदलते राखीव निधी रिझर्व्ह बँकेकडे व्यापारी बँकांना आपल्या ठेवीच्या प्रमाणात एका ठराविक % मध्ये रोख राखीव निधी ठेवावा लागतो. या निधीमध्ये होणाऱ्या बदलांमुळे कर्जाच्या प्रमाणात मुद्रा पुरवठ्याच्या आकारात बदल होतो. याला 'अस्थिर निधी' असे संबोधिले जाते.

भारतातील रोख निधी प्रमाण बदल : हा निधी भारतात दोन प्रकारात ठेवला जातो.

१) रोख राखीव निधी (Cash Reserve Ratio)

२) वैधानिक तरलता प्रमाण (Statutory Liquidity Ratio)

रोख निधी प्रमाण बदलाच्या मर्यादा

खुल्या बाजारातील व्यवहारापेक्षा ही पद्धत जादा किफायतशीर आहे. तरीही याला पुढीलप्रमाणे मर्यादा आहेत.

१) जरी कर्ज देण्यासाठी बँकांकडे भरपूर निधी असला तरी बँकांना आपल्या कर्जवितरणाचा विस्तार करण्यापासून ते रोखते.

२) रिझर्व्ह बँकेकडे असलेला निधी तसाच पडून असल्याने त्याचा बँकांच्या नफ्यावर परिणाम होतो.

अ) रोख राखीव निधी प्रमाण (CRR)

मध्यवर्ती बँकेने निर्देशित केलेले किमान प्रमाण आहे. या प्रमाणानुसार रिझर्व्ह बँकेकडे रोख/तरल प्रमाणात किमान निधी ठेवावा लागतो.

पतनियंत्रणाचे काम परिणामकारकरीत्या होण्यासाठी रिझर्व्ह बँक हे हत्यार वापरत असते. हे प्रमाण १९६२ पर्यंत स्वतंत्ररीत्या निश्चित केले जात असे. देय मागणीच्या ते ५% होते आणि मुदत मागणीच्या २%. १९६२ मध्ये रिझर्व्ह बँकेच्या कायद्यात बदल झाल्याप्रमाणे किमान ३% आणि कमाल १५% असे प्रमाण ठरविले गेले आणि तेही एकूण देय आणि मुदत ठेवीच्या प्रमाणात होते.

हा रोखता निधी सर्व अनुसूचित बँक, गैर अनुसूचित बँका, सहकारी बँका, क्षेत्रीय ग्रामीण बँकांना किमान ३% आहे. अनिवासी भारतीयांच्या भारतातील बँक ठेवीवरही हे प्रमाण लागू आहे; जर एखाद्या बँकेने प्रमाण पाळले नाही तर बँक दराच्या वर ३% दंडात्मक व्याज पहिल्या आठवड्यात वापरले जाते. तसेच या चुकार बँकांना पुनर्वित्त सुविधा नाकारल्या जाऊ शकतात.

१९७० ते १९८० या काळात हे हत्यार रिझर्व्ह बँकेकडून वारंवार वापरले गेले आणि त्यामुळे चलनवाढ रोखण्यास मदत झाली. १९८० च्या दशकात तरलतेच्या वाढीवर नियंत्रण ठेवण्यासाठी रिझर्व्ह बँकेने हे प्रमाण १०% वरून १५% पर्यंत वाढविले आणि चार वर्षे त्यात कोणताही बदल केला नाही.

नरसिंहम समितीने आपल्या अहवालात याबद्दल लिहिले आहे की, 'रोखता निधीमुळे बँकांच्या नफ्यावर आधारित विपरीत परिणाम होतो आणि त्यामुळे बँकांना व्याजाचे दर जास्त ठेवावे लागतात. परिणामी, रोखता निधीचे प्रमाण हळूहळू कमी होऊ लागते आणि जून २००३ मध्ये ते ४.५% पर्यंत येऊन ठेपले होते. उदारीकरणाचा हा परिणाम होय. जानेवारी २०१३ मध्ये CRR ४ टक्के केले गेले.

ब) वैधानिक तरलता प्रमाण (SLR)

रोखता निधीबरोबरच बँकांना वैधानिक निधीचे प्रमाणही सांभाळावे लागते.

व्याख्या : भारतीय रिझर्व्ह बँकेच्या कायद्यांप्रमाणे आणि बँकिंग विनिमय कायद्याप्रमाणे सर्व व्यापारी बँकांनी रोख, सोने, तारण नसलेले रोखे, मागणी स्वरूपात

नाणी आणि देयच्या किमान २५% ठेवले पाहिजेत. हे रोखता राखीव निधीला सोडून असतील.

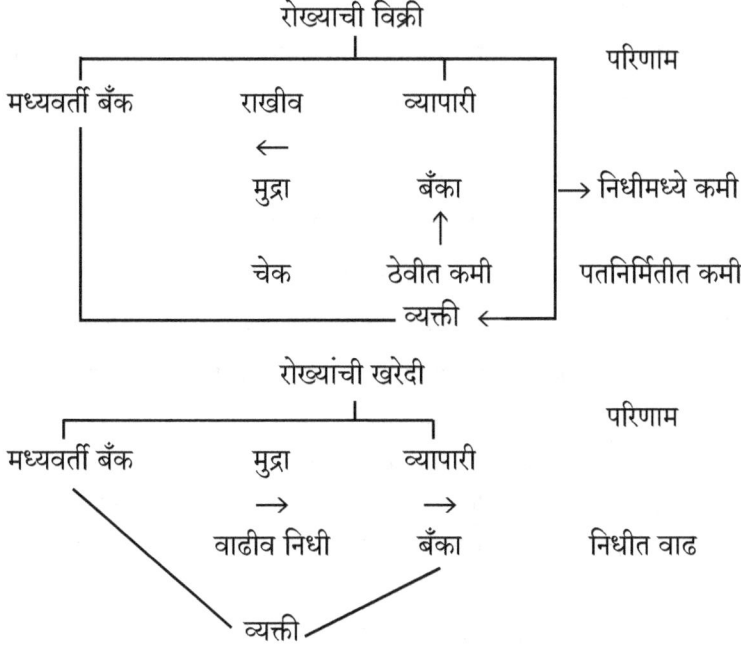

रोख्याची विक्री

रोख्यांची खरेदी

वैधानिक तरलता प्रमाण ठेवण्यामागचे तीन प्रमुख हेतू आहेत.

१) कर्जवाढीवर मर्यादा आणणे.

२) बँकांची गुंतवणूक रोख्यांमध्ये वाढविणे.

३) बँकांची पत वाढविणे.

रोखता आणि तरलता निधी हा सर्व व्यापारी बँका, सहकारी बँकांना ठेवावा लागतो; पण गैर अनुसूचित बँका, क्षेत्रीय ग्रामीण बँका यांना एका ठराविक म्हणजे २५% पर्यंतच ठेवावा लागतो. ऑगस्ट २०१२ मध्ये तो २३ टक्के केला गेला.

रिझर्व्ह बँकेच्या १९६२ च्या कायद्यातील बदलामुळे रिझर्व्ह बँकेला तरलता प्रमाण २५% हून ४०% पर्यंत वाढविण्याचा अधिकार मिळाला.

सप्टेंबर २००८ च्या मध्यापासून महामंदीची चर्चा सुरू झाली. सोमवार दि. १५ सप्टेंबर २००८ हा दिवस जागतिक वित्तीय संस्थेच्या विशेषत: अमेरिकेच्या वॉल स्ट्रीटच्या दृष्टीने अशुभ किंवा काळा दिवस मानला जातो. त्यापूर्वीच्या सप्ताहात मोठ्या गुंतवणूक कंपन्यांनी दिवाळखोरीची परवानगी मागितली होती. तसेच अमेरिकेतील निकृष्ट घरकर्ज घोटाळे प्रचंड प्रमाणात वाढले आणि जगातील सर्वच चलन बँकिंग व भांडवल बाजारपेठा

त्यात अधिकाधिक गुंतत, रुतत, अखेरीस बुडत गेल्या. याच काळात रुपयाच्या तुलनेत डॉलर सतत वधारतच गेला. ३९ रुपयांना मिळणारा डॉलर ४७ रुपयांपर्यंत वाढला. हे सर्व अल्पकाळात घडले.

जागतिक मंदीचा परिणाम भारतातील उद्योग-व्यवसायावर होऊ लागला. त्यासाठी सरकारने काही उपाययोजना केल्या. त्यानंतर जानेवारी २००९ रोजी रिझर्व्ह बँकेने तसेच सरकारने दुसरा टप्पा जाहीर केला. त्यानुसार रेपो दर ५.५ टक्के करण्यात आला. रिझर्व्ह रेपो दर ४ टक्के करण्यात आला. रोख राखीव निधी प्रमाण आणखी अर्ध्या टक्क्याने कमी करण्यात आले (पाच टक्के) तसेच इतरही उपाययोजना आखल्या. फेब्रुवारी २०१३ मध्ये रेपोदर ७.७५ टक्के तर रिव्हर्स रेपो दर ६.७५ टक्के इतका करण्यात आला.

ब) पतनियंत्रणाची गुणात्मक साधने (Qualitative Credit Controls) :

जेव्हा देशात पैशाचा पुरवठा मर्यादित असतो व त्याचा जास्तीत जास्त चांगल्या कारणासाठी उपयोग होणे आवश्यक असते तेव्हा गुणात्मक साधने उपयोगी ठरतात. 'पतनियंत्रणाची जी साधने पतपैशाच्या उपयोगावर किंवा त्याच्या वापरावर नियंत्रण करण्याच्या दृष्टीने उपयुक्त ठरतात, अशा साधनांना गुणात्मक पतनियंत्रणाची साधने म्हणतात. अर्थव्यवस्थेत अनावश्यक क्षेत्राकडून आवश्यक क्षेत्राकडे पतपैशाचा ओघ वळविणे हे गुणात्मक पतनियंत्रणाचे कार्य असते.

गुणात्मक पतनियंत्रण ही एक अशी पतनियंत्रण पद्धत आहे की, ज्यामुळे अर्थव्यवस्थेच्या एखाद्या क्षेत्रातील अथवा उप-क्षेत्रातील त्याच्या वापराबाबत आणि हेतूबाबत निर्देश दिला जातो. पतनिर्मितीच्या वापरात या पद्धतीत नियंत्रण घातले जाते.

या पद्धतीला निवडक पतनियंत्रण पद्धती असेही संबोधिले जाते. कारण यात कर्जाच्या हेतूप्रमाणे नियम आणि कायदे यांच्यात फरक केला जातो; उदा. रिझर्व्ह बँकेच्या पतनियंत्रणाच्या धोरणात शेतीसाठी वेगवेगळ्या अटी असू शकतात आणि उद्योगासाठी वेगळ्या असू शकतात. तसेच या दोन्ही क्षेत्रांसाठी वेगवेगळा तारण कर्ज फरक ठरविला जातो.

गुणात्मक पतनियंत्रणाची गरज

१) बँकेच्या कर्जाच्या उपयोगाबाबत आवश्यक आणि अनावश्यक क्षेत्र असा फरक करणे.

२) त्यामुळे अनावश्यक क्षेत्रांसाठी कर्ज देण्याबाबत अधिक नियम / नियंत्रण ठेवणे व त्या क्षेत्राचा कर्जपुरवठा बंद किंवा कमी करणे.

३) कर्जाचा हेतू आणि व्याप्ती यांचा वेळोवेळी अभ्यास परिणाम ठरविणे.

गुणात्मक पतनियंत्रणामध्ये कर्जाची गुणवत्ता ठरविण्याचा उद्देश असतो. याचा अर्थ

असा की, उत्पादक क्षेत्राकडे जास्तीत जास्त कर्ज प्रमाण वळविणे असा उद्देश असतो. अशा निर्देशामुळे अर्थव्यवस्थेतील चलनवाढीवर नियंत्रण ठेवता येते. त्याचबरोबर कर्जाचा गैरवापर होणे टाळले जाते. (विशेष करून सट्टेबाजीसारख्या क्षेत्राला कर्ज देणे.)

गुणात्मक पतनियंत्रणाची साधने पुढीलप्रमाणे आहेत –

१) कर्ज तारण यातील गाळा किंवा अंतर बदल
(Changes in Margin Requirement)

ज्या वेळेला एखाद्याला व्यापारी बँका कर्ज देतात तेव्हा त्या व्यक्तीला बँकेकडे या कर्जापोटी तारण ठेवावे लागते. हे तारण कर्जाच्या रकमेपेक्षा जास्त असते. कर्जाची रक्कम आणि तारण ठेवलेल्या वस्तूच्या किमतीतील फरक याला गाळा (Margin) असे संबोधिले जाते. हा गाळा कर्जासाठी सुरक्षा म्हणून ठेवला जातो; जर कर्जदाराने कर्ज वेळेवर परत केले नाही अगर थकविले तर या तारणाची विक्री करून बँक आपले कर्ज वसूल करते. उदा. एखाद्या बँकेने रु. ५,०००/- कर्ज दिले, तर त्यापोटी ते रु. ६,०००/- चे तारण घेतात. हा एक हजार रुपयांचा फरक हे अंतर म्हणून समजले जाते.

रिझर्व्ह बँकेकडून निश्चित केलेल्या या अंतराचा वापर ते पतनिर्मितीसाठी करतात आणि त्याचा वापर रिझर्व्ह बँकेला ज्या ठिकाणी आवश्यक वाटतो तेथे केला जातो. ज्या क्षेत्रात कमी अंतर ठेवले जाते आणि ज्या क्षेत्रात रिझर्व्ह बँकेला जास्त कर्जपुरवठा केला जावा असे वाटते, जेथे प्रमाण अधिक असते त्या क्षेत्राला कमी पतपुरवठा केला जातो. अशा अंतराच्या जादा प्रमाणामुळे ही कर्जे घेणे महाग ठरते. त्यामुळे कर्जदार असे कर्ज घेणे टाळतात.

रिझर्व्ह बँकेच्या पतनियंत्रण धोरणामुळे कर्जाचा ओघ ज्या क्षेत्राला जाणे आवश्यक असतो तेथे जातो आणि इतर अनावश्यक क्षेत्राला तो हवा तसा मिळत नाही. अशा तऱ्हेने पतवापरावर नियंत्रण घातले जाते.

२) कर्जाच्या वाटपावर नियंत्रण : व्यापारी बँकांना किती कर्जे द्यावीत, हे मध्यवर्ती बँक ठरवून देते. देशातील शेती, उद्योग, व्यापार इ. क्षेत्रांना एकूण कर्जाच्या किती प्रमाणात कर्जे द्यावीत हे ठरवून देते; म्हणून त्याला कर्जवाटपावर नियंत्रण म्हटले जाते.

फर्निचर, वॉशिंग मशिन, टेलिव्हिजन, वाहने आदी वस्तू विकत घेण्यासाठी ग्राहक कर्जाची योजना केली आहे. रिझर्व्ह बँक या कर्जविषयक धोरणांवर नियंत्रण ठेवण्यासाठी पुढील योजना आखते-

१) रोखीने खरेदी.
२) व्याजदर सवलती.

३) मुदतीचा कालावधी व त्यातील बदल.

उदा. रिझर्व्ह बँकेला संगणकाच्या खरेदीसाठी कर्जाचा ओघ वाढावा असे वाटत असेल तर ते या कर्जासाठी व्याजदर कमी ठेवतील. मुदतीचा कालावधी वाढवतील, तसेच रोखीने खरेदी केल्यास किमतीत सवलत मिळते आणि त्याबरोबर उधारीसाठी लागणारा खर्च कमी होईल. यामुळे अधिक कर्जदार संगणकासाठी कर्ज घेण्यासाठी प्रोत्साहित होतील आणि व्यापारी बँकांना त्यांच्या कर्जाचा ओघ एका निश्चित क्षेत्राच्या उपयोगासाठी आणि वाढीसाठी करता येईल.

जर एखाद्या क्षेत्रासाठी कर्ज द्यायचे नसेल तर त्याच्या रोखीने खरेदीसाठी कर्ज गाळा वाढवतील, व्याजाचा दर वाढविला जाईल आणि मुदतीचा कालावधीही कमी केला जाईल. यामुळे कर्जदार अशा क्षेत्रातील कर्ज घेण्यास नाखूश असतो. त्यातून पतनियंत्रण साध्य होते.

वरील उदाहरणामुळे रिझर्व्ह बँक कर्जविषयक धोरणाचे कशा प्रकारे नियंत्रण करते, हे स्पष्ट होते. यामुळे अर्थव्यवस्थेतील आवश्यक आणि उपयुक्त घटकांना प्रोत्साहन मिळते. ही पद्धत अधिक विकसित देशांपेक्षा अविकसित देशांत जास्त वापरली जाते.

३) निर्देश देणे : व्यापारी बँकांना कर्जविषयक धोरणाबाबत रिझर्व्ह बँकेकडून वेळोवेळी निर्देश मिळत असतात. हे निर्देश 'असे करा' आणि 'असे करू नका' अशा स्वरूपाचे असतात. हे निर्देश बँकांचे नैतिक आणि आर्थिक कर्तव्य आणि जबाबदारीवर प्रकाश टाकतात. या निर्देशामागे रिझर्व्ह बँकेची एक निश्चित आणि ठाम भूमिका असते आणि त्याचे परिचालन अशा स्वरूपाचे असते की, व्यापारी बँकांना त्याचे पालन करून रिझर्व्ह बँकेचे समाधान करावे लागते.

४) प्रसिद्धी : रिझर्व्ह बँकेकडून वेळोवेळी वेगवेगळ्या प्रकारचे अहवाल, नियतकालिके, सांख्यिकी अहवाल प्रकाशित होत असतात. त्यामध्ये मुद्रा बाजार, भांडवल बाजार आणि सर्वसाधारण आर्थिक परिस्थितीवर प्रकाश टाकून भाष्य केले जाते. त्याबरोबरच भारतातील बँकांच्या कामगिरीवरही लिहिलेले असते. ही प्रकाशने व्यापारी बँकांना मार्गदर्शक स्वरूपात काम करतात. त्याप्रमाणे या बँका आपली ध्येयधोरणे आर्थिक परिस्थितीनुसार ठरवू शकतात. तसेच या प्रकाशनामुळे सर्वसाधारण जनतेला भारतातील विविध बँकांची कामगिरी आणि बाजाराविषयी माहिती समजू शकते. त्यामुळे आपल्या पैशाची कोठे गुंतवणूक करायची की, ज्यामुळे तो १००% सुरक्षित राहील, याची खात्री त्यांना होते. अशा प्रकारे कर्जाचा ओघ आणि नियंत्रण रिझर्व्ह बँक ठरवू शकते.

५) नैतिक आवाहन : व्यापारी बँकांना वेळोवेळी असे नैतिक आवाहन करून राष्ट्रीय ध्येयधोरणाशी सुसंगत कार्य करण्यासाठी रिझर्व्ह बँक सातत्याने प्रयत्न करत असते.

यामुळे एखाद्या धोरणाचा पाठपुरावा केला जातो अथवा नको असलेले धोरण टाळले जाते. राष्ट्राच्या परिस्थितीवर आधारित रिझर्व्ह बँक व्यापारी बँकांना त्यांच्या कर्तव्याविषयी जाणीव करून देते.

उदा. मंदीच्या परिस्थितीत व्यापारी बँकांनी अधिक कर्ज कमी व्याजदरावर द्यावे, असे आवाहन रिझर्व्ह बँक करत असते. त्यासाठी तारण घेण्याच्या अटीही शिथिल केल्या जातात. याउलट तेजीच्या काळात बँका नमूद केलेल्या अशा धोरणापासून नफा मिळणार असूनही दूर जातात.

अशा नैतिक आवाहनात बँकांना पत्र लिहिणे, त्यांच्याबरोबर बैठका घेणे आणि त्यांना राष्ट्रीय धोरणाशी आणि आर्थिक व्यवस्थेशी सुसंगत असे कर्ज धोरण राबविणे या बाबी समाविष्ट आहेत.

रिझर्व्ह बँक पुढील बाबींसाठी बँकांना निर्देश देत असते.

१) कोणत्याही प्रकारचे कर्ज देणे अथवा न देणे, कर्ज-हेतू ध्यानात ठेवून कर्ज धोरणाचे मार्गदर्शन.

२) यासाठी कर्ज तारण अंतर किंवा फरक ठरविणे.

३) एखाद्या क्षेत्राला जास्तीत जास्त कर्ज दिले जावे याची निश्चिती करणे.

४) बँकेने जास्तीत जास्त रकमेची हमी एखाद्या कंपनीला द्यावी हे ठरविणे.

५) कर्जासंबंधी व्याजदर आणि इतर अटी ठरविणे.

नैतिक आवाहन ही एक परिणामकारक पद्धत आहे की ज्यामुळे,

अ) यामुळे कोणताही मानसिक दबाव अथवा दरारा/धाक निर्माण न करता व्यापारी बँकांना सुसंगत निर्णय घेण्याचे आवाहन करते. त्यामुळे कोणत्याही प्रकारचे गोंधळाचे वातावरण निर्माण होत नाही.

ब) मध्यवर्ती बँकांचे असे आवाहन केवळ व्यापारी बँकांपुरते मर्यादित नसून ते इतर संस्थांना आणि बिगर बँकिंग संस्थांनाही लागू असते.

६) प्रत्यक्ष कारवाई : रिझर्व्ह बँक अशा नैतिक आवाहनाद्वारे बँकांना काही नियम, कायदा आणि ध्येयधोरणांशी सुसंगत वागण्यासाठी सांगत असतात. तरीही काही बँका अशा आवाहनाकडे दुर्लक्ष करतात, तेव्हा रिझर्व्ह बँक अशा चुकार बँकांवर कठोर कारवाई करते.

अशी कारवाई म्हणजे या चुकार बँकांना वटणावळ अथवा पुनर्वटणावळ सुविधा नाकारणे. सर्वसाधारणपणे व्यापारी बँका अशा निर्देशांचे काटेकोर पालन करण्याचा प्रयत्न करतात. त्यामुळे रिझर्व्ह बँकेला अशी कारवाई करण्याचे प्रसंग येत नाहीत; कारण रिझर्व्ह बँकेला शेवटचा त्राता मार्गदर्शक व मदतगार म्हणून समजले जाते.

रिझर्व्ह बँकेची १९९१ नंतरची गुणात्मक पतनियंत्रण पद्धती

व्यापारी बँकाच्या कर्जविषयक धोरणांवर नियंत्रण ठेवण्यासाठी रिझर्व्ह बँक वेळोवेळी निर्देश देत असते. रिझर्व्ह बँकेला हे अधिकार बँकिंग विनिमय कायदा १९४९ द्वारे प्राप्त झालेले असतात. प्राप्त झालेल्या या अधिकारानुसार रिझर्व्ह बँक गुणात्मक नियंत्रणाची पद्धत वापरते आणि साठेबाजी / सट्टेबाजीपासून रोखण्याचे प्रयत्न करून जीवनावश्यक वस्तूंची किमतवाढ रोखली जाते. हे नियंत्रण सर्व अनुसूचित व्यापारी बँका, खासगी बँका यांना लागू आहे. पुढील तक्त्यात त्यांची थोडक्यात माहिती दिली आहे.

भारतातील गुणात्मक नियंत्रण

भारतातील गुणात्मक पतनियंत्रण पद्धती	१)	दुरावा निश्चित करणे
	२)	कमी व्याजदर ठरविणे
	३)	विभेदक व्याजदर नीती
	४)	नैतिक आवाहन आणि प्रसिद्धी

वरील तक्त्यानुसार रिझर्व्ह बँक तीन प्रकारे गुणात्मक नियंत्रणपद्धती राबवीत असते :

१) काही ठराविक वस्तूंबाबत कमीत कमी दुरावा ठेवणे.

२) काही विशिष्ट कारणास्तव कर्जाच्या रकमेवर नियंत्रण ठेवणे.

३) काही प्रकारच्या कर्जाबाबत विभेदक व्याजदराचा (DRI) अवलंब करणे.

रिझर्व्ह बँक ज्या वेळेस अशा गुणात्मक नियंत्रणपद्धतीचा अवलंब करते त्या वेळेस उत्पादक कामातून निर्माण होणाऱ्या वस्तूंच्या निर्यातीसाठी आणि वाहतुकीवर परिणाम होणार नाही याचीही काळजी घेते.

प्रश्न

प्र. १. खालील प्रश्नांची प्रत्येकी १०० शब्दांत उत्तरे लिहा.

१) रिझर्व्ह बँक ऑफ इंडियाचा विकास थोडक्यात सांगा.

२) रिझर्व्ह बँक ऑफ इंडियाची कार्ये थोडक्यात सांगा.

३) रिझर्व्ह बँकेची पैशाची मापने सांगा.

४) चलनविषयक धोरण म्हणजे काय?

५) पतनियंत्रण म्हणजे काय?

६) संख्यात्मक पतनियंत्रण म्हणजे काय?

प्र. २. खालील प्रश्नांची प्रत्येकी २०० शब्दांत उत्तरे लिहा.

१) रिझर्व्ह बँक ऑफ इंडियाचा विकासाचे विवेचन करा.

२) रिझर्व्ह बँक ऑफ इंडियाची कार्ये स्पष्ट करा.

३) पतनियंत्रणाची उद्दिष्टे सांगा.

४) पतनियंत्रणाची संख्यात्मक साधने स्पष्ट करा.

५) पतनियंत्रणाची गुणात्मक साधने स्पष्ट करा.

६) चलनविषयक धोरण म्हणजे काय? चलनविषयक धोरणाची उद्दिष्टे स्पष्ट करा.

प्र. ३. खालील प्रश्नांची ४०० शब्दांत उत्तरे लिहा.

१) रिझर्व्ह बँक ऑफ इंडियाची कार्ये सांगा.

२) चलनविषयक धोरण म्हणजे काय? चलनविषयक धोरणाची उद्दिष्टे स्पष्ट करा.

३) पतनियंत्रणाची संख्यात्मक आणि गुणात्मक साधने स्पष्ट करा.

४) रिझर्व्ह बँकेची पैशाची मापने स्पष्ट करा.

प्र. ४. टीपा लिहा –

१) रिझर्व्ह बँक ऑफ इंडियाचा विकास

२) रिझर्व्ह बँकेची पैशाची मापने

३) चलनविषयक धोरण

४) पतनियंत्रणाची साधने

प्रकरण ८

भारतातील सहकारी बँक व्यवसाय

(Co-operative Banking in India)

८.१ प्रास्ताविक
८.२ भारतातील सहकारी बँक व्यवसायाची रचना
८.३ सहकारी कायदा क्षेत्रासाठी ९७ वी घटना दुरुस्ती
८.४ राष्ट्रीय कृषी व ग्रामीण विकास बँकेची उद्दिष्टे, कार्ये आणि कार्यप्रणाली
८.५ सहकारी बँक व्यवसायापुढील आव्हाने

८. १ प्रास्ताविक

देशातील अर्थव्यवस्थेच्या विविध क्षेत्रांत उदा. शेती, व्यापार, उद्योग, सेवा इ. कर्जपुरवठा करणाऱ्या बँकांचे व्यापारी बँका आणि सहकारी बँका असे सर्वसाधारणपणे वर्गीकरण केले जाते. या बँकांचे व्यवस्थापन, संघटन व कार्यपद्धती ठरविणारे कायदे, नियम वेगवेगळे असले तरी या सर्वांवर मध्यवर्ती बँकेचे म्हणजेच रिझर्व्ह बँकेचे नियंत्रण असते.

व्यापारी बँका व परदेशी बँका मुख्यत: संघटित औद्योगिक क्षेत्रास पतपुरवठा करतात, तर सहकारी बँका प्रामुख्याने विस्तीर्ण ग्रामीण भागातील शेती व तत्सम असंघटित क्षेत्रास कर्जपुरवठा करतात. त्यामुळे सहकारी बँक व्यवसायास ग्रामीण भागात पतपुरवठा व बचतीचे संचलन करण्याचे अवघड परंतु महत्त्वाचे काम करावे लागते.

भारतात सहकारी संस्था या स्वातंत्र्यपूर्व काळापासून अस्तित्वात आहेत. सहकारी संस्था ही काही समविचारी व्यक्तींनी एकत्र येऊन निश्चित स्वरूपाच्या कल्याणकारी हेतूसाठी स्थापन केलेली संघटना होय. १९०४ साली सहकारी कायदा संमत झाला.

त्यामुळे भारतात सहकारी चळवळीची जोमाने सुरुवात होण्यास मदत झाली. स्वातंत्र्यानंतर ब्रिटिश काळाप्रमाणेच या चळवळीवर सरकारचे नियंत्रण होते. सहकारी बँकांना शासनाचे रिझर्व्ह बँक व नाबार्डचे साहाय्य आहे. त्यामुळे तिचे स्वरूप स्वेच्छेने बनलेल्या संघटनेऐवजी ती सरकारपुरस्कृत चळवळ असे झाले आहे. १९६६ पासून या बँकांना बँक नियंत्रण कायदा लागू करण्यात आला आहे. स्वातंत्र्यानंतर शेती आणि ग्रामीण विकासाला भरीव अर्थ-साहाय्य करण्याचे काम या सहकारी बँका करीत आहेत. १९६९ पर्यंत या सहकारी संस्था/बँका छोट्या शेतकऱ्यांना अर्थ साह्य करून अनौपचारिक कर्ज देणाऱ्या संस्थेची जागा भरून काढत होत्या. १९६९ च्या व्यापारी बँकांच्या राष्ट्रीयीकरणानंतर सार्वजनिक क्षेत्रातील या बँकांमध्ये ग्रामीण विकासासाठी अर्थसाहाय्य करण्यास पुढे आल्या.

सहकारी बँकेची व्याख्या : पैसे कर्जाऊ देणे व घेणे, ठेवी स्वीकारणे. या संबंधित सर्व सेवा उपलब्ध करून देणे इ. कामे करणाऱ्या संस्थेस बँक असे म्हणतात. सहकारी बँक ही कार्ये सहकारी तत्त्वावर करते. कोणत्याही सरकारी संस्था मुख्यत: आर्थिकदृष्ट्या दुर्बल घटकांसाठी असल्याने सहकारी बँकांनी या घटकांच्या हितसंबंधांचे रक्षण केले पाहिजे.

डेव्हाईन यांच्या मते 'नियमित बचतीस प्रोत्साहन देणे आणि व्याजदर व परतफेड या बाबतीत सोईस्कर अटींवर लहान कर्जे देणे इ. साठी कामे करणाऱ्या लोकांनी स्वत:च्याच (लोकशाही) नियंत्रणाने आपापसात बनविलेली सहकारी संस्था म्हणजे सहकारी बँक होय.'

हेन्री वूल्फ यांच्या मते, 'सहकारी बँक ही अशी एक यंत्रणा किंवा संस्था आहे की, ज्या ठिकाणी गरीब लोकांबरोबर त्यांना मान्य असलेल्या तारणाच्या अटीवर श्रीमंतांच्या संरक्षणाचा आधार न घेता बँकिंग व्यवहार केले जातात.'

रिझर्व्ह बँक ऑफ इंडियाच्या कायद्यानुसार सहकारी बँकेची रचना त्रिस्तरीय अत्यंत प्राथमिक सहकारी बँक, जिल्हा मध्यवर्ती बँक व राज्य सहकारी बँक अशी केली आहे.

८.२ भारतातील सहकारी बँकेची रचना
(Structure of Co-operative Banking in India)

भारतातील सहकारी बँक व्यवसायाचा उगम व वाढ मुख्यत: शेती पतपुरवठा क्षेत्रातच झाल्याने सहकारी बँकांचे शेती, पतपुरवठा सहकारी बँका (Agricultural Credit Co-operative Societies) आणि बिगरशेती पतपुरवठा सोसायटी किंवा बँका अशी सर्वसाधारणपणे रचना केली जाते.

शेती पतपुरवठ्यात अल्प-मध्यम आणि दीर्घ मुदतीच्या कर्जपुरवठ्याला महत्त्व

असल्याने शेती पतपुरवठा सहकारी बँकांत रचनात्मक फरक आढळतो. हे लक्षात घेता सहकारी बँकांची पुढीलप्रमाणे रचना दिसून येते.

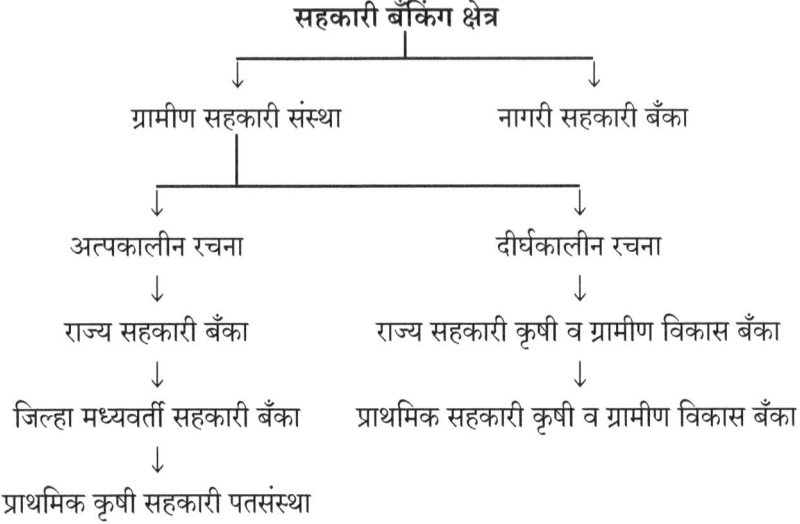

सहकारी बँकिंग क्षेत्र

↓ ग्रामीण सहकारी संस्था
↓ नागरी सहकारी बँका

ग्रामीण सहकारी संस्था:

↓	↓
अल्पकालीन रचना	दीर्घकालीन रचना
↓	↓
राज्य सहकारी बँका	राज्य सहकारी कृषी व ग्रामीण विकास बँका
↓	↓
जिल्हा मध्यवर्ती सहकारी बँका	प्राथमिक सहकारी कृषी व ग्रामीण विकास बँका
↓	
प्राथमिक कृषी सहकारी पतसंस्था	

१९५० मध्ये ग्रामीण भागासाठी संस्थात्मक कर्जाचे प्रमाण फक्त २% होते. २००१ मध्ये ते ६५% झाले आहे. १९६९ मध्ये सहकारी बँकांचा वाटा ८०% होता तो आता ४०% पर्यंत घसरला आहे. तरीही सहकारी बँकांचे ग्रामीण भागातील स्थान व महत्त्व वाढत चालले आहे. (१९५१ साली ते ७.८% होते. ते २००० साली ६७% झाले.)

सहकारी बँकांची रचना ही संघ स्वरूपाची त्रिस्तरीय आहे. राज्य, जिल्हा आणि गांव असे तीन स्तर आहेत. सहकारी बँकांची रचना त्यामुळे त्रिशंकू किंवा पिरॅमिडसारखी आहे. सर्वांत खालच्या स्तरावर ग्रामपातळीवर (गावपातळी) प्राथमिक शेती पतसंस्थाचे जाळे विखुरलेले असते आणि सर्वोच्च स्थानी राज्य सहकारी बँक असते.

सहकारी बँका दोन प्रकारची कर्जे देतात -

१) कृषी किंवा शेती कर्ज

२) बिगर कृषी किंवा शेती कर्ज

१) कृषी किंवा शेती कर्ज : सहकारी बँका अल्प, मध्यम आणि दीर्घ मुदतीचे कर्ज देऊन शेतकऱ्यांची गरज भागवितात. यापैकी अल्प आणि मध्यम मुदतीचे कर्ज सहकारी बँकांमार्फत दिले जाते, तर दीर्घ मुदतीचे कर्ज राज्य भू-विकास बँकेकडून दिले जाते. शेती पतसंस्थात सर्वोच्च पातळीवर राज्य सहकारी बँक, मध्यवर्ती स्तरावर जिल्हा मध्यवर्ती बँका व सर्वात खालच्या स्तरावर (गावे किंवा खेडे पातळीवर प्राथमिक शेती

सहकारी पतसंस्था किंवा विविध कार्यकारी सहकारी पतसंस्था - सोसायटी)

सहकारी बँका अल्प आणि मध्यम कर्जपुरवठा शेतकऱ्यांना करतात. शेतकऱ्यांना बी-बियाणे, रासायनिक खते विकत घेणे, शेतीची मशागत करणे इ. साठी पंधरा महिन्यांपर्यंतच्या मुदतीची कर्जे म्हणजे अल्पमुदतीची कर्ज दिली जातात, तर इलेक्ट्रिक मोटार खरेदी करणे, पाइपलाइन करणे, बैलजोडी खरेदी करणे, बांधबंदिस्ती करणे, शेतीअवजारे घेणे इ. साठी १५ महिने ते पाच वर्षांपर्यंत मध्यम मुदतीची कर्जे दिली जातात. ही कर्जे त्रिस्तरीय रचनेतून दिली जातात. राज्य सहकारी बँका जिल्हा सहकारी बँकांना व जिल्हा मध्यवर्ती सहकारी बँका प्राथमिक शेती सहकारी पतसंस्थांना कर्जपुरवठा करतात आणि प्राथमिक सहकारी पतसंस्था प्रत्यक्ष शेतकऱ्यांना कर्जपुरवठा करतात.

दीर्घ मुदतीचा कर्जपुरवठा हा मुख्यत: शेतकऱ्यांना शेतीत सुधारणा करण्यासाठी म्हणजेच नवीन विहीर खोदणे व बांधणे, उपसा जलसिंचन योजना राबविणे, ट्रॅक्टर खरेदी करणे इ. साठी पाच वर्षांपेक्षा जास्त किंवा दीर्घ मुदतीच्या कर्जाची आवश्यकता असते. भारतात दीर्घ मुदतीचा कर्जपुरवठा करणाऱ्या सहकारी बँकांची रचना दिसून येते. राज्य पातळीवर राज्य भू-विकास बँका, जिल्हा पातळीवर मध्यवर्ती सहकारी भू-विकास बँका, गाव पातळीवर प्राथमिक भू-विकास बँका किंवा भू-विकास बँकांच्या शाखा अस्तित्वात आल्या. १९८२ मध्ये राष्ट्रीय कृषी ग्रामीण विकास बँकेची (नाबार्ड) स्थापना झाल्यामुळे भू-विकास बँकांचे रूपांतर राष्ट्रीय कृषी व ग्रामीण विकास बँकांत करण्यात आले आहे. त्यामुळे राज्य पातळीवर राज्य सहकारी कृषी व ग्रामीण विकास बँका आणि जिल्हा पातळीवर प्राथमिक सहकारी कृषी व ग्रामीण विकास बँका स्थापन झाल्या आहेत.

एकोणीस राज्यांत भू-विकास बँका आहेत. देशात २२५८ प्राथमिक भू-विकास बँका आहेत. व्यापारी बँका आज शेतीला दीर्घकालीन कर्जपुरवठा करीत आहेत.

२) बिगर कृषी सहकारी पतसंस्था : कृषी क्षेत्र सोडून इतर क्षेत्रांसाठी या सहकारी संस्था कार्यरत आहेत. पगारदार, नोकरदार, व्यापारी, उद्योजक, महिला आणि शहरी भागातील गरीब जनतेच्या आर्थिक साह्यासाठी नागरी सहकारी बँका आणि प्राथमिक सहकारी बँका कार्यरत आहेत. या बँका या इतर सहकारी बँकांच्या संघ-रचनेच्या बाहेर आहेत.

जरी सर्व सहकारी बँकांची रचना संघरचनेप्रमाणे असली तरी या संस्था एकमेकांशी कार्यात्मक संघटनेने जुळलेल्या आहेत.

काही पतसंस्था उदा. व्यापाऱ्यांनी स्थापन केलेल्या व्यापारी सहकारी बँका, गृहनिर्माण सहकारी सोसायट्या, पगारदार नोकरांच्या सहकारी पतसंस्था, महिला सहकारी बँका, बिगर शेती सहकारी पतसंस्था इ. स्थापन झाल्या आहेत.

राज्याची शिखर बँक ही राज्य सहकारी बँक असली तरी या बँका शासन, रिझर्व्ह

बँक, राष्ट्रीय सहकारी बँक आणि नाबार्ड यांच्याकडून नियंत्रित, निर्देशित आणि निरीक्षण केल्या जातात.

कार्यपद्धती : सहकारी बँकांची राज्य सहकारी बँक जिल्हा मध्यवर्ती सहकारी बँकांवर नियंत्रण आणि समन्वय राखण्याचे काम करते. या मध्यवर्ती सहकारी बँकांचा जादा उपलब्ध निधीचे व्यवस्थापन या राज्य सहकारी बँक करते. अनुसूचित व्यापारी बँकांच्या ठेवी आणि रिझर्व्ह बँकेकडून घेतलेल्या कर्जासाठी हा निधी पूरक भूमिका बजावतो. व्यापारी बँका आपल्या ठेवींचा वापर प्राथमिक सहकारी बँका/संस्थांसाठी करतात. या प्राथमिक सहकारी संस्था गावस्तरांवर सहकारी बँका म्हणून काम करतात. या संस्था कर्जवितरणाच्या कामात प्रमुख भूमिका बजावतात. अल्प व मध्यम मुदतीचे कर्जवितरण या संस्था करतात. त्यांचे कर्जधोरण व ठेवीधोरण हे राज्य सहकारी बँक, रिझर्व्ह बँक आणि नाबार्ड ठरविते. त्यांच्यावर रिझर्व्ह बँकेच्या वतीने नाबार्ड व राज्य सरकारचे सहकारी खाते असे दुहेरी नियंत्रण असते.

पूर्वी सांगितल्याप्रमाणे दीर्घ मुदतीचे कर्ज देणाऱ्या सहकारी संस्था राज्यात सारख्याच नसतात. राज्य स्तरांवर राज्य भू-विकास बँका असतात आणि जिल्हा व तालुका स्तरांवर मध्यवर्ती भू-विकास बँका आणि प्राथमिक भू-विकास बँका असतात, त्याबरोबर मध्यवर्ती भू-विकास बँकांच्या शाखा या ग्रामीण अथवा स्थानिक पातळीवर काम करत असतात. राज्य-भू-विकास बँका आपला निधी रिझर्व्ह बँकेकडून आणि डिबेन्चर्सची उभारणी करून करत असतात. प्राथमिक भू-विकास बँकांना राज्य भू-विकास बँकेकडून निधी प्राप्त होतो.

नागरी सहकारी बँका या शहरांत अथवा निमशहरी भागात स्थापन झालेल्या असतात. या बँका अथवा त्यांच्या शाखा उघडण्यासाठी रिझर्व्ह बँकेची परवानगी लागते. एका शहरात अनेक नागरी सहकारी बँका काम करू शकतात. लहान व्यापारी, छोटे उद्योजक, पगारदार, नोकरवर्ग यांच्या कर्जविषयक अडचणी या बँका पुऱ्या करतात. या बँकांच्या बाबत एकच अडचण आहे की, या बँकांची कार्यपद्धती आणि क्षेत्राची नीट आखणी झालेली नाही. उदा. महाराष्ट्रात अशी सहकारी संस्था बँकिंगचा व्यवसाय करू शकतात की, ज्याचे वसूल झालेले भागभांडवल हे रु. २०,००० पेक्षा जास्त आहे. महाराष्ट्रात त्यांची संख्या सर्वाधिक आहे.

सहकारी बँकाची रचना :

सहकारी पतसंस्थाच्या रचनेत समग्रपणे नागरी सहकारी बँका आणि ग्रामीण सहकारी बँका या दोन प्रकारात वर्गीकरण केले जाते.

१) नागरी सहकारी बँका आणि नागरी सहकारी पतसंस्था

(Co-operative Banks & Urban Credit Co-operative Societies) :

नागरी सहकारी पतसंस्था : नागरी भागात स्वतंत्र नागरी सहकारी पतसंस्था स्थापन झाल्या आहेत. व्यावसायिक इतर सर्व सामान्य व्यक्ती, व्यापारी इ. एकत्र येऊन नागरी सहकारी पतसंस्था स्थापन झाल्या. या पतसंस्था दरमहा ठराविक रक्कम सभासदांकडून गोळा करतात. त्या रकमेच्या साहाय्याने गरजू सभासदांना कर्ज उपलब्ध करून देतात. या संस्थांची संख्या वाढत आहे. या बँकांवर राज्याच्या सहकार खात्यातील सहकार आयुक्तांचे नियंत्रण असते.

तसेच अन्य बिगर कृषी सहकारी पतसंस्था असून त्यात नागरी सहकारी बँका, सेवकांच्या सहकारी पतसंस्था, अन्य व्यावसायिकांच्या सहकारी पतसंस्था यांचा त्यात समावेश होतो.

नागरी सहकारी बँका : नागरी भागातील लोकांनी स्वेच्छेने एकत्र येऊन समान उद्दिष्टांसाठी लोकशाही पद्धतीने स्थापन केलेल्या बँकेस नागरी सहकारी बँका असे म्हणतात.

नागरी सहकारी बँका शहरातील पगारी नोकरदार, औद्योगिक कामगार, मध्यमवर्गीय, उच्च मध्यमवर्गीयांच्या आर्थिक गरजा भागविण्यासाठी अर्थसहाय्य करतात.

या बँका अल्प, मध्यम मुदतीची कर्जे देतात. तसेच विविध सेवा देतात. यामध्ये ठेवी मिळविणे, कर्ज देणे इ. सहकारी बँकाचे व्यवस्थापन सर्वसाधारण सभा व संचालक मंडळाकडे असते.

कार्ये : व्यापारी बँकाप्रमाणेच नागरी सहकारी बँका नागरी भागात बँकिंगबाबत कार्ये करतात. १) ठेवी स्वीकारणे, २) कर्जे देणे, ३) बँकिंग सेवा पुरविणे ४) धनादेशांची अथवा हुंड्याची वसुली, ५) हुंड्या वटविणे, ६) डेबिट क्रेडिट कार्ड, ७) इतर कार्ये करणे.

प्रगती : भारतात १९९५ मध्ये १३३१ नागरी सहकारी बँका होत्या. तर मार्च २०१० पर्यंत १६७४ नागरी सहकारी बँका होत्या. त्यांच्या ठेवी एक लाख कोटी रुपयांपेक्षा जास्त होत्या. महाराष्ट्रात सर्वात जास्त नागरी सहकारी बँका आहेत.

२) ग्रामीण सहकारी बँका :

ग्रामीण भागात सहकारी पतसंस्था कार्यरत आहेत त्याचे वर्गीकरण अ) अल्पकालीन संरचना आणि दीर्घकालीन संरचना अशा दोन प्रकारे करता येते.

अ) अल्पकालीन संरचना : अल्पकालीन संरचना त्रिस्तरीय स्वरूपाची आहे. १) राज्य सहकारी बँका राज्यपातळीवर २) जिल्हा मध्यवर्ती सहकारी बँका या जिल्हा पातळीवर ३) प्राथमिक कृषी सहकारी पतसंस्था या गाव पातळीवर कार्यरत आहेत.

१) राज्य सहकारी बँका (State Co-operative Banks)

राज्य सहकारी बँक ही संघ स्वरूपाची उच्चस्तरीय संघटना आहे. ही बँक म्हणजे राज्यातील सहकारी तत्त्वावर चालणाऱ्या सर्व आर्थिक घडामोडींचा कणा असून एक पालक संस्था म्हणून राज्य बँकेतर्फे राज्यातील सहकारी पतसंस्था नियमित व नियंत्रित केल्या जातात.

सहकारी संस्थांच्या राज्यस्तरीय संरचनेत राज्य सहकारी बँका शिखरस्थानी असतात. रिझर्व्ह बँक, सरकार, जिल्हा मध्यवर्ती सहकारी बँक आणि इतर सहकारी संस्थेमध्ये त्या महत्त्वाच्या मध्यस्थाची भूमिका बजावत असतात.

अ) सहकार क्षेत्रातील राज्य पातळीवरील शिखर संस्था म्हणजे राज्य सहकारी बँक होय.

ब) राज्यातील सहकारी बँकांच्या संघरचनेमध्ये राज्य पातळीवरच्या शिखर बँकेला राज्य सहकारी बँका असे संबोधले जाते. त्यांनी राज्यातल्या जिल्हा स्तरावरच्या मध्यवर्ती सहकारी बँकांचे मार्गदर्शन नियंत्रण आणि प्रशासन करणारी ही शिखर संस्था असे कार्य करणे अपेक्षित आहे.

राज्य सहकारी बँक एका बाजूला जिल्हा मध्यवर्ती बँक तर दुसऱ्या बाजूला RBI आणि नाबार्ड यांच्यात दुव्याचे कार्य करते. या बँकावर नाबार्ड आणि सहकारी खात्याकडून निरीक्षण केले जाते, धोरणात्मक दृष्ट्या हे दुहेरी नियंत्रण आहे.

कार्ये :

१) कर्जवितरण करणे आणि पुनर्वित्त सोय करणे

अ) अल्प मुदतीचे कर्ज : ओव्हरड्राफ्ट/अधिकर्ष कर्ज हे जिल्हा मध्यवर्ती बँकांकडून दिले जाते. हे कर्ज कृषी वित्तपुरवठ्यासाठी असते. छोट्या उद्योजकांनाही नागरी सहकारी बँकांद्वारे हे कर्ज दिले जाते.

ब) आकस्मिक वित्तसाह्य : अचानक आलेल्या कोणत्याही दुर्घटनेला सामोरे जाण्यासाठी कर्ज दिले जाते.

क) मध्यम मुदत कर्ज : ही कर्जे जिल्हा मध्यवर्ती सहकारी बँकांना आणि प्राथमिक शेती सहकारी पतसंस्थांना दिली जातात. हे कर्ज उत्पादक कामासाठी कृषी आणि अकृषिक कामासाठी दिले जाते. हे कर्ज नागरी सहकारी बँकानांही पुनर्वित्त योजनेखाली दिले जाते.

ड) योजनात्मक स्वरूपाच्या कामासाठी कर्ज : एकात्मिक ग्रामीण विकास योजना, लिफ्ट इरिगेशन सिंचन योजना, कुक्कुटपालन इत्यादीसाठी राज्य सहकारी बँक

कर्ज देते. नाबार्ड, औद्योगिक बँक, सिडको, जागतिक बँकेच्या योजनांनाही कर्ज दिले जाते.

३) तौलानिक किंवा समतोल केंद्र : राज्यातील सर्व सहकारी संस्थांमध्ये समन्वय राहावा म्हणून राज्य सहकारी बँक काम करते. राज्यातील सर्व संस्थांना ती मार्गदर्शन करते. सहकारी पतपुरवठ्यात संतुलन राखण्याची जबाबदारी राज्य सहकारी बँकेकडे असते. राज्य सहकारी बँका, नाबार्ड आणि इतर सहकारी संस्थांचे दुवा म्हणून काम करतात.

४) तसेच राज्य सहकारी बँका राज्यातील सहकारी नाणेबाजार आणि भांडवल बाजार यांच्यातील समन्वयाचेही काम करत असतात.

५) राज्यातील प्राथमिक सहकारी पतसंस्था व जिल्हा मध्यवर्ती सहकारी बँकांमध्ये समन्वय निर्माण करणे.

६) कृषी माल प्रक्रिया संस्थामध्ये गुंतवणूक करण्याचे महत्त्वाचे कार्य राज्य सहकारी बँक करीत आहेत.

७) फेब्रुवारी २०१० मध्ये ३१ राज्य सहकारी बँकापैकी १५ बँकाना रिझर्व्ह बँकेने व्यापारी बँक व्यवसायाचा परवाना दिला आहे.

विस्तार :

भारतातील राज्य सहकारी बँकांची संख्या १९७१ मध्ये २५ होती. १९९१ मध्ये ३० झाली, तर २००१ मध्ये ३० राहिली, २००४ मध्ये ३१ झाली.

शाखांची संख्या १९७१ मध्ये ८७७ होती. १९९१ मध्ये ३१४७ होती, तर २००१ मध्ये ३७१८ एवढी झाली, तर २००४ मध्ये ३७९३ पर्यंत वाढली.

एकूण सभासदसंख्या १९७१ मध्ये ५५ हजार होती. १९९१ मध्ये ८४ हजारांपर्यंत वाढली, तर २००१ मध्ये ११४ हजारपर्यंत गेली व २००४ मध्ये १२९ हजार झाली.

भारतात मार्च २०१० मध्ये ३१ राज्य सहकारी बँका होत्या व त्यांच्या ९८६ शाखा होत्या. त्यांच्या एकूण ठेवी ६८ हजार कोटी रुपयांपेक्षा जास्त होत्या. म. रा. स. बँकेचे मार्च २००८ मध्ये ६७ हजार सभासद होते. १६५०९ कोटीच्या ठेवी होत्या.

२) जिल्हा मध्यवर्ती सहकारी बँका (District Central Co-operative Banks) :

राज्य सहकारी बँक आणि प्राथमिक कृषी सहकारी पतसंस्था यामध्ये जिल्हा मध्यवर्ती बँक या मध्यस्थ म्हणून काम करत असतात. सर्वसाधारणपणे जिल्ह्यामध्ये एकच जिल्हा मध्यवर्ती बँक असते; परंतु ज्या जिल्ह्यात २५० पेक्षा जास्त प्राथमिक सहकारी संस्था असतात. तेव्हा तेथे आवश्यकतेनुसार आणखी एका जिल्हा मध्यवर्ती बँकेची स्थापना करता येते.

व्याख्या : शेती व्यवसायाला अल्प आणि मध्यम मुदतीचा भांडवल पुरवठा करून देणारी जिल्हा पातळीवरील सहकारी बँक म्हणजेच जिल्हा मध्यवर्ती सहकारी बँक होय. तिचे कार्यक्षेत्र एका जिल्ह्यापुरते मर्यादित असल्याने तिला जिल्हा मध्यवर्ती सहकारी बँक असे म्हणतात. सध्या फक्त भागधारक व्यक्ती आणि भागधारक प्राथमिक सहकारी संस्था असे सभासद असलेल्या जिल्हा मध्यवर्ती सहकारी बँका अस्तित्वात आहेत.

जिल्हा मध्यवर्ती सहकारी बँकांची कार्ये (Functions of DCCR's) :

१) कर्जपुरवठा करणे : मध्यवर्ती बँका आपल्या जिल्ह्यातील सहकारी संस्थांना कर्जपुरवठा करतात. जिल्ह्यातील शेती व बिगरशेती पतसंस्थांना आवश्यकतेनुसार कर्ज देण्यात येते. साखर कारखाने, सूतगिरण्या, तेलगिरण्या, दुग्धउत्पादक संस्था, कुक्कुटपालन संस्था, शेती पतसंस्था, औद्योगिक उत्पादन संस्था, सेवा संस्था, शेतकी संघ, खरेदी-विक्री संघ, ग्राहक भांडारे, विविध कार्यकारी सहकारी संस्था इ. प्रकारच्या सर्व संस्थांना कर्जे देण्याचे कार्य मध्यवर्ती बँकांना करावे लागते. ग्रामीण भागातील शेतकऱ्यांना पीक, कर्ज देणाऱ्या व कृषी पूरक वस्तू पुरविणाऱ्या प्राथमिक सहकारी कृषी पतसंस्थांना कर्जपुरवठा करण्याच्या उद्देशाने मध्यवर्ती बँका स्थापन झाल्या आहेत.

२) ठेवी स्वीकारणे : ग्रामीण भागातील शेतकऱ्यांच्या व जनतेच्या ठेवी आकर्षित करण्याचे व त्या ठेवी गतिशील करण्याचे कार्य मध्यवर्ती बँकांना करावे लागते. मध्यवर्ती बँकेने ग्रामीण भागात शाखा उघडून त्या भागातील ठेवी मिळविण्याचे कार्य केले आहे. मध्यवर्ती बँका व्यक्ती व संस्थांकडून ठेवी स्वीकारतात. चालू, बचत, मुदती, पुनरावर्ती अशा चार प्रकारच्या ठेवी स्वीकारतात.

३) बिगर कृषिक्षेत्रात कर्ज : काही सहकारी संस्था या बिगरशेतकरी संस्थांनाही कर्ज देतात. उदा. मार्केटिंग संस्था, कर्मचाऱ्यांच्या पतपेढ्या, नागरी सहकारी बँका इ. यासाठी वैयक्तिक तारण घेतले जाते. मात्र, यासाठी प्रत्येक राज्यात वेगवेगळ्या प्रकारचे नियम आहेत.

४) संस्थात्मक उधारी व उचल : जिल्हा मध्यवर्ती बँकेला ज्या वेळेस उधारीची गरज भासते तेव्हा ते रिझर्व्ह बँक पूर्वी राज्य सहकारी बँकेकडून कर्जवितरण करत असे. आता ही पद्धत बंद झाली आहे. रिझर्व्ह बँकेने या जिल्हा मध्यवर्ती बँकेचे अ, ब, क, ड असे वर्गीकरण केले आहे. पहिल्या अ, ब, क या प्रकारच्या बँकांना रिझर्व्ह बँकेकडून थेट कर्ज मिळते; परंतु 'ड' वर्गातील जिल्हा बँकेला राज्य शिखर बँकेमार्फत हे कर्ज मिळते.

५) प्रकाशन : प्रत्येक जिल्हा मध्यवर्ती बँक एक पुस्तिका प्रकाशित करते. त्यामध्ये बँकेचे कर्जविषयक धोरण दिलेले असते. त्याच्या वितरणाविषयी राज्य सरकारच्या विविध

उपक्रमातील वित्तीय साहाय्याविषयीच्या योजना, व्याजदर, सबसिडीची रक्कम इ. माहिती दिली जाते.

६) राज्य सरकार बँकर म्हणून कार्य : जिल्हा मध्यवर्ती बँक जिल्हा पातळीवर राज्य सरकारची बँकर म्हणून कार्य करते. जिल्हा परिषद, पंचायत समित्या, सहकार खाते, शिक्षण खाते, शाळा, कनिष्ठ महाविद्यालये इ. सरकारी अनुदानप्राप्त स्थानिक संस्थांची खाती मध्यवर्ती बँकांमध्ये उघडावी लागतात. त्या खात्यातील कर्मचाऱ्यांचा पगार व शिक्षकांचा पगार मध्यवर्ती बँकेमार्फत करण्याची व्यवस्था राज्य सरकारने केली आहे. सरकारचे आर्थिक व्यवहार ट्रेझरीमार्फत होत असले तरी काही बाबतीत मध्यवर्ती बँक ही राज्य सरकारची बँकर म्हणून कार्य करते.

७) शाखाविस्तार : ग्रामीण भागात सर्वदूर बँकिंग सुविधा पुरवून ठेवी गतिक्षम करण्यासाठी मध्यवर्ती बँकेला शाखाविस्ताराचे कार्य करावे लागते. शाखाविस्ताराद्वारे ग्रामीण जनतेस बँकिंग सवयी लावण्याचे कार्य होते.

८) इतर कार्ये : जिल्हा मध्यवर्ती सहकारी बँक इतर व्यापारी बँकांप्रमाणे पुढील कार्ये करते.

(अ) पैसा हस्तांतरण सुविधा देणे (ब) सेफ डिपॉझिट व्हॉल्ट सुविधा देणे (क) बिल स्वीकृती /विनिमय पत्रांची वटणावळ करणे (ड) जनतेकडून ठेवी स्वीकारणे (इ) बिल/हुंडी स्वीकारून कर्जपुरवठा करणे.

९) प्राथमिक सहकारी पतसंस्थांच्या कार्य आणि प्रगतीवर लक्ष ठेवणे.

१०) प्राथमिक सहकारी पतसंस्थांना कर्जपुरवठा करणे.

जून १९९१ अखेर भारतातील जिल्हा मध्यवर्ती बँकांची संख्या ३५६ होती. भागभांडवल ७१६ कोटी रु. होते. त्या बँकामधील ठेवी १०,१५१ कोटी रुपयांच्या होत्या, तर त्यांनी त्या वर्षात १०७५ कोटी रु. कर्जवाटप केले होते. भांडवल, ठेवी, खेळते भांडवल व कर्जवाटप यात लक्षणीय वाढ झाली आहे. त्या बरोबर एकूण येणे कर्ज ११, ७२१ कोटी रु. ची होती. थकबाकीची रक्कम ४२२० कोटी रु. होती. थकबाकीचे प्रमाण ३०% पर्यंत होते. थकबाकीचे प्रमाण वगळता जिल्हा बँकांची कामगिरी उत्तम आहे.

भारतातील एकूण जिल्हा मध्यवर्ती बँकांची संख्या फारशी वाढलेली नसली तरी त्यांची लक्षणीय प्रगती झाली आहे. २००३-०४ मध्ये या बँकांची एकूण संख्या ३६५ होती. मालकी भांडवल १९,१३१ कोटींचे व ठेवी ७९,१५३ कोटी रु. होत्या. खेळते भांडवल १,१४,३७२ कोटींचे होते. दिलेली कर्जे (त्या वर्षात) ५८,९६४ कोटी रु., येणे असलेली एकूण कर्जे ६७,१५२ कोटी रु. होती. तर थकबाकी १५,४७९ कोटी रुपये होते.

भारतात मार्च २०१० मध्ये ३७० जिल्हामध्यवर्ती सहकारी बँका होत्या. त्यांच्या एकूण ठेवी १,२७,६०० कोटी रुपये होत्या. महाराष्ट्रात मार्च २०१० अखेर ३१ जिल्हा मध्यवर्ती सहकारी बँका होत्या. त्यांचे सभासद १,४८,३६० इतके होते तर ठेवी ४४,२७८ कोटी रु. होत्या.

३) प्राथमिक सहकारी कृषी पतसंस्था (सोसायटी)
(Primary Agricultural Credit Co-Operative Societies) :

या संस्था सहकारी बँकांचा स्थानिक पातळीवर पाया आहे आणि ते सर्वात खालच्या म्हणजे गावपातळीवर काम करतात.

व्याख्या : 'ग्रामीण भागांतील एकाच परिसरातील कर्ज काढणाऱ्या किंवा कर्ज न काढणाऱ्या १० किंवा अधिक रहिवाशांची एकमेकांना आर्थिक किंवा इतर प्रकारची मदत करणारी स्वेच्छेने निर्माण झालेली संघटना म्हणजेच प्राथमिक शेती किंवा कृषी पतपुरवठा संस्था/बँक होय.'

गावपातळीवर या संस्थांची स्थापना ग्रामीण भागातील जनतेने केलेली असते. संस्थेच्या दैनंदिन कारभाराचे व्यवस्थापन त्यांनीच नियुक्त केलेल्या संचालक मंडळाकडून होत असते. त्याचा फायदा या सर्व सभासदांनाच होत असतो. या संस्था स्थापन करणारे प्रवर्तक असतात.

शेतकरी सभासदांना अल्प व मध्यम मुदतीचा कर्जपुरवठा उपलब्ध करून देणे व तदनुषंगाने सेवांचा पुरवठा करणे ही महत्त्वाची कार्ये प्राथमिक सहकारी कृषी पतसंस्थांकडून केली जातात. त्याचप्रमाणे कार्यक्षेत्रातील ग्रामीण विकास प्रकल्पांची अंमलबजावणी करतात.

१) कर्जपुरवठा : प्राथमिक सोसायटी मध्यवर्ती बँकेकडून कर्ज घेऊन उत्पादक - सभासदांना पतपुरवठा करते. वेळेवर पुरेसा व माफक व्याजदर या पतपुरवठ्याच्या मुख्य कसोट्या आहेत. कर्जपुरवठा करताना कर्जाचा हेतू, कर्जदार सभासदांची पत व चारित्र्य, त्यांची परतफेडीची क्षमता, तारण आणि भागभांडवल या गोष्टींचा विचार केला जातो.

२) अल्प व मध्यम मुदतीचा कर्जपुरवठा : प्राथमिक सोसायट्या (PAC's) अल्प व मध्यम मुदतीचा कर्जपुरवठा करतात. बी-बियाणे, खते, औषधे यांची खरेदी, शेतीच्या तत्कालीन मशागतीचा खर्च (कुळवण, भोगलन इ.) या कारणांसाठी खेळते भांडवलासाठी दिलेला कर्जपुरवठा म्हणजे अल्प मुदतीचा कर्जपुरवठा होय. मध्यम मुदतीचा कर्जपुरवठा यंत्राच्या किंवा साधनांच्या गुंतवणुकीसाठी असते. दुभती जनावरे, बैल-

खरेदी, इलेक्ट्रिक मोटार व पंपसेट इ. कारणांसाठी मध्यम मुदतीचा कर्जपुरवठा केला जातो. तसेच पीककर्ज योजना, यांची अंमलबजावणी होत आहे.

३) कर्जवसुली : दिलेल्या कर्जाच्या वसुलीसाठी कार्यक्षम यंत्रणा उभारणे हे प्राथमिक सोसायटीच्या कार्यकारी मंडळाचे महत्त्वाचे कार्य आहे. कधीकधी कर्जवसुली सभासदाच्या मालमत्तेवर जप्ती आणून, शासनाच्या सहकारी खात्याच्या मदतीने केली जाते. प्रत्येक राज्यात याबाबतचे कायदे वेगवेगळ्या प्रकारचे आहेत.

४) देखरेख व हिशेब तपासणी : सहकारी कायद्यानुसार सोसायटीचा (पतसंस्थेचा) दैनंदिन प्रशासकीय व आर्थिक कारभार कार्यक्षमतेने चालविणे हे महत्त्वाचे कार्य आहे. यात देखरेख व हिशेब ठेवणे यांचा समावेश होतो. कर्ज प्रकरण करणे, आलेल्या कर्ज-अर्जांची छाननी करणे, थकबाकीची वसुली करणे, कर्जवापराबाबत देखरेख ठेवणे या बाबींचा यात समावेश होतो. वस्तुत: सोसायटीच्या हिशेब तपासणीची कायदेशीर जबाबदारी सहकारी खात्याच्या अधिकाऱ्यांची असते.

५) मूलभूत आकडेवारी जमविणे : ग्रामीण पातळीवर शेती, कर्जाच्या गरजा व पीकपद्धती याबाबत सोसायटीने जमविलेली वस्तुनिष्ठ आकडेवारी ही देशाच्या पतपुरवठा धोरणाचा मूलाधार असतो. त्यामुळे प्राथमिक सोसायटीचे हे काम महत्त्वाचे आहे.

६) गैरसंस्थात्मक स्रोतासाठी पर्यायी रचना : फार पूर्वी शेतकरी सावकार, जमीनदार यांसारख्या गैरस्रोतांवर कर्जासाठी अवलंबून राहत असत. भरमसाठ व्याजदर आकारला जात असे. मात्र आता प्रा.कृ.स.सं. कमी व्याजदराने ग्रामीण जनतेला कर्जपुरवठा करतात. त्यामुळे गावातील सावकारशाही बंद होण्यास मदत झाली.

७) आपुलकीची भावना : प्राथमिक सहकारी कृषी संस्था या व्यावसायिक संस्था असल्या तरी त्यांची सेवा आणि हेतू नफा मिळविण्याचा नसतो. त्यामुळे ग्राहकांना घरगुती जिव्हाळ्याची सेवा मिळते. शेतकऱ्यांनी कर्ज घेतले असेल आणि काही कारणाने परतफेड करण्यास शेतकरी असमर्थ ठरला असेल, तर त्याच्या पाठीमागे वसुलीचा ससेमिरा न लावता त्या कर्जाची मुदत वाढवून देण्यात येते. त्यांना आदराने वागविले जाते.

प्राथमिक सहकारी शेती पतसंस्थेची (सोसायटीची) प्रगती : प्राथमिक सहकारी पतपुरवठ्याच्या रचनेत महत्त्वाचे स्थान आहे. १९५०-५१ मध्ये या संस्थांची संख्या १.०५ लाख इतकी होती. ती १९६०-६१ मध्ये २.१२ लाख इतकी झाली. १९८८-८९ मध्ये ३.५० लाखांपर्यंत वाढ झाली. मात्र, नंतरच्या काळात प्राथमिक सहकारी शेती पतसंस्थांची पुनर्रचना केल्यामुळे त्यांची संख्या कमी होऊन १९९५-९६ मध्ये त्यांची संख्या ९२ हजारांपर्यंत कमी झाली.

१९५०-५१ मध्ये प्राथमिक सहकारी शेती पतसंस्थांच्या सभासदांची संख्या ४४.०८

लाखांवरून १९८८-८९ मध्ये १६,१०० लाख झाली, तर १९९५-९६ मध्ये ९११ लाखांपर्यंत कमी झाली.

१९५०-५१ ते १९९५-९६ या काळात प्राथमिक सहकारी शेती पतसंस्थांच्या टेवी १४ कोटींवरून २५२० कोटी रुपयांपर्यंत वाढल्या. १९५०-५१ मध्ये २२.९० कोटींचे कर्ज दिले होते. २०००-२००१ मध्ये ३४.५२० कोटी रुपयांपर्यंत कर्जपुरवठा वाढला.

भारतात २० मार्च २०१० मध्ये विविध राज्य मिळून सुमारे ९५,६३३ प्राथमिक कृषी सह-पतसंस्था कार्य करीत होत्या. त्यांची एकूण सभासद संख्या १.३२ कोटीपेक्षा अधिक होती. त्यांनी २६,२४५ कोटी रुपयांच्या ठेवी गोळा केल्या होत्या. तर महाराष्ट्रात ३१ मार्च २०१० रोजी २१,३९२ प्राथमिक कृषीसह पतसंस्था होत्या. त्यांची सभासद संख्या १४९ लाख एवढी होती.

ब) दीर्घकालीन संरचना : दीर्घ कालीन सहकारी पतसंस्थाची रचना अ) राज्य सहकारी कृषी व ग्रामीण विकास बँका आणि ब) प्राथमिक सहकारी कृषी व ग्रामीण विकास बँका या स्वरुपाची असते.

i) राज्य सहकारी कृषी व ग्रामीण विकास बँका : राज्य भू-विकास बँकाची कार्ये म्हणजे १) प्राथमिक भू-विकास बँकांना दीर्घ मुदतीचे कर्ज देणे. २) कर्ज रोख्यांची विक्री करणे व ठेवी जमा करणे. ३) प्राथमिक भूविकास बँकाच्या कार्याचे नियंत्रण, देखरेख, मार्गदर्शन करणे तसेच व्यवहारांची तपासणी करणे. ४) एका बाजूला नाबार्ड व सरकार तर दुसऱ्या बाजूला प्राथमिक भूविकास बँका यामधील मध्यस्थाची भूमिका पार पाडणे.

ii) प्राथमिक सहकारी कृषी व ग्रामीण विकास बँक : प्राथमिक भूविकास बँकांची कार्ये १) शेतकऱ्यांना दीर्घ मुदतीची कर्जे व अग्रिमे अल्प दराने उपलब्ध करून देणे. २) कर्ज यंत्रसामग्री खरेदी करण्यासाठी देणे. ३) शेतजमिनीत सुधारणा करण्यासाठी कर्ज देणे उदा. जमीन सपाटीकरण, विहीर खोदणे, सिंचन सुविधा करणे इ. ४) गोदामे बांधण्यासाठी कर्जे देणे. ५) शेती पूरक उद्योगांना कर्जे देणे. ६) शेतीवर आधारित प्रक्रिया उद्योगांना कर्जे देणे इ.

भू-विकास बँकाची प्रगती : देशात १९५१ मध्ये पाच भू-विकास बँका होत्या. व २८० प्राथमिक भूविकास बँका होत्या. त्यांनी तीन कोटी रुपयांचा कर्ज पुरवठा केला होता. मार्च २०१० मध्ये देशात २० राज्य भू-विकास बँका होत्या, तर ६९७ प्राथमिक भू-विकास बँका होत्या.

महाराष्ट्र : महाराष्ट्रात अनेक जिल्ह्यातील बँका व त्यांची शिखर बँक गेल्या काही वर्षापासून तोट्यात चालल्या आहेत. त्यांची वसुली खूप कमी होती. त्यामुळे त्या

गुंडाळण्याचे आदेश सहकार आयुक्तांनी दिले आहेत. महाराष्ट्रातील राज्यस्तरीय भू-विकास बँक आणि सर्व जिल्हा स्तरीय बँका अवसायनात गेल्या आहेत. त्यामुळे त्यांचे कर्जव्यवहार पूर्णपणे बंद झाले आहेत.

८.३ 'सहकारी कायदा क्षेत्रासाठी ९७ वी घटना दुरुस्ती'
97th Constitutional Amendment in Co-operative Law

भारतीय घटनेच्या ९७ व्या दुरुस्ती अन्वये (२०११ मध्ये) घटनेत पुढील तीन बदल करण्यात आलेले आहेत.

१) कलम १९ (१) (C) मध्ये बदल करून सरकारी संस्था स्थापन करणे हा मुलभूत हक्क बनविण्यात आला.

२) भाग IV मध्ये कलम ४३B समाविष्ट करण्यात आले, ज्या अन्वये सहकारी संस्थाची स्वैच्छिक निर्मिती, स्वायत्त कार्यपद्धती, लोकशाही नियंत्रण आणि

भारत सरकारने संविधानात ९७ वी घटना दुरुस्ती करून सहकारी संस्थांना विशेष दर्जा बहाल करण्यात आला आहे. १२ जानेवारी २०१२ रोजी ९७ व्या घटना दुरुस्तीच्या विधेयकावर राष्ट्रपतींनी स्वाक्षरी झाली व दि. १३ जानेवारी २०१२ ला राज पत्रात जारी करण्यात आली आणि १५ फेब्रुवारी २०१३ पासून देशातील सर्व घटक व केंद्रशासित राज्यांना त्यांच्या अंतर्गत असलेल्या सहकारी संस्थांना या विधेयकाची अंमलबजावणी करण्याचे बंधनकारक ठरविण्यात सहकारी विधेयकान्वये सहकारी संस्थांना - नियम पोटनियमात बदल करणे.

सहकारी तत्त्वांची व्यवहारात अंमलबजावणी करणे, त्यांची पाठराखण करणे इ. बंधनकारक करण्यात आलेल्या आहेत.

आत्तापर्यंत सहकार क्षेत्र कायद्याने चालत होते. परंतु ९७ व्या घटना दुरुस्तीने आता घटनेने चालणार आहे. या घटना दुरुस्तीमुळे सहकार क्षेत्रात अधिक पारदर्शिपणा येणार आहे. थोडक्यात सहकारी तत्त्वांना भारताच्या राज्य घटनेत स्थान मिळाल्यामुळे सर्व राज्य सरकारांना आवश्यक ते बदल राज्याच्या सहकारी कायद्यात करणे अपरिहार्य झाले आहे. तसेच त्यामुळे संस्थांच्या व्यवहारात सहकारी मूल्यांची जपणूक करणे बंधनकारक ठरणार आहे.

सहकारी कायदा क्षेत्रासाठी ९७ वी घटना दुरुस्ती अथवा बदलाचा परामर्श खालील प्रमाणे थोडक्यात सांगता येईल.

१) अनुच्छेद क्रमांक १९ (१) (K) मध्ये बदल करण्यात आला असून सहकार हा शब्द जोडला आहे. त्यामुळे भारतीय जनतेला सहकारी संस्था स्थापण्याचा मूलभूत अधिकार प्राप्त झाला आहे.

२) सहकारी संस्थांची स्वयंप्रेरणेने निर्मिती व्हावी, त्या संस्था स्वयंप्रेरणेने निर्मित व्हाव्यात, त्या संस्था स्वायत्त रीतीने कार्यरत रहाव्यात त्या संस्थांचे नियंत्रण लोकशाही पद्धतीने व्हावे आणि संस्थांनी व्यवसायिक व्यवस्थापनाकडे वाटचाल करावी. त्यासाठी राज्य सरकारने चालना द्यावी.

३) सभासदांच्या स्वेच्छेने, संस्थाची स्थापना, सभासदांचे लोकशाही पद्धतीने नियंत्रण, सभासदांचा आर्थिक सहभाग व संस्थांचे नियमन व अवसायन (Liquidation) व्हावे या करिता राज्य सरकारने आपल्या कायद्यात तरतुदी कराव्यात.

४) या घटना दुरुस्तीतील कलमांप्रमाणे सहकारी क्षेत्रातील निवडणुका राज्यांनी विद्यमान संचालक मंडळाची मुदत संपण्याचे आत नवीन संचालक मंडळाची निवड व्हावी याकरिता आणि निवडणूक घेण्यासाठी स्वतंत्र निवडणूक घेणारी यंत्रणा निर्माण करणे व निवडणुकीची कार्यपद्धती ठरविणे याबाबत कायद्यात तरतूद करणे क्रियाशील सभासदांनाचा मतदानचा अधिकार राहील.

५) संचालक मंडळ बरखास्तीचा कालावधी जास्ती जास्त ६ महिने (बँकांसाठी एक वर्ष) पेक्षा अधिक असणार नाही. परंतु सरकारचे अर्थसाहाय्य प्राप्त न होणाऱ्या संस्थाचे संचालक मंडळ बरखास्त करता येणार नाही.

६) वार्षिक सर्व साधारण सभेस कोणत्याही प्रकारची मुदत वाढ मिळणार नसून ३० सप्टेंबर पूर्वी सर्व कामकाजाची रूपरेखा ठरवावीच लागेल. इतकेच नव्हे तर सहकार क्षेत्रातील बँका, दुग्ध उत्पादक (डेअरी) सहकारी सेवा सोसायट्या यांच्यासह सर्वच विभागांसाठी स्वतंत्र नियमावली तयार करण्यात आली आहे.

७) संचालक मंडळासह सर्वच सदस्यांना प्रशिक्षण अनिवार्य करण्यात आले असून त्याचा उपयोग लोकजागृती होण्यामध्ये होईल.

८) अ) वार्षिक अहवाल ब) लेखा परीक्षण अहवाल क) नफा व त्यांच्या वितरणाची साधारण सभेने दिलेली मंजुरी ड) पोटनियमांमध्ये बदल सुचविले असतील तर त्याची प्रत इ) साधारण सभेची नोटीस व निवडणूक केव्हा घ्यावी लागेल. फ) निबंधकाला आवश्यक वाटेल ती सर्व महिती वित्तीय वर्षाच्या शेवटच्या तारखेपासून सहा महिन्याचे आत (३० सप्टेंबरपूर्वी) राज्य सरकारकडे पाठविले पाहिजे.

९) सहकारी संस्थांच्या कारभारातील अपराध व त्यासाठी शिक्षा यांचा तपशील राज्य सरकारने कायद्याद्वारे करावा.

१०) बहुराज्यीय संस्थांना (Multi State Co-Operation) केंद्र सरकारने कायद्यात बदल करण्यापासून व राज्यातील इतर संस्थांना राज्य सरकारने कायद्यात बदल केल्यापासून या घटनेतील दुरुस्तीचा प्रभाव लागू होईल.

८.४ राष्ट्रीय कृषी व ग्रामीण विकास बँकेची उद्दिष्टे, कार्ये आणि कार्यप्रणाली (National Bank for Agricultural Rural Development - NABARD Objectives, Functions & Working)

शेतीला वित्त साह्य देणारी राष्ट्रीय कृषी आणि ग्रामीण विकास बँक (नाबार्ड) ही राष्ट्रीय पातळीवरची शिखर बँक आहे. भारतीय रिझर्व्ह बँक आणि शेती पुनर्वित्त विकास महामंडळाचे शेती कर्जासंबंधीचे सर्व काम या ग्रामीण विकास बँकेने आपल्याकडे घेतले आहे. भारतीय रिझर्व्ह बँकेने १९३५ पासून शेतीला कर्जपुरवठा करता यावा म्हणून स्वतंत्र विभाग स्थापन केला होता. भूविकास बँका आणि राज्य सहकारी बँकाद्वारे शेतीला कर्जपुरवठा केला होता. रिझर्व्ह बँकेने शेती पुनर्वित्त महामंडळाची स्थापना करून पुनर्वित्त पुरवठ्याची सोय उपलब्ध करून दिली होती. त्याच वेळेस शेतीच्या विकासासाठी तसेच संस्थाना मदत आणि मार्गदर्शन करण्यासाठी सर्वोच्च संस्था असावी. या दृष्टिकोनातून जुलै १९८२ मध्ये राष्ट्रीय कृषी व ग्रामीण विकास बँकेची (नाबार्ड) स्थापना करण्यात आली. या बँकेकडे शेती पुनर्वित्त विकास महामंडळाची व रिझर्व्ह बँकेचे पुनर्वित्त पुरवठ्याचे काम सोपविण्यात आले. नाबार्ड रिझर्व्ह बँकेशी संलग्न ठेवण्यात आली आहे. पन्नास टक्के भागभांडवल रिझर्व्ह बँकेने आणि पन्नास टक्के भागभांडवल भारत सरकारने खरेदी केलेले आहे.

अ) नाबार्डची उद्दिष्टे :

१) शेती व ग्रामीण विकासाला मदत करणे.

२) राज्य सहकारी बँका, भूविकास बँका यांना वित्तीय मदत करणे.

३) केंद्र, राज्य सरकार व नियोजन मंडळ इ. संबंधित संस्थांच्या कार्यात विशेषत: लघु व कुटीर उद्योगांबाबत समन्वय ठेवणे.

४) प्रादेशिक ग्रामीण बँका आणि सहकारी बँकांना मदत करणे.

५) देशातील शेतीला पतपुरवठा करणाऱ्या पतसंस्थांचे गुण-दोषाचे विश्लेषण करणे.

६) शेती व ग्रामीण विकासासाठी वित्तपुरवठा उपलब्ध करून देणे.

७) शेती व ग्रामीण विकासासाठी संशोधन आणि विकास निधी निर्माण करणे.

ब) नाबार्डची कार्ये :

शेतीला कर्जपुरवठ्याच्या बाबतीत भारतीय रिझर्व्ह बँक जी जी कामे करीत होती. ती सर्व कार्ये नाबार्डला पार पाडावी लागत आहेत. नाबार्डची काही कार्ये पुढीलप्रमाणे सांगता येतात.

१) राज्य सरकारांना सहकारी पतसंस्थांचे भागभांडवल खरेदी करता यावे म्हणून वीस वर्षांपर्यंतचा दीर्घ मुदतीचा कर्जपुरवठा करणे.

२) प्रादेशिक ग्रामीण बँका व सहकारी बँकांच्या पर्यवेक्षणाची जबाबदारी नाबार्डकडे आहे.

३) शेती व ग्रामीण विकासासंबंधित सर्व संस्थांना पुनर्वित्त पुरवठा करणे.

४) केंद्र सरकारने मान्यता दिलेल्या कोणत्याही संस्थेला शेती व ग्रामीण विकासासाठी दीर्घ मुदतीचा कर्जपुरवठा करणे.

५) प्रादेशिक ग्रामीण बँका, भू-विकास बँका, राज्य सहकारी बँका व रिझर्व्ह बँकेने मान्यता दिलेल्या वित्तीय संस्थांना अल्प, मध्यम व दीर्घ मुदतीचा कर्जपुरवठा करणे.

६) केंद्र व राज्य सरकार आणि इतर राज्य व राष्ट्रीय पातळीवरील लघुउद्योग व कुटीरोद्योग इ. संबंधित संस्थांच्या कार्यामध्ये नाबार्डने समन्वय साधणे.

७) संशोधन व विकासासाठी नाबार्डने निधी निर्माण केला आहे. त्यामुळे शेती व ग्रामीण विकासाला चालना मिळेल. तसेच उपयुक्त असे कार्यक्रम आखणे व त्याची अंमलबजावणी करणे.

क) नाबार्डची कार्यप्रणाली (Working of NABARD) :

नाबार्ड प्रादेशिक ग्रामीण बँका, राज्य सहकारी बँका आणि राज्य सरकार यांना अल्प व मध्यम मुदतीचा कर्जपुरवठा करता यावा यासाठी पुनर्वित्त पुरवठा करते. तसेच गावपातळीवर ग्रामीण कर्जपुरवठा करणाऱ्या संस्थांना पुनर्वित्त पुरवठा करते. नाबार्डने राज्य सहकारी बँका व प्रादेशिक ग्रामीण बँकांना जून २००२ अखेर ६५९० कोटी रुपयांचा पुनर्वित्त पुरवठा केला, तर राज्य सरकारांना दुर्बल सहकारी संस्था आणि बँका यांचे भागभांडवल खरेदी करता यावे म्हणून जून २००२ मध्ये ४९० कोटी रुपयांचा पुनर्वित्त पुरवठा केला आहे. तसेच गावपातळीवर हंगामी शेतीकामासाठी शेती कर्जपुरवठा करणाऱ्या सहकारी संस्थांनासुद्धा नाबार्ड पुनर्वित्त पुरवठा करते.

हस्तोद्योग, कुटीर उद्योग, लघु उद्योग, शेती आणि ग्रामीण भागातील इतर आर्थिक विकासाच्या क्रियांसाठी पतप्रवाहाचे धोरण, नियोजन आणि प्रत्यक्ष कार्यवाही नाबार्ड शिखर संस्था म्हणून करत असते. २००३-०४ मध्ये नाबार्डने शेतीसाठी ८८२० कोटी रुपयांचा कर्जपुरवठा तीन टक्के व्याजदराने मंजूर केला होता. तसेच राज्य सरकारांना सहकारी पतसंस्थांचे भागभांडवल खरेदी करता यावे म्हणून नाबार्ड दीर्घ मुदतीची कर्ज देते. नाबार्ड विविध हेतूसाठी कर्जपुरवठा करते. लघुसिंचन प्रकल्पांसाठी जवळपास १३% कर्जपुरवठा केला आहे. शेतीच्या यांत्रिकीकरणासाठी नाबार्डने २००१-०२ मध्ये २८% इतका पुनर्वित्त

पुरवठा केला. महाराष्ट्रासाठी २००६-०७ या वर्षी १५६९ कोटींचे पुनर्वित्तीय साह्य मंजूर केले.

मासेमारी, दुग्धविकास, मेंढी व वराहपालन, लघुसिंचन प्रकल्प, किरकोळ व्यापार इ. साठी दुर्बल घटकांना एकात्मिक ग्रामीण विकास योजनेअंतर्गत पुनर्वित्त पुरवठा करते. वृक्षारोपण, भूविकास, फलोद्यान, कुक्कुट पालन इ. महत्त्वाच्या योजनांसाठी नाबार्ड पुनर्वित्त पुरवठा करते.

सहकारी पतसंस्थांच्या परिणामकारक एकात्मीकरणासाठीसुद्धा नाबार्ड कार्य करते. ज्या जिल्हा मध्यवर्ती सहकारी बँका दुर्बल आहेत त्या बँकांच्या पुनर्वसनासाठी नाबार्ड सातत्याने काम करत आहे. राज्य कृषी आणि ग्रामीण विकास बँक व कृषी व ग्रामीण विकास बँका यांच्या संघटन आणि व्यवस्थापकीय कार्यक्षमतेत सुधारणा करण्यासाठी नाबार्ड सतत मदत करीत आहे. देशातील सहकारी पतपुरवठ्याला चालना देणारी संस्था म्हणून नाबार्ड मुख्य भूमिका पार पाडते.

८.५ सहकारी बँक व्यवसायावरील परिणाम
(Challenges before Co-operative Banking) :

जागतिकीकरणामुळे भारतीय अर्थव्यवस्थेस जागतिक स्वरूप प्राप्त झाले आहे. त्यामुळे जगातील सर्व देशांच्या सर्व बाजारपेठा भारतासाठी उपलब्ध झाल्या आहेत. त्याचबरोबर भारतातील सर्व बाजारपेठासुद्धा जगातील सर्व देशांसाठी खुल्या झाल्या आहेत. देशातील वस्तू बाजापेठ, कृषी बाजारपेठ, धातू बाजारपेठ, भांडवल बाजारपेठ, श्रम बाजारपेठ, संशोधन व स्वामित्वाधिकार बाजार क्षेत्र अशा सर्व बाजारपेठा एकमेकांना उपलब्ध झाल्या आहेत. थोडक्यात आयात-निर्यात कर, व्यापारी बंधने, सरकारी नियंत्रणे इ. बाबी रद्द करून जागतिक व्यापार संघटनेच्या (World Trade Organisation) नियमानुसार या सर्व बाजारपेठा त्या संघटनेच्या सर्व देशांना सर्व व्यवहार करण्यास मुक्त करण्यात आल्या आहेत. जगामध्ये लहान-मोठे मिळून २०४ राष्ट्रे आहेत. त्यापैकी महत्त्वाच्या १४२ राष्ट्रांनी जागतिक व्यापार संघटनेचे सदस्यत्व स्वीकारले आहे. तेव्हा या १४२ सदस्य राष्ट्रांच्या सर्व बाजारपेठा एकमेकांना खुल्या आहेत. जागतिक अर्थव्यवस्थेमध्ये खासगीकरण व उदारीकरण धोरण अंगीकारण्यात आले आहे. म्हणजेच उदारीकरण, खासगीकरण व जागतिकीकरण ही जागतिक अर्थव्यवस्थेची वैशिष्ट्ये बनली आहेत. या पार्श्वभूमीवर सहकारी चळवळीवर होणारे परिणाम विचारात घेणे आवश्यक आहे.

जागतिकीकरण म्हणजे विभिन्न देशांनी परस्परांच्या व्यवहारातून आपली उद्दिष्टे साध्य करण्यासाठी एकसमान अर्थव्यवस्था निर्माण करण्याची प्रक्रिया होय. थोडक्यात

सर्व देशांनी परस्परांच्या सर्व बाजारपेठा परस्परांसाठी कोणतीही नियंत्रणे अथवा बंधने न लादता खुल्या करण्याची प्रक्रिया म्हणजे 'जागतिकीकरण' होय.

खासगीकरण म्हणजे देशाच्या अर्थव्यवस्थेमध्ये व तिच्या सर्व उपस्थांमध्ये खासगी क्षेत्रास पूर्णपणे वाव देऊन खासगी क्षेत्रावरील बंधने व नियंत्रणे दूर करण्याची प्रक्रिया होय.

उदारीकरण म्हणजे व्यापार उद्योगाबाबत सरकारी नियंत्रणे, बंधने, परवाना पद्धती, नियम इत्यादी शिथिल करून ती पूर्णपणे मुक्त करण्याची प्रक्रिया होय.

या तिन्ही घटकांच्या प्रक्रियेतून जगासाठी एकसमान अर्थव्यवस्था म्हणजे जागतिक अर्थव्यवस्था निर्माण होत आहे.

जागतिकीकरणामुळे बँकांच्या कार्यपद्धतीत नवीन प्रकारचे बदल येत आहेत. त्यामुळे अनेक सहकारी बँकांना अनेक समस्यांना सामोरे जावे लागत आहे. त्यासाठी एक निश्चित प्रकारचा ठोस कार्यक्रम अमलात आणून पुनर्रचना, नियमात शिथिलता, समन्वय आणि अधिक भांडवलाची पूर्तता करणे आवश्यक बनले आहे.

यापुढे सहकारी बँकांना अनेक ग्राहकांना सेवा देऊन नफा मिळवावा लागणार आहे. त्याचबरोबर गेल्या पाच वर्षांत व्याजाचे दर कमी होऊ लागले आहेत. याचीही नोंद बँकांनी घेतली पाहिजे. त्यासाठी फक्त एकाच पद्धतीचा वापर करून चालणार नाही, तर यापुढे ठेवीदारांनाही तसेच बँकेकडून कर्जे घेणाऱ्या व्यक्तींना आकर्षित करण्यासाठी बँकांना अधिक प्रयत्न करावे लागणार आहेत.

जागतिकीकरणामुळे परकीय गुंतवणुकीचे भारतात स्वागत करण्यात येत आहे. परकीय गुंतवणूक करणार यासाठी बँकांनी ग्राहकसेवेमध्ये आधुनिक यंत्रे आणण्याची गरज आहे. यापुढे मोठ्या प्रमाणात गुंतवणूक निर्माण होणार याची जाणीव बँकांनी यापुढे सातत्याने ठेवली पाहिजे. परदेशी भांडवलाबरोबर परदेशी बँकाही भारतात शाखा सुरू करीत आहेत. या बँका मुख्यतः प्रगत देशातून आलेल्या असल्याने त्या आधुनिक तंत्रज्ञानाने सुसज्ज असणार आहेत. तसेच मार्केटिंगच्या बाबतीतही त्या अधिक परिणामकारक पद्धतीचा अवलंब करतील, याची दखल भारतीय बँकांनी व सहकारी बँकांनी घेतली पाहिजे. बँकांना यश मिळविण्यासाठी व्यावसायिक निपुणतेची गरज असते. यासाठी यापुढे बँकांमधील अधिकाऱ्यांनी व इतर सर्व कर्मचाऱ्यांनी व्यावसायिक निपुणता आणण्यासाठी प्रयत्न केले पाहिजेत. नवीन संक्रमणाला सामोरे जाण्यासाठी कार्यक्षमतेची व वाढत्या उत्पादकतेची गरज आहे. यासाठी रचनेचा पुनर्विचार, कामांचा पुनर्विचार, सुविधांचा पुनर्विचार करण्याची गरज आहे. सध्या वित्त सुरक्षितता विषयक कायदा संमत झाला आहे. लवकरच Assets Reconstruction Companies मोठ्या प्रमाणावर स्थापन होतील. या बदलांचा फायदा बँकांनी अधिकाधिक घेतला पाहिजे. ही सर्व पथ्ये पाळली तरच जागतिकीकरणाचे आव्हान सहकारी बँका आणि व्यापारी बँका स्वीकारण्यास यशस्वी होतील.

जागतिकीकरणाचा पुरस्कार केल्याने भारतापुढे नवी आव्हाने निर्माण होत आहेत. या आव्हानांना भारताने खंबीरपणे तोंड देण्याची गरज आहे. त्यासाठी भारतातील शासनाने व जनतेने जागृत राहण्याची गरज आहे. जागतिकीकरणात खुल्या अर्थव्यवस्थेचा प्रभाव असल्याने यापुढे सहकारी बँकांना, सहकारी संस्थांना विशेष शासकीय साहाय्य लाभणार नाही. म्हणून त्यांनी आत्मनिर्भर होण्याची गरज आहे. उत्पादन करणाऱ्या सहकारी संस्थांनी आगामी काळात उत्पादनाचा दर्जा उच्च ठेवला पाहिजे. गुणवत्ता उत्तम हवी व दर हे ग्राहकांना परवडणारे असावेत. सेवा करणाऱ्या सहकारी बँका यांनीही सेवेची गुणवत्ता वाढवायला हवी. सहकारी बँकांमध्ये एकमेकांशी सहकार्य वाढवले पाहिजे. यापुढे सहकारी बँकांतील संस्थांतील पदाधिकाऱ्यांनी सेवकवर्गाने सभासदांनी जागितिकीकरणाला सामोरे जाण्यासाठी अतोनात परिश्रम घेण्याची गरज आहे व परिश्रम योग्य दिशेने घेतले तरच जागतिकीकरणाला सहकारी बँका/संस्था यशस्वी तोंड देतील आणि सहकारी चळवळीची आणखी प्रगती होईल.

भारतामध्ये इ.स. १९९१ पासून खुले अर्थकारण सुरू झाले आहे. यापुढे सहकारी बँक व्यवसायाला व सहकार चळवळीला या संदर्भातील आव्हानांचा विचार करावा लागेल.

कृषी पतसंस्था : सहकारी शेती/कृषी पतसंस्था ग्रामीण भागातील शेतकऱ्यांना पीक-कर्ज व शेतीसाठी बी-बियाणे/खते पुरविण्याचे कार्य करतात. जागतिकीकरणामुळे अनेक खासगी बँका व संस्था ग्रामीण भागांमध्ये पोहोचल्या आहेत. त्यामुळे शेतकऱ्यांना सहजपणे व कमीतकमी कागदपत्रे पूर्ण करून कर्जे उपलब्ध होऊ लागली आहेत. तसेच परदेशी बनावटीची प्रगत बी-बियाणे, खते, रासायनिक किटकनाशके इत्यादीसुद्धा उपलब्ध झाली आहेत. त्यामुळे कृषी पतसंस्था दुर्बल होण्याची शक्यता निर्माण झाली आहे. उदा. परदेशी बनावटीची 'टर्मिनेटर बियाणे' आज देशामध्ये उपलब्ध झाली आहेत. या टर्मिनेटर बियाणांचे वैशिष्ट्य म्हणजे ती एकदा पेरणीसाठी वापरल्यानंतर त्या बियांणापासून पुन्हा बियाणे तयार होत नाहीत. याउलट देशी बियांणापासून पुन्हा बियाणे तयार केली जात असतात. बियाणांपासून बियाणे तयार करण्याची भारतात जुनी पद्धत आहे. बाजारातून बियाणे आणल्यास त्याची खात्री नसते; म्हणून शेतकरी स्वत:च बियाणे तयार करीत होता. जागतिकीकरणाच्या पार्श्वभूमीवर प्राथमिक कृषी पतसंस्थांची उपयुक्तता कमी होणार आहे.

सहकारी बँक पतपुरवठा : भारतातील आणि महाराष्ट्रातील त्रिस्तरीय सहकारी पतपुरवठा व्यवस्था ही एक आदर्श व्यवस्था आहे. गाव, जिल्हा आणि राज्य पातळीवर वेगवेगळ्या पतसंस्थाद्वारे शेतकरी, व्यापारी, लघुउद्योजक, ग्रामीण कारागीर इत्यादी वर्गांना पतपुरवठा करण्यात येतो. जागतिकीकरणामुळे पतपुरवठ्याच्या सुलभ सुविधा सर्वत्र उपलब्ध झाल्या आहेत. नवीन खासगी बँका व वित्तसंस्था आक्रमक पद्धतीने कर्ज सुविधांची जाहिरात करतात. वैयक्तिक पातळीवर संपर्क साधून सुलभ पद्धतीने कर्ज देण्याची व्यवस्था

निर्माण केली आहे. त्यामुळे सहकारी पतपुरवठा व्यवस्था कमकुवत होणार आहे. उदा. आय.सी.आय.सी.आय., एच.डी.एफ.सी. यासारख्या बँका ग्रामीण भागातील शेतकऱ्यांना आपल्या जाळ्यामध्ये आणण्यासाठी आक्रमकपणे विपणनव्यवस्था राबवित आहेत. पीक-कर्ज शिवाय ट्रॅक्टर्स, पंपिंग सेंटर, दुभती जनावरे, शेतीविकास इत्यादी कारणांसाठी या बँकांचे अधिकारी घरी येऊन कागदपत्रे पूर्ण करतात. याउलट सहकारी पतपुरवठा संस्था व जिल्हा बँकांच्या शाखा ४-५ वेळा जाऊनही कर्जप्रकरणे पूर्ण करीत नाहीत. प्रत्येक वेळी नवीन दस्तऐवजांची अथवा कागदपत्रांची पूर्तता करण्यास सांगितले जाते. इतर सहकारी संस्थांची 'नाहरकत प्रमाणपत्रे' मागविण्यात येतात. कागदपत्रे पूर्ण झाल्यावरही प्रत्यक्ष कर्जवाटपास विलंब केला जातो. या पार्श्वभूमीवर नव्या खासगी बँका कर्ज प्रकरणांची कागदपत्रे पूर्ण करण्यासाठी स्वत: अतिशय तत्पर असतात. कर्जदारांपेक्षा त्या बँकांनाच कर्ज देण्याची अधिक घाई झाल्याचे त्यांच्या तत्परतेवरून वाटावयास लागते. त्यामुळे ग्रामीण भागातील शेतकरी, ग्रामीण कारागीर, लघुउद्योजक या नव्या खासगी बँकांकडे निश्चितपणे आकर्षित होतात.

नागरी सहकारी बँका : शहरी आणि अर्धशहरी भागांकडे, तर खासगी क्षेत्रातील देशी-परदेशी बँकांनी व वित्तसंस्थांनी कर्जपुरवठ्याचे उत्तम जाळे निर्माण केले आहे. त्यांच्याद्वारे दीर्घ मुदतीची नव्हे तर घरगुती वस्तू, वाहन, कार इत्यादी कारणांसाठी जलद व घरपोच कर्जपुरवठ्याची सुविधा दिली जात आहे. त्यामुळे दुर्बल बनत असलेल्या नागरी सहकारी बँका धोक्यात आल्या आहेत. कर्जवसुली होत नसून कर्जव्यवहारसुद्धा कमी झाले आहेत. उदा. नागरी भागात तर या नव्या खासगी बँकांनी 'युनिव्हर्सल बँकिंग' पद्धतीचा अवलंब करण्यास सुरुवात केली आहे. युनिव्हर्सल बँकिंगमध्ये दीर्घ, मध्यम व अल्प मुदती अशी सर्व प्रकारची कर्जे या नव्या बँका देत आहेत. तसेच घरबांधणी, शेती, शेती-उपयोगी साधने, घरगुती वस्तू, वैयक्तिक तारण इ. सर्व बाबींसाठी कर्ज देत आहेत. कर्ज प्रकरणांची तत्परतेने पूर्णत: व कर्जवाटपसुद्धा तितक्याच तत्परतेने करून या खासगी बँका ग्राहक मिळविण्यामध्ये आघाडीवर आहेत. आय.सी.आय.सी.आय., एच.डी.एफ.सी., यू.टी.आय. इत्यादी बँकांनी सर्व मोठ्या शहरांमध्ये आपल्या शाखा सुरू करून व्यापक जाळे निर्माण केले आहे. या नव्या खासगी बँका आक्रमकपणे विपणन तंत्राचा कल्पकतेने अवलंब करीत आहेत. अशा बँकांपुढे सहकारी नागरी बँका टिकणे शक्य नाही.

सहकारी बँक चळवळीचे अस्तित्व जतन करणे व टिकवणे हा मोठा गंभीर प्रश्न आहे. अशा स्थितीतसुद्धा समाजाच्या विविध घटकांकडून सहकारी बँकांबाबत अपेक्षा आहेत -

अ) जागतिकीकरणाच्या आव्हानांना सामोरे जाऊन सहकारी बँकांचे जाळे मजबूत करणे.

ब) सहकारी बँक चळवळीच्या अस्तित्वासाठी सहकारी संस्थांचे व्यवस्थापन व कारभार अधिक कार्यक्षम आणि परिणामकारक व्हावा.

क) आधुनिक व्यवस्थापनाची तंत्रे व पद्धतीचा अवलंब करून सहकारी बँकांचे व्यवस्थापन व्यावसायिक स्वरूपाचे बनवावे.

ड) जागतिकीकरणामुळे जगातील अनेक देशांच्या बाजारपेठा खुल्या झाल्यामुळे सहकार चळवळीतील काही निवडक बँकांनी त्या विदेशी बाजारपेठांमध्ये प्रवेश करावा.

इ) सहकारी बँकांमधील गैरव्यवहार, भ्रष्टाचार नष्ट करून त्यांचा कारभार पारदर्शक करावा.

ई) सहकारी बँकांना जागतिकीकरणाचा लाभ व्हावा म्हणून सल्ला व मार्गदर्शन करण्यासाठी स्वतंत्र यंत्रणा निर्माण करावी.

उ) सहकार चळवळीतील काही बँकांना निवडून त्यांचा खास विकास करावा.

ऊ) निष्क्रिय, अर्थक्षम नसलेल्या, दुर्बल व लहान सहकारी बँकांचे सक्तीने एकत्रीकरण करून मोठ्या व अर्थक्षम बँकांचे जाळे निर्माण करण्यात यावे.

प्रश्न :

प्र. १. खालील प्रश्नांची प्रत्येकी १०० शब्दांत उत्तरे लिहा.

१) भारतातील सहकारी बँक क्षेत्राची रचना स्पष्ट करा.

२) नाबार्डची कार्ये सांगा.

३) नाबार्डची उद्दिष्टे स्पष्ट करा.

प्र. २. खालील प्रश्नांची प्रत्येकी २०० शब्दांत उत्तरे लिहा.

१) भारतातील सहाकारी बँक रचना सविस्तर स्पष्ट करा.

२) राष्ट्रीय कृषी व ग्रामीण विकास बँकेची उद्दिष्टे, कार्ये आणि कार्यप्रणाली सविस्तर स्पष्ट करा.

३) सहकारी बँक व्यवसायापुढील आव्हानांचे सविस्तर स्पष्टीकरण करा.

प्र. ३. खालील प्रश्नांची ४०० शब्दांत उत्तरे लिहा.

१) भारतातील सहकारी बँक व्यवसायाचा सविस्तर आढावा घ्या.

२) बँक व्यवसायावर होणाऱ्या आव्हानाचे मूल्यमापन करा.

प्र. ४. टीपा लिहा.

१) सहकारी बँक क्षेत्राची रचना

२) सहकारी बँक व्यवसाया पुढील आव्हाने

३) सहकारी कायद्यातील ८९७ वी घटना दुरुस्ती

पारिभाषिक शब्दावली
(Glossary)

Bank - बँक : ज्या संस्थांचा कर्जाचा स्वीकार इतर लोकांकडून आपापसातील देण्याघेण्याचे व्यवसाय पूर्ण करण्यासाठी केला जातो अशा संस्था म्हणजे बँक होय.

Indigenous Banks - एतद्देशीय बँका : प्राचीन काळापासून भारतात सावकार व सावकारी पेढ्या अस्तित्वात होत्या. या सावकारी पेढ्या अथवा सराफी पेढ्यांनाच 'एतद्देशीय बँका' म्हणतात.

Presidency Banks - इलाखा बँका : स्वत:च्या कार्यक्षेत्रात अथवा इलाख्यात कर्जाचा पुरवठा करण्यासाठी स्थापन झालेल्या बँका.

Development Banks - विकास बँका : भारतीय रिझर्व्ह बँकेने आणि केंद्रसरकारने अर्थव्यवस्थेच्या विशिष्ठ क्षेत्राच्या कार्यासाठी स्थापन केलेल्या बँका.

Commercial Banks - ठेवी स्वीकारणे, कर्ज देणे आणि पतनिर्मिती करणे ही कार्ये व्यापारी बँका करतात.

Overdraft facility - अधिकर्ष सवलत : ठेवीदाराला त्याच्या खात्यात असणाऱ्या रकमेपेक्षा जास्त रक्कम काढण्यासाठी परवानगी दिली जाते त्याला अधिकर्ष सवलत म्हणतात.

Remittance - पैसे पाठविण्याची पद्धत : खातेदारांच्या वतीने एका ठिकाणाहून दुसऱ्या ठिकाणी पैसे पाठविण्याचे बँकाचे कार्य होय.

Demand Draft - मागणीपत्र : बँकेच्या एका शाखेने दुसऱ्या शाखेवर विशिष्ट व्यक्तीला अथवा संस्थेला पैसे देण्यासंबंधी काढलेला आदेश होय.

Bankers Cheque - बँकेचा धनादेश : ग्राहकाने स्वत:च्या बँकेला पैसे देण्यासंबंधी दिलेला आदेश म्हणजे धनादेश अथवा चेक होय.

Negotiable Instrument - चलनक्षम पत्र : असे साधन की, ज्याच्यातील मालमत्ता

खरी खुरी म्हणून केव्हाही संपादित करू शकतो आणि अशी मालमत्ता ज्या व्यक्तिकडून मूल्य देऊन घेतली जाते त्या व्यक्तीचा मालमत्तेचा हक्क निर्दोष असतो.

Promissory Note - वचनपत्र : ''एखाद्या व्यक्तीस अथवा त्यांच्या आदेशानुसार दुसऱ्या व्यक्तीस अथवा वाहकास निश्चित रक्कम पैशाच्या स्वरुपात विनाअट देण्याबद्दलची सही असलेले लेखी वाचन होय.''

Bill of Exchange - विनिमय पत्र : ज्याच्यात विनिमय पत्र करणाऱ्याच्या सहीने अशी विनाशर्त आज्ञा केली जाते की, विशिष्ट व्यक्तीने पैशाची विशिष्ट रक्कम फक्त विशिष्ट व्यक्तीलाच दिली जावी.

Commercial Paper - व्यापारी पत्र : व्यापारी पत्र म्हणजे प्रतिष्ठित व्यापरी कंपनी. या पत्राद्वारे असे वचन देतात की, त्यात नमूद केलेली रक्कम ठराविक दिवशी दिली जाईल.

Endorsement - पृष्ठांकन : चलनक्षम पत्राचा धारक चलक्षम पत्राचा निर्माता अथवा धारक म्हणून दुसऱ्या व्यक्तीस चलनक्षम पत्राचा धारक करण्याच्या उद्देशाने चलनक्षम पत्रावर चलन पत्राचा धारक करण्याच्या उद्देशाने चलनक्षम पत्रावर चलनक्षम पत्रासोबत जोडलेल्या तिकिटासहीत कागदावर सही करतो तेव्हा त्या चलनक्षम पत्राचे पृष्ठांकन झाले असे म्हणतात.

Central Bank - मध्यवर्ती बँक : मध्यवर्ती बँक म्हणजे अशी बँक की, जिच्याकडे देशातील चलन व पतपैसा यांच्या नियंत्रणाचे काम सोपविलेले असते.

Clearing House - निरसन गृह : बँकाच्या आपापसातील देण्याघेण्याचे व्यवहारातील जमा / वजाबाकी करून बँकांना आपापसातील देणी - घेणी निरसन केंद्राच्या माध्यमातून पूर्ण केली जाते.

Money Measures - पैशाची मापने : पैशासाठीचे मापन तयार करणे उदा. भारतीय रिझर्व्ह बँकेने M1, M2, M3, M4 ही पैशाची मापने तयार केली.

Monetary Policy - चलनविषयक धोरण : मध्यवर्ती बँकेने देशातील एकूण चलन व पतपुरवठ्यावर नियंत्रण ठेवण्यासाठी स्वीकारलेल्या धोरणास चलन विषयक धोरण म्हणतात.

Credit Control - पत नियंत्रण : पत व्यवहाराची एकूण व्यवहाराशी सांगड घालणे म्हणजे पतनियंत्रण होय.

संदर्भसूची

Day A.C.L. - Outline of monetary Economics - Oxford University

Dekock M.H. - Central Banking - Steples press - London oxford

Due J. F. - Government finance - Irwin, Home wood

Halm G. N. - Monetary Theory - Asia publising house - Delhi

Hajela T. N. - Principal, Problems & Practice of Co-operation.

Mishra S.S. - Money Inflation & Economic Growth - Oxford & IBM publishing - Delhi

Misra & V. K. Puri - Indian Economy - IBM publishing - New Delhi

Reserve Bank of India - The Reserve Bank of India

रंजन कोळंबे - भारतीय अर्थव्यवस्था - भगिरथ प्रकाशन पुणे

प्रकाश मिसाळ, डॉ. आठवले संहिता - बँकिंग आणि अर्थपुरवठा

अर्थसंवाद विविध अंक

के. एम. परचुरे, एस.व्ही.ढमढेरे - 'अर्थ' त्रैमासिक

घाणेकर वि. वि. - सहकारी चळवळीचे १०० वर्षांचे अवलोकन व नवी आव्हाने - प्रकाशक इन्स्टिट्यूट ऑफ सुरल डेव्हलपमेंट, पुणे

जगदीश लांजेकर - बँक व्यवसाय व वित्तपुरवठा - डायमंड पब्लिकेशन्स

डॉ. एस. व्ही. ढमढेरे, डॉ. बी. डी. कुलकर्णी - बँक व्यवसाय व सहकार - डायमंड पब्लिकेशन्स